AF287971

ഗ്രീൻ ബുക്സ്

വിശുദ്ധ മാനസർ

ബുറാൻ സോന്മെസ്

തുർക്കിയിലെ സുപ്രസിദ്ധനായ കവിയും നോവലിസ്റ്റും. അദ്ദേഹത്തിന്റെ മൂന്നു പ്രധാന കൃതികൾ ഇസ്താംബൂൾ ഇസ്താംബൂൾ, നോർത്ത്, മസുമലാർ എന്നിവയാണ്. കവിതയിലായിരുന്നു ബുറാൻ രചനയുടെ ആരംഭം കുറിച്ചത്. കുർദുകളുടെ സാംസ്കാരിക പാരമ്പര്യവും അദ്ദേഹത്തിന്റെ പൈതൃകമാണ്. മനുഷ്യാവകാശങ്ങൾക്കുവേണ്ടിയുള്ള സമരങ്ങളിലും അദ്ദേഹം പങ്കെടുത്തിട്ടുണ്ട്. 1996 തുർക്കി സംഘർഷത്തിൽ പൊലീസ് മർദ്ദനമേറ്റ് ദീർഘകാലം ബ്രിട്ടനിൽ ചികിത്സയിലായിരുന്നു. കേംബ്രിഡ്ജിലും ഇസ്താംബൂളിലും ഇപ്പോൾ താമസം. ഇരുപതിൽ ഏറെ ഭാഷകളിൽ അദ്ദേഹത്തിന്റെ കൃതികൾ വിവർത്തനം ചെയ്യപ്പെട്ടിട്ടുണ്ട്.

സുരേഷ് എം.ജി.: 1962ൽ തൃശൂർ ജില്ലയിലെ ചൊവ്വന്നൂർ പഞ്ചായത്തിൽ പുതുശ്ശേരിയിൽ ജനനം. ഇംഗ്ലീഷ് സാഹിത്യത്തിൽ ബിരുദം. നിരവധി കൃതികളുടെ പരിഭാഷകനാണ്. പ്രണയത്തിന്റെ രാജകുമാരി (മെറിലി വെയ്സ്ബോർഡ്), ആൻഫ്രാങ്കിന്റെ ഡയറിക്കുറിപ്പുകൾ, കാമയോഗി (സുധീർ കക്കാർ) എന്നീ കൃതികൾ ഗ്രീൻ ബുക്സിനുവേണ്ടി വിവർത്തനം ചെയ്തിട്ടുണ്ട്.

നോവൽ

വിശുദ്ധ മാനസർ

ബുറാൻ സോന്മെസ്

വിവർത്തനം
സുരേഷ് എം.ജി.

ഗ്രീൻ ബുക്സ്

green books private limited
gb building, civil lane road, ayyanthole,
thrissur- 680 003, kerala
ph: +91 487-2381066, 2381039
website: www.greenbooksindia.com
e-mail: info@greenbooksindia.com

(original turkey novel)
masumlar

(malayalam)
visudha manasar
(novel)
by
burhan sönmez

translated by
suresh m.g.

first published august 2016
copyright reserved

cover illustration & design : rajesh chalode

"This book has been translated
with the assistance of the
Sharjah International Book Fair
Translation Grant Fund"

branches:
thrissur 0487-2422515
palakkad 0491-2546162
kannur 0497-2763038
thiruvananthapuram 9846670899

isbn : 978-93-86120-37-3

GBPL/807/2016

മുഖക്കുറിപ്പ്

കുർദ് ജീവിതത്തിന്റെയും പ്രവാസത്തിന്റെയും വായനകൾ

തുർക്കി ഭാഷയിൽ മസുമലാർ എന്ന പേരിൽ എഴുതപ്പെട്ട നോവൽ. ഇംഗ്ലീഷിൽ Sins and innocents എന്ന പേരിൽ ഭാഷാന്തരം ചെയ്യപ്പെട്ടിരിക്കുന്നു. ഇരുപതോളം ലോകഭാഷകളിലും ഈ പുസ്തകം വിവർത്തനം ചെയ്യപ്പെട്ടിരിക്കുന്നു. ഗ്രന്ഥകർത്താവ് ബുറാൻ സോൺമെസ് ഇപ്പോൾ കേംബ്രിഡ്ജിലും തുർക്കിയിലുമായി ജീവിക്കുന്നു. ചെന്നായ്ക്കളും വെള്ളക്കരടികളും നിറഞ്ഞ ഹെയ്മാന സമതലങ്ങളിലെ കുർദ് വംശജരുടെ മൂന്നു തലമുറകളുടെ കഥകൾ പറയുന്ന പുസ്തകമാണിത്. ഇറാൻ, ഇറാഖ്, സിറിയ, തുർക്കി എന്നീ രാജ്യങ്ങൾ പങ്കിടുന്ന ഒരു ജനവിഭാഗമാണ് കുർദുകൾ. രാജ്യങ്ങളുടെ അതിർത്തിരേഖകൾക്കിടയിൽ കീറിമുറിഞ്ഞതാണ് അവരുടെ അസ്തിത്വം. കുർദുകളും ഇറാനികളും ഭൂമിശാസ്ത്രപരമായി സാമ്യമുള്ള സമൂഹങ്ങളാണ്. ഇറാഖ്-ഇറാൻ സംഘർഷകാലത്ത് ലക്ഷക്കണക്കിന് കുർദ് വംശജരെയാണ് ഇറാഖിന്റെ പ്രദേശങ്ങളിൽ നിന്ന് അഭയാർത്ഥികളായി ഇറാൻ സ്വീകരിച്ചതത്രെ. ഇന്ന് യൂറോപ്പിൽ ജീവിക്കുന്ന ഒരു വലിയ പ്രവാസസമൂഹമാണ് കുർദുകൾ.

കേംബ്രിഡ്ജിലാണ് ഈ നോവലിന്റെ വർത്തമാനകാലം അരങ്ങേറുന്നത്. അവിടെ വച്ച് ബ്രാനി താവോ എന്ന കഥാനായകൻ ഫെയ്റൂസിനെ കണ്ടുമുട്ടുന്നു. അവളാകട്ടെ ഇറാൻ വംശജയാണ്. ഇരുവരും ജന്മനാട്ടിൽനിന്ന് അകന്ന് ജീവിക്കുവാൻ വിധിക്കപ്പെട്ടവർ. രണ്ടു രാജ്യങ്ങളിലെയും ആഭ്യന്തര കാലാവസ്ഥകൾ പ്രതികൂലമായതിനാൽ പ്രവാസികളാകാൻ വിധിക്കപ്പെട്ടവർ. കലയും സാഹിത്യവും ചരിത്രവും നിറഞ്ഞ സമാന അഭിരുചികൾ അവരെ കമിതാക്കളാക്കുന്നു. കേംബ്രിഡ്ജിന്റെ ജീവിതപരിസരങ്ങളുമായി ബന്ധപ്പെട്ട് ഐസക് ന്യൂട്ടൻ, വിറ്റ്ജെൻസ്റ്റീൻ, ബാച്ച് എന്ന സംഗീതജ്ഞൻ മുതൽ ഗബ്രിയേൽ ഗാർസിയാ മാർക്വേസ് വരെ ഈ നോവലിൽ കൗതുകപൂർവ്വം അവതരിപ്പിക്കപ്പെടുന്നുണ്ട്. കഥകളോടൊപ്പം കവിതകളും കലർത്തിയാണ് ഈ നോവലിന്റെ

വ്യാഖ്യാനശൈലി. ബ്രാനി താവോവിന്റെ തലമുറക്കഥകൾ ഫെയ്റൂസിന്റെ വായനകളിലൂടെയാണ് നമ്മളിലേക്ക് എത്തിച്ചേരു ന്നത്.

ഇത്രയും കാര്യങ്ങൾ വായനയിൽനിന്ന് സ്വരൂപിച്ചെടുത്തപ്പോൾ തീർച്ചയായും ഇത് ബുറാൻ സോണ്മെസിന്റെ ആത്മകഥാപരമായ ഒരു പുസ്തകമാണോ എന്നു തോന്നിപ്പോയി. തുർക്കിയും കുർദിഷ് ഭാഷയും സംസാരിക്കുന്ന ഗ്രന്ഥകാരൻ, ഒരൊറ്റ മുറിയിൽ അമ്മ യോടൊപ്പം കഥകൾ കേട്ട് ജീവിച്ച ബാല്യം എന്നിങ്ങനെ ചെറിയ ചെറിയ സൂചനകൾ മാത്രമാണ് അദ്ദേഹത്തിന്റെ ജീവചരിത്ര ക്കുറിപ്പുകളിൽനിന്നും ലഭിച്ചത്.

നിഷ്കളങ്കരുടെ ചുമടുകൾ

ഒട്ടോമൻ ചക്രവർത്തിയെ പരാജയപ്പെടുത്തിയ ശേഷം പണ്ട് മുഗൾ ചക്രവർത്തിയായ തിമൂറിന്റെ പടയാളികൾ ഈ താഴ്വാരങ്ങളിൽ തമ്പടിച്ചിരുന്നു. അക്കാലത്ത് തിമൂറിന്റെ മാന എന്ന മകൾ ഇവിടെ ഒരു മലയടിവാരത്തിലേക്കു ചാടി ആത്മഹത്യ ചെയ്തപ്പോൾ "ഹേ, മാനാ" എന്ന ചക്രവർത്തിയുടെ രോദനമാണ് പില്ക്കാലത്ത് 'ഹേയ്മാന'യായി മാറിയതത്രെ. ഗബ്രിയേൽ മാർക്വേസിന്റെ 'മക്കാണ്ട' പോലെയുള്ള ഒരജ്ഞാത ദേശമാണത്. അതുമല്ലെങ്കിൽ നമ്മുടെ എഴുത്തുകാരനായ കോവിലന്റെ 'തട്ടക'ത്തിന്റെ ദേശ പ്പെരുമകളാണത്. പഴയ ചരിത്രങ്ങളും ഐതിഹ്യങ്ങളും ആധുനിക സാഹിത്യത്തിന്റെയും വായനയുടെയും ഭാഗമാക്കാൻ ഈ എഴു ത്തുകാരനു കഴിഞ്ഞിരിക്കുന്നു. ഭൂഖണ്ഡങ്ങൾ മാറുമ്പോഴും മനുഷ്യഭാഗധേയത്തിന്റെ അദ്ഭുതകരമായ സമാനതകൾ ഉൾക്കൊ ള്ളുന്ന ഒരു നോവലായി 'വിശുദ്ധ മാനസർ' രൂപാന്തരപ്പെടുന്നു.

കഥ പറയുമ്പോൾ അമ്മ എല്ലാവരെയും 'നിഷ്കളങ്കർ' എന്നാണ് പറയുക. നല്ലവരെയും ചീത്ത ആൾക്കാരെയും അമ്മ അങ്ങനെയേ വിളിക്കാറുള്ളൂ എന്ന് ഈ നോവലിൽ ഈ എഴുത്തുകാരൻ പരാമർശിക്കുന്നുണ്ട്. മറ്റൊരിടത്ത് "തൊഴിലാളികളിൽ മിക്കവരും ദരിദ്രരിൽ ദരിദ്രരായിരുന്നു. ദൈവം പോലും കൈവെടിഞ്ഞവർ എന്നു വിശ്വസിച്ചിരുന്നവർ. തോക്ക് തോളിൽ വയ്ക്കുന്നതുപോലെ അരിവാളും തോളിൽ വെച്ചാണ് അവർ വന്നത്. അവരുടെ പക്കൽ ഉണ്ടായിരുന്നത് സ്വന്തം ശ്വാസവും ഉടമയുടെ കാരുണ്യവും മാത്രമായിരുന്നു" എന്ന് ഗ്രന്ഥകാരൻ വിവരിക്കുന്നു. ചെറിയ ആകാശങ്ങളിൽ ജീവിക്കാൻ വിധിക്കപ്പെട്ട പാവപ്പെട്ടവർ. രണ്ടാം ലോകമഹായുദ്ധം അവസാനിച്ചതും തുർക്കിയുടെ കെമാൽ പാഷ മരണപ്പെട്ടതും അറിയാതെ തലമുറകളായി ജീവിക്കുന്നവർ. വസൂരിയും പകർച്ചവ്യാധികളും സുലഭമായിരുന്നു. ആയതിനാൽ ജീവിതം അല്പായുസ്സു മാത്രമേ നൽകിയുള്ളൂ.

കെവെ മുത്തശ്ശിയും താതർ എന്ന ഫോട്ടോഗ്രാഫറും മാത്രമാണ് ഈ നോവലിലെ തലമുറകളെ ബന്ധിപ്പിക്കുന്നത്. ഒപ്പം ഹതീബ് അമ്മാവന്റെ റേഡിയോയും പുറംലോകത്തിന്റെ ശബ്ദങ്ങൾ പിടി ച്ചെടുക്കുന്നു. കുർദ് ജീവിതത്തിന്റെ സമതലങ്ങളിലൂടെ അലഞ്ഞ് ഫോട്ടോഗ്രാഫുകൾ തീർത്തുകൊടുത്ത താതറിന്റെ ചിത്രങ്ങൾ ഈ നോവലിലെ വഴിത്തിരിവുകളായിമാറുന്നു.

ഒരു ആപ്പിൾ മരത്തിന്റെ പശ്ചാത്തലത്തിൽ കിളികളോടു മാത്രം സംസാരിച്ചു ശീലിച്ച കെവെ മുത്തശ്ശിയുടെ ചരിത്രം പഴയ കാല ത്തിന്റെ ഇമ്പമാർന്ന ഓർമ്മച്ചിത്രങ്ങളാണ്. ജനനവും മരണവും വിവാഹവുമെല്ലാം അവരുടെ കഠിനമായ ജീവിതത്തിന്റെ ചുമടു താങ്ങികൾ മാത്രമായിരുന്നു.

മരണം ഒരു ഘോഷയാത്രയാണ്. കെവെയുടെ അമ്മയും ഏഴു സഹോദരങ്ങളും പകർച്ചവ്യാധി ബാധിച്ച് മരിച്ചുപോയി. പില്ക്കാ ലത്ത് വസൂരിയും രോഗങ്ങളും കൊണ്ട് മരണപ്പെട്ടുപോയ മക്കളുടെയും ഭർത്താവിന്റെയും വിയോഗം ഒരു ശൂന്യതയായി മാറിയപ്പോൾ കെവെ മുത്തശ്ശി പിന്നെയും ഭർത്താവിനെ തേടി; തലമുറകളെ നിലനിർത്താൻ അവർ ഭർത്താവിന് ഒരു രണ്ടാം ഭാര്യയെ തേടി. പുതുഭർത്താവ് മരണപ്പെട്ടപ്പോഴും ഭാര്യക്കു മറ്റൊരു വരനെ തേടി. അങ്ങനെ നീളുന്ന വിചിത്രമായ തലമുറ ക്കഥകളിൽ സ്ത്രീ, പാപം പേറുന്ന ഒരു പ്രതീകമായി മാറുന്നു. സാദെക്ക് എന്ന തുർക്കി വംശജ ഹെയ്മാന സമതലങ്ങളിലെ ത്തുന്നതും അവർ കരടിയുടെ ആക്രമണമേറ്റ് കഴുകന്റെ മുഖ മുള്ള ഒരു സ്ത്രീയായി മാറുന്നതും നിഷ്കളങ്കർ ഏറ്റുവാങ്ങുന്ന പാപങ്ങളാണ്. ഇതിലെ സ്ത്രീകഥാപാത്രങ്ങൾക്കു വേണ്ടി നോവ ലിസ്റ്റ് ഒരു കവിത കൂടി എഴുതിവയ്ക്കുന്നു.

"ഉപ്പിനോട് ചോദിക്കരുതേ, അതിനറിയില്ല,
മണ്ണിനോടും ചോദിക്കരുതേ, അത് കാണുന്നില്ല
ആദ്യം കരഞ്ഞത് സ്ത്രീയായിരുന്നു,
അവരുടെ അനാവൃതമായ കൈകളിൽ
ഒരു കണ്ണാടിയും പിന്നെയൊരു കത്തിയും
ജലത്തിനോട് ചോദിക്കരുതേ, അതിനറിയില്ല,
ഇലകളോടും ചോദിക്കരുതേ, അത് കാണുന്നില്ല
ആദ്യം കരഞ്ഞത് സ്ത്രീയായിരുന്നു."

ഡെന്നീസ് എന്ന സ്വപ്നം

ബ്രാനി താവോ എന്ന നായകൻ സമകാല കുർദ്-തുർക്കി ജീവിത ത്തിന്റെ പ്രതിനിധിയും യാഥാർത്ഥ്യവുമാണ്. ചില്ലറ ചില്ലറ പരിഭാഷ ജോലികൾ നിർവഹിച്ചുകൊണ്ട് അന്യനാട്ടിൽ ജീവിതം

കണ്ടെത്തുന്നതോടൊപ്പം സ്വന്തം നാട്ടിലെ അജ്ഞാതമായ ചില വിമോചന പ്രസ്ഥാനങ്ങളുമായി അയാൾ നിരന്തരം ബന്ധപ്പെടുന്നുണ്ട്. ഒരു പ്രവാസി എന്ന നിലയിൽ പ്രാദേശിക സമൂഹത്തിന്റെ അവഗണനയും കയ്പുനീരും അനുഭവിക്കുന്നുണ്ട്. തന്റെ സൈക്കിൾ മോഷ്ടിക്കുന്നവരുടെ പിന്നാലെ പായുമ്പോൾ "നീ നിന്റെ സ്വന്തം നാട്ടിൽ പോയി ജീവിക്ക്" എന്ന ആക്രോശം അയാളെ പിന്തുടരുന്നുണ്ട്. നാട്ടിലാകട്ടെ സ്വന്തം ഭരണകൂടത്തിന്റെ അവഗണനയ്ക്കും മർദ്ദനത്തിനും ഇരയാകുന്നുണ്ട്. തുർക്കിയുടെ പൊലീസ് മർദ്ദനമേറ്റ് ലണ്ടനിലെ ആശുപത്രിയിൽ നിരവധി മാസം കഴിച്ചു കൂട്ടിയ ബുറാൻ സോന്മെസിന്റെ ആത്മകഥാപരമായ ചരിത്രം ബ്രാനി താവോയുടെ കഥാസൂചനയിലും വന്നെത്തുന്നുണ്ട്.

എഴുത്തുകാരന്റെ സമകാലിക ദുഃഖം സ്വന്തം നാടിന്റെ സാംസ്കാരിക അധിനിവേശമാണ്. കുഞ്ഞു മെഹ്തിന്റെ കഥയിൽ ഗ്രന്ഥകാരൻ പറയുന്നു.

"ഒരു ദിവസം അവന്റെ അമ്മ സ്കൂളിൽ വന്നു. അമ്മയുടെ അയഞ്ഞ കുപ്പായവും തലമറയ്ക്കുന്ന തുണിയും തുർക്കി ഭാഷയിലെ അറിവില്ലായ്മയും അവനിൽ ലജ്ജയുണ്ടാക്കി. അവൻ കളിക്കളത്തിൽ നിന്നും ഓടിയകന്നു. അവന്റെ കാലുകൾക്ക് അവനെ എത്ര വേഗത്തിലോടിക്കുവാനാകുമോ അത്രയും വേഗത്തിൽ അവനോടി. അപ്പോൾ അമ്മ അവനു പുറകെയെത്തി. അമ്മ അടുത്തെത്തിയപ്പോൾ അവൻ അമ്മയെ വാരിപ്പുണർന്നു. ആരും ഒരിക്കലും കാണുകയോ അനുഭവിക്കുകയോ ചെയ്തിട്ടില്ലാത്തത്ര സ്നേഹം ആ ആലിംഗനത്തിലുണ്ടായിരുന്നു. ഏതൊരു കുഞ്ഞും അവനോടൊപ്പം അവന്റെ അമ്മയുടെ മണം കൊണ്ടുനടക്കുന്നുണ്ട്. അതവൻ തന്റെ ശവശയ്യവരെ കൊണ്ടുനടക്കും. അവസാന ശ്വാസമെടുക്കുമ്പോഴും ആ മണം അവനോടൊപ്പമുണ്ടാകും. എന്നാൽ താൻ ഒരു പട്ടണവാസിയോ തുർക്കിക്കാരനോ അല്ല എന്നൊരു വൈക്ലബ്യം അപ്പോൾ കുഞ്ഞ് മെഹ്മതിന്റെ മനസ്സിലുണ്ടായിരുന്നു. അതിനാലവൻ അവന്റെ അമ്മയോട് കുർദിഷ് ഭാഷയിൽ സംസാരിച്ചില്ല. ആ ഭാഷ സംസാരിക്കുന്നത് ആരെങ്കിലും കേട്ട് അത് അദ്ധ്യാപികയോട് പറയും എന്നവൻ ഭയന്നു." നമുക്ക് ഒട്ടും അപരിചിതമല്ലാത്ത ഈ വക സാംസ്കാരിക സംഘർഷങ്ങളും സ്വത്വബോധവുമെല്ലാം ഈ നോവലിലും നിറയുന്നുണ്ടല്ലോ എന്ന് നാം കൗതുകപൂർവം വായിക്കുന്നു.

പുതിയ കാലത്ത് ഡെന്നീസ് എന്ന ഒരു വിപ്ലവനായകൻ അവരുടെ സ്വപ്നങ്ങളിൽ തീ പടർത്തുന്നുണ്ട്. അവഗണനയ്ക്കും അനീതിക്കുമെതിരെയുള്ള ഒരു പ്രതീകമാണ് ഡെന്നീസ്, ചെഗുവേരയെപ്പോലെ. ആ സ്വപ്നമാകട്ടെ മൂന്നാംലോകങ്ങളിലെ മനുഷ്യരുടെ വിമോചന സ്വപ്നമാണ്.

വിദൂരതയിൽ നിന്നും ഡെന്നീസെത്തിയ രാത്രിയിൽ
കറുത്ത കണ്ണാടിക്ക് മുന്നിൽ നിന്നും
ഒരു പെൺകുട്ടി തന്റെ പിണഞ്ഞ തലമുടി
ചീകിയൊതുക്കിക്കൊണ്ടിരുന്നു...

ആരുമെഴുന്നേറ്റില്ല, ആരും ജനലിലേക്കോടിയില്ല
ക്ഷീണിച്ച കണ്ണുകളുള്ള കുട്ടികൾ മാത്രം
ഡെന്നീസിനോടൊപ്പം ചേർന്നു
ഒരു പ്രഭാതത്തിൽ അവർ കണ്ണാടികളുടെ ലോകത്തിലെത്തി
തണുപ്പിലുപേക്ഷിക്കപ്പെട്ട മരങ്ങൾ പോലെ
ഉറഞ്ഞ മഞ്ഞ് ഞങ്ങളുടെ ഹൃദയത്തെ
പ്രഹരിച്ചുകൊണ്ടിരുന്നു...

പ്രവാസത്തിലും ജന്മനാട്ടിലും അന്യരാക്കപ്പെടുന്ന മനുഷ്യരുടെ
പ്രതിനിധിയാണ് ബ്രാനി താവോ. ജന്മനാട്ടിലെ പാഠാവലികളിൽ
നിന്നും ചരിത്രത്തിൽ നിന്നും അവർ നിഷ്കാസിതരാക്കപ്പെടുന്നു.
പ്രണയത്തിന്റെ സാഫല്യം ബ്രാനി താവോയേയും ഫെയ്റൂ
സിനെയും സംബന്ധിച്ചിടത്തോളം ഒരു സന്തോഷകരമായ ഇട
വേളയാണ്. പക്ഷേ, പ്രവാസികളായ അവർക്ക് താണ്ടാനുള്ള
വഴികൾ നിരവധിയാണ് എന്ന ഒരു സൂചനയും നോവൽ നൽകു
ന്നുണ്ട്.

കൃഷ്ണദാസ്
മാനേജിങ് എഡിറ്റർ

ഹെയ്മാന സമതലങ്ങൾ

ബ്രാനി താവൊ

Narator, കഥയിലെ നായകൻ

ഹതീപ്

ബ്രാനി താവോയുടെ അമ്മയുടെ അമ്മാവൻ.
ഭാര്യ ഉപേക്ഷിച്ച് പോയതിനു ശേഷം ഭാര്യയേയും താൻ കാണാത്ത
തന്റെ കുഞ്ഞിനേയും അന്വേഷിച്ച് ജീവിതമവസാനിപ്പിച്ചു.
കയ്യിൽ എപ്പോഴും ഒരു റേഡിയോ ഉണ്ടാകുമായിരുന്നു.

ഫെർമാൻ

തന്നെ വധിക്കാനായി കാമുകിയുടെ സഹോദരർ വരികയാണെന്ന്
കരുതി അബദ്ധത്തിൽ സ്വന്തം സഹോദരന്മാരെ വധിച്ചു.
അന്നുമുതൽ മാനസികാസ്വാസ്ഥ്യം തുടങ്ങി, ഒളിവ് ജീവിതവും.

ആസ്യ

ഫെർമാന്റെ കാമുകി; മരണം വരേയും ഫെർമാനെ കാത്തിരുന്നു.

താതർ

ഫോട്ടോഗ്രാഫർ സാദെത്തിന്റെ ഭർത്താവായിരുന്ന
സർജന്റിന്റെ സഹോദരൻ. സർജന്റിന്റെ മരണത്തിന്റെ ഉത്തരവാദിത്വം,
കൊലക്കുറ്റം, ഇയാളിൽ വന്നു ചേർന്നു. കുറച്ച് കാലം ജയിൽ
വാസമനുഭവിച്ചു. അതിനുശേഷം ഇയാൾ സഹോദര ഭാര്യയെ തിരക്കി
ഹയ്മാൻ താഴ്‌വാരങ്ങളിൽ ക്യാമറയുമായി അലയുവാൻ തുടങ്ങി.

സാദെത്

ഇസ്താംബൂളുകാരി. അച്ഛൻ ലഫ്റ്റനന്റും
ഭർത്താവ് സർജന്റുമായിരുന്നു. എന്നാൽ ഭർത്താവിന്റെ
മദ്യപാന ശീലം മൂലം അയാളിൽ നിന്നും രക്ഷപ്പെട്ട്
ഇവർ ഹയ്മാന താഴ്‌വരയിൽ താമസമാക്കി.
ഒരു അപകടത്തിൽ മുഖം വികൃതമായി. അന്നുമുതൽ ഇവരെ
കഴുകന്റെ മുഖമുള്ള സ്ത്രീ എന്ന് വിളിക്കുവാൻ തുടങ്ങി.

കെവെ

മുത്തശ്ശി തന്റെ പിതാവിന്റെ ഏക മകൾ;
അമ്മയും ഏഴു സഹോദരങ്ങളും പകർച്ചവ്യാധി മൂലം മരിച്ചു.

അലാദീൻ

കെവെയുടെ ആദ്യ ഭർത്താവ്

ബെഗോഹൻ, സെമിൽ, സീതെ, മാന

കെവെയ്ക്ക് അലാദീനിലുണ്ടായ മക്കൾ. നാലുപേരും മരിച്ചുപോയി.

പഴഞ്ചൻ ഇസ്മായീൽ

ഏകനായി അലയുവാൻ താത്പര്യപ്പെട്ട ഒരു ആട്ടിടയൻ;
ലില്ലീ എന്ന കൊള്ളക്കാരനെ തൂക്കിലേറ്റുവാൻ
ഇദ്ദേഹം നിമിത്തമായി. ഇത് ഇദ്ദേഹത്തിന്റെ ജീവിതം മാറ്റിമറിച്ചു.

എമീർ ഹാലിത്

ബ്രാനി താവൊയുടെ അച്ഛന്റെ കൂട്ടുകാരൻ.
ബ്രാനി താവോയുടെ അച്ഛന് ഇടിമിന്നലേൽക്കുമ്പോൾ
ഇദ്ദേഹം അരികിലുണ്ടായിരുന്നു.

കുഞ്ഞ് മെഹ്മത്

ബ്രാനി താവോയുടെ അച്ഛന്റെ മരുമകൻ.
വിദ്യാർത്ഥിയായിരിക്കുമ്പോൾ അർബുധം ബാധിച്ച് മരിച്ചു.

അബ്ദൊ

കെവെയുടെ രണ്ടാമത്തെ ഭർത്താവ്

അമ്മ

ബ്രാനി താവോയുടെ അമ്മ; അബ്ദൊയുടെ മകൾ,
കെവെ അമ്മയെ മകളെപ്പോലെ വളർത്തി.

എമിനെ

അബ്ദൊയുടെ രണ്ടാം ഭാര്യ, ഇവരുടെ മകളാണ് അമ്മ;
ഭർത്താവായ അബ്ദൊ മരിച്ചപ്പോൾ അവർ
വേറെ വിവാഹം കഴിച്ചു. സ്വന്തം മകളെ കെവെയെ ഏല്പിച്ചു.

ഹാകൊ

കെവെയുടെ മുന്നാമത്തെ ഭർത്താവ്;
കെവെയും ഹാകോയും ചേർന്നാണ്
ബ്രാനി താവൊയുടെ അമ്മയെ വളർത്തിയത്.

കേംബ്രിഡ്ജ് പരിസരം

ഫെറൂസെ
ഇറാനിൽ നിന്നും ഇംഗ്ലണ്ടിലേക്ക്
കുടിയേറിയ കുടുംബത്തിലെ അംഗം

അസീത
ഫെറൂസെയുടെ അമ്മ

സ്റ്റെല്ല
കേംബ്രിഡ്ജിൽ പുരാവസ്തുക്കൾ വിൽക്കുന്ന
കട നടത്തിയിരുന്നവൾ;
ഫെറൂസെ ഇവരുടെ കടയിൽ ജോലി ചെയ്തിരുന്നു.

ടീന
ഫെറൂസെയുടെ ഇളയമ്മ.

ഒഹാര
ടീനയുടെ കാമുകൻ. തത്ത്വശാസ്ത്രത്തിൽ തത്പരൻ.
അയർലണ്ടുകാരൻ. അയർലണ്ടിലെ ഒരു രാഷ്ട്രീയ കക്ഷിക്കുവേണ്ടി
ഇംഗ്ലണ്ടിലിരുന്ന് ഒളിപ്രവർത്തനം നടത്തുന്നുണ്ട് ഇദ്ദേഹം.

റോയ
ഫെറൂസെയുടെ ഇരട്ട സഹോദരി. ഇവർ രണ്ടുപേരും
ഒരാളെ പ്രണയിച്ചു. അയാൾ വിവാഹം കഴിച്ചത്
റോയയെ ആയിരുന്നു. റോയ പിന്നെ ഇംഗ്ലണ്ട് വിട്ട്
ഇറാനിലേക്ക് തിരികെപോയി.

ഒന്ന്
ഫെർമാൻ
നഷ്ടതാരകം

സുന്ദരമായ ബാല്യകാലസ്മരണകളിൽ എന്റെ ഗ്രാമം നിറഞ്ഞുനിൽക്കു ന്നുണ്ട്. ബാല്യം എന്നാൽ എന്റെ ജന്മനാടായിരുന്നു എന്നു തന്നെ പറ യണം. വലുതായപ്പോൾ ഗ്രാമത്തിൽ നിന്നും ഞാൻ ദൂരെപോയി. എത്ര ദൂരെപോയോ അത്രയധികം അതെന്നിൽ വളരാനും തുടങ്ങി. അക്കാ ലത്ത് ഹതീപ് അമ്മാവൻ വീട്ടിൽ വരാറുണ്ടായിരുന്നു. ഹയ്മാന താഴ്വാര ങ്ങളിലെ രഹസ്യങ്ങളെല്ലാം അദ്ദേഹത്തിനറിയാം. വഴിനീളെ അലയുന്ന ഒരു മുസാഫിറിന്റെ രൂപമാണദ്ദേഹത്തിന്. വസന്തകാലങ്ങളിൽ, വീടു ണരും മുമ്പേ അമ്മാവൻ വന്ന് കയറും. കയ്യിൽ ഒരു റേഡിയോ ഉണ്ടാകും. റേഡിയോ ഓൺ ചെയ്യുന്നതിനും മുമ്പ് നാട്ടിൽ നടന്ന കൊല പാതകങ്ങളുടേയും ഭർത്താവിനെ ഉപേക്ഷിച്ച് കാമുകനോടൊപ്പം ഒളിച്ചോടിയ സ്ത്രീകളുടേയും അനാഥരായ കുട്ടികളുടേയും കഥകൾ കൊണ്ട് അമ്മയെ പൊതിയും. അമ്മാവനെ സംബന്ധിച്ചിടത്തോളം ജീവിതം എന്നത് വെള്ളത്തിലാണ്ടുപോയ പാലങ്ങൾക്ക് കുറുകെയുള്ള വഴിനടപ്പാണ്. അദ്ദേഹം തന്റെ മുറുക്കാൻ ചെല്ലം പുറത്തെടുക്കും. തോളിലെ ഒരു സഞ്ചിയിലാണത് സൂക്ഷിച്ചിരിക്കുന്നത്. ആ സഞ്ചിയിൽ നിറയെ സാധനങ്ങളുണ്ട്. കൈതോക്കുകൾ, പ്രാർത്ഥിക്കുമ്പോൾ എണ്ണം പിടിക്കുവാനായി ഒരു മാല, ലൈറ്ററുകൾ എന്നിവ അതിലുൾപ്പെടും. അമ്മാവൻ എന്റെ മെത്തയ്ക്കരികിലിരുന്ന് ഒരു സിഗരറ്റ് ചുരുട്ടിയെടുക്കും. അദ്ദേഹത്തിന്റെ വിരലുകളെല്ലാം വരണ്ട പാടം പോലെ വിണ്ടുകീറിയി രുന്നു. ചിത്രപ്പണികളുള്ള ഒരു ഗ്ലാസിലാണ് അമ്മ ചായ കൊടുക്കുക. ചായ കുടിക്കുമ്പോൾ എന്റെ ചിന്ത അദ്ദേഹത്തിന്റെ പക്കലുള്ള റേഡിയോ യെക്കുറിച്ച് മാത്രമായിരിക്കും. അതിലദ്ദേഹം ശേഖരിച്ചു വച്ചിരിക്കുന്ന ശബ്ദങ്ങളെക്കുറിച്ച് മാത്രമാകും. കഴിഞ്ഞ വേനലിൽ അദ്ദേഹം വന്ന പ്പോൾ ഒരു കഥ പാതിയിൽ നിറുത്തിയിരുന്നു. ആ കഥ എനിക്കിപ്പോഴും മറക്കാനാകുന്നില്ല. അതിന്റെ മറുപാതി ഈ വരവിൽ ഉണ്ടാകുമോ എന്നാണെന്റെ നോട്ടം. അമ്മാവൻ ഒരാഴ്ചയേ ഞങ്ങളോടൊപ്പം താമസിക്കുകയുള്ളൂ എന്ന് പെട്ടെന്നാണെനിക്ക് ഓർമ്മവന്നത്. ഒരാഴ്ച

15

കഴിഞ്ഞാൽ പിന്നെ എങ്ങോട്ടെന്നറിയാതെ അദ്ദേഹം ഇറങ്ങിപ്പോകും. ഇതെല്ലാമോർക്കുമ്പോൾ കൗമാരത്തിലും യൗവനത്തിലും എന്നെ വേട്ടയാടിയ ഒരു ഗാനം ഹൃദയത്തിൽ ദുഃഖമായി നിറയുന്നുണ്ട്. ഈ വക കാര്യങ്ങൾ എന്റെ അമ്മയിൽ നിന്നും ലഭിച്ചതാകാം.

അമ്മാവൻ എന്റെ തലമുടിയിലൂടെ വിരലോടിച്ചപ്പോൾ അനുഭവിച്ച ആനന്ദം, എന്റെ സിരകളിൽ പൊട്ടിച്ചിതറി നിറഞ്ഞ് തിമിർത്ത സന്തോഷം. അതിന്നും ലഭ്യമായിരുന്നെങ്കിൽ എന്ന് ഞാൻ ആഗ്രഹിച്ചു പോകുന്നു.

അമ്മാവനുവേണ്ടി ഫെർമാന്റെ നാടൻ പാട്ടുകൾ അമ്മ പാടും. മരിച്ച് പോയവരെക്കൂടി കണക്കിൽ പെടുത്തിയാൽ അന്ന് ഞങ്ങളുടെ ആ കൊച്ചു ഗ്രാമത്തിൽ ജനങ്ങൾ അനവധിയുണ്ടായിരുന്നു. മരിച്ചവരെക്കൂടി എന്ന് പറയുവാൻ കാരണമുണ്ട്. അമ്മയുടെ പാട്ട് കേൾക്കുന്നതിനിടയിൽ അവർ പഴയ കാര്യങ്ങൾ സംസാരിക്കും. അതിലൂടെ ഒട്ടനവധി പേർ കയറിവരികയും ചെയ്യും.

ഞാൻ ജനിക്കുന്നതിനും അനവധി വർഷം മുമ്പാണത്. ഫെർമാൻ തന്റെ ഹൃദയം ആസ്യ എന്ന് പേരുള്ള ഒരു പെൺകുട്ടിക്ക് സമർപ്പിച്ചു. ഒരിക്കലും വലിയ ആത്മവിശ്വാസം പ്രകടിപ്പിക്കാത്ത ഒരു പെൺകുട്ടിയായിരുന്നു അവൾ. പട്ടാളസേവനം കഴിഞ്ഞ് തിരിച്ചെത്തിയ ഉടൻ ഫെർമാൻ തന്റെ വീട്ടുകാരെ അവളുടെ വീട്ടിലേക്ക് പെണ്ണുകാണാനയച്ചു. തനിക്ക് അവളെ വിവാഹം ചെയ്താൽ കൊള്ളാമെന്നുണ്ട് എന്നറിയിച്ചു. എന്നാൽ പെൺകുട്ടിയുടെ സഹോദരന്മാർ ഇതിനെ അനുകൂലിച്ചില്ല എന്ന് മാത്രമല്ല വിവാഹാലോചനയുമായ വന്ന മുതിർന്നവരെ അപമാനിക്കുകയും ചെയ്തു. ഈ വാർത്ത കേട്ടപ്പോൾ ഫെർമാന്റെ മനസ്സിലേക്കോടിയെത്തിയത് പട്ടാളത്തിലായപ്പോൾ കണ്ടിരുന്ന കടലിന്റെ കാഴ്ചയാണ്. തന്റെ ഗ്രാമത്തെ കാത്തിരിക്കുന്നത് പൂർണ്ണ നാശമാണെന്ന് ഫെർമാൻ ചിന്തിച്ചു. താൻ പണ്ട് മൂന്ന് ദിവസം തുടർച്ചയായി കപ്പലിലായിരുന്നപ്പോൾ ഇതുപോലെ വിശാലമായ മൈതാനങ്ങളിൽ വസിക്കുന്നവർ ഒന്നിച്ച് നശിക്കുന്നത് സാധാരണമായി കണ്ടിട്ടുള്ളതാണ്. ആ നാശം ഇപ്പോൾ തന്റെ ഗ്രാമത്തിനും സംഭവിക്കും എന്നയാൾക്ക് ഉറപ്പായി. അതിനാൽ ആസ്യയെ തട്ടിക്കൊണ്ടുപോകുവാൻ ഫെർമാൻ തീരുമാനിച്ചു. എന്നാൽ ചിന്തിച്ചതുപോലെ കാര്യങ്ങൾ നടന്നില്ല. പിറ്റേന്ന് വൈകുന്നേരം തന്റെ വീട്ടിലെ പശു തിരിച്ചെത്തിയില്ല. കാലത്ത് മേയാൻ വിട്ടതായിരുന്നു. അന്വേഷിച്ചപ്പോൾ ഒരു അരുവിയുടെ തീരത്ത് അത് ചത്തു കിടക്കുന്നു. അതിന്റെ പിറ്റേന്ന് കാണാതായത് ഇരുപത് ആടുകളെയാണ്. കൂട്ടിലടച്ചിരുന്ന ഇരുപത് ആടുകൾ. പിന്നെ വൈക്കോൽ കൂനയ്ക്ക് പെട്ടെന്ന് തീപിടിക്കുന്നതും കാണാനായി. അതുകൊണ്ടും തീർന്നില്ല. കുറച്ച് ദിവസങ്ങൾക്ക് ശേഷം പ്രഭാതത്തിൽ കണ്ട കാഴ്ച തന്റെ പട്ടിയെ ആരോ കുത്തിക്കൊന്നിരിക്കുന്നതായിരുന്നു. അതിന്റെ ശരീരം ആകെ കുത്തിക്കീറിയിരുന്നു. വാൽ മുറിച്ച് മാറ്റിയിരുന്നു.

മുറിച്ചെടുത്ത വാലിന്റെ കഷണം മുകളിലേക്കെറിഞ്ഞിരിക്കുന്നു. ഇത്രയുമായപ്പോൾ അടുത്തത് തന്റെ ഊഴമാണെന്ന് ഫെർമാന് ഉറപ്പായി.

കൗമാരക്കാർ എന്നും താലോലിക്കുന്ന തരം ഒരു അവസാനിക്കാത്ത വിദ്വേഷം, ആസ്യയുടെ രണ്ട് സഹോദരന്മാർക്ക് ഫെർമാനോടുണ്ടായിരുന്നു. എന്നുമുതലാണിത് തുടങ്ങിയത് എന്നവർക്കറിയില്ല. എന്തിനാണിത് തുടങ്ങിയത് എന്നും അറിയില്ല. എന്നാൽ ഈ വിദ്വേഷം ഒന്നുകൊണ്ട് മാത്രം അവർ ഫെർമാനെ ഒരു കയ്യകലം നിറുത്തി. അതങ്ങനെ എന്നെന്നും നിന്ന് പോകുമായിരുന്നു. ആപത്തുകളൊന്നുമില്ലാതെ. എന്നാൽ അതിനിടയിലാണ് അയാൾ സഹോദരിയെ വിവാഹം ചെയ്ത് കൊടുക്കുമോ എന്ന ചോദ്യവുമായെത്തിയത്. ഇത് വിദ്വേഷത്തെ വല്ലാതെയങ്ങ് പർവതീകരിപ്പിച്ചു എന്ന് പറഞ്ഞാൽ, വിദ്വേഷത്തെ ഭീഷണികളായും ഇത്തിരി രക്തച്ചൊരിച്ചിലായും മാറ്റുന്നത് വരേക്കുമെത്തിച്ചു. ആസ്യയാകട്ടെ വർഷങ്ങളായി ഫെർമാന്റെ കരം മാത്രം സ്വപ്നം കണ്ടിരിക്കുകയായിരുന്നു. അവളുടെ സ്വപ്നങ്ങളിൽ ഫെർമാനല്ലാതെ മറ്റാരുമുണ്ടായിരുന്നില്ല. അവൾക്ക് കടുത്ത നിരാശയായി. കിണറ്റിൽ വീണുപോയ കുട്ടിയെപ്പോലെയായി അവൾ. ബാഹ്യലോകത്തുനിന്നുള്ള ഒച്ചയും നിലവിളിയും മാത്രം അവൾ കേട്ടു.

ശൈത്യകാലത്തിന്റെ അവസാനമായിരുന്നു. ഭൂമി അപ്പോഴും മഞ്ഞ് പുതച്ച് കിടന്നു. ഫെർമാൻ തന്റെ ശീലങ്ങളിൽ മാറ്റം വരുത്തി. പകലുറങ്ങും, രാത്രിയിൽ വീടിനു മുന്നിലുള്ള പാറക്കൂട്ടത്തിൽ ഒളിച്ചിരിക്കും. അടുത്ത ആക്രമണവും കാത്തിരിക്കുകയാണയാൾ. ഒരു ദിവസം രാത്രി രണ്ട് യുവാക്കൾ ആസ്യയുടെ വീടിന്റെ ഭാഗത്തു നിന്ന് നടന്ന് വരുന്നത് അയാൾ കണ്ടു. അവരുടെ കയ്യിൽ ഒരു തോക്കുണ്ടായിരുന്നു. അത് കണ്ടപ്പോൾ അവർ തന്റെ രക്തത്തിനായാണ് വരുന്നതെന്ന് ഉറപ്പിച്ചു. അയാൾ തന്റെ കൈതോക്ക് പുറത്തെടുത്തു. എന്നിട്ട് അതിൽ ഉയരമുള്ളയാളെ ആദ്യം വെടിവച്ചു. പിന്നെ അയാളുടെ കൂടെയുണ്ടായിരുന്നവനേയും.

എന്റെ അച്ഛന് ഇതിനു സമാനമായ കഥയുള്ള ഒരു നാടൻ പാട്ടറിയാം. ആ പാട്ടിലെ കഥയിലെ നായകനായ യുവാവും ഒരു പെൺകുട്ടിയെ പ്രണയിക്കുന്നുണ്ട്. അയാളും തന്റെ കാമുകിയുടെ വീട്ടുകാരുമായി വഴക്കടിക്കുന്നുണ്ട്. വഴക്കിനു ശേഷം അയാൾ കാമുകിയുടെ ആറ് സഹോദരന്മാരെ വധിക്കുന്നു. ഒരാളെ മാത്രം വെറുതെ വിടുന്നു. അവരുടെ കുടുംബം അന്യം നിന്ന് പോകാതിരിക്കുവാനാണത്രെ അത്. ആറു സഹോദരന്മാരെ കൊന്നതിനുശേഷം അയാൾ തന്റെ കാമുകിയെ വിവാഹം കഴിച്ച് സുഖമായി ജീവിച്ചു. ഈ പാട്ട് പാടുമ്പോൾ അച്ഛൻ തന്റെ സ്വരവും നാട്ടിൻപുറത്തെ കഥപറച്ചിലുകാരെപ്പോലെ സുന്ദരമാക്കും. ആ സ്വരം അനുകരിക്കുവാൻ ശ്രമിക്കും. കഥയിലെ കാമുകിയുടെ പേര് കേജെ എന്നായിരുന്നു. “കേജെ മിർസൊബെഗെ, ഗുൾസോറെ, പോർ ദ്രെജെ”* എന്ന് അച്ഛൻ നീട്ടിപ്പാടും.

എനിക്കിപ്പോൾ പ്രായമായിരിക്കുന്നു. തിരക്കുള്ള അനേകം നഗരങ്ങളിൽ ഞാൻ താമസിച്ചിട്ടുണ്ട്. വലിയ പാഠശാലകളിൽ പഠിച്ചിട്ടുണ്ട്.

* ഒരു ഖുർദി ഗാനശകലം

വിദേശരാജ്യങ്ങളിലേക്ക് യാത്ര ചെയ്തിട്ടുണ്ട്. അതുകൊണ്ട് പ്രണയിച്ച പെണ്ണിനെ കെട്ടാനായി രണ്ട് സഹോദരങ്ങളെ കൊന്നു എന്നൊക്കെയുള്ള നാടൻ പാട്ടുകൾ കേട്ട് എനിക്ക് മതിയാകില്ല. ഓർക്കുമ്പോൾ ആശ്ചര്യം തോന്നുന്നു. താൻ സ്നേഹിച്ച പെണ്ണിനെ കെട്ടുവാനായി കഥാനായകൻ രണ്ട് കൊലപാതകങ്ങൾ ചെയ്യുവാൻ രണ്ടാമതൊന്ന് ആലോചിച്ചുപോലു മില്ല! അന്ന് ഈ കഥയും പാട്ടും കേട്ട്, ഞാനുറങ്ങും. ആ കാലങ്ങളിൽ എപ്പോഴൊക്കെ ഈ പാട്ട് കേട്ടുവോ അപ്പോഴൊക്കെ ഞാനുറങ്ങിയിട്ടുണ്ട്. പാരമ്പര്യത്തെ കെട്ടിപ്പിടിച്ചാണ് ഞാനുറങ്ങുന്നത്. മനസ്സിൽ ഞാനപ്പോൾ നക്ഷത്രങ്ങളുടെ ലോകത്തെത്തിയിരിക്കുന്നു. എന്നാൽ ഫെർമാൻ അന്ന് രാത്രി മാത്രമല്ല അതിനു ശേഷം ഒരൊറ്റ രാത്രിയിലും ഉറങ്ങിയില്ല. വെടി യൊച്ച കേട്ട് ഓടിയെത്തിയ നാട്ടുകാരുടെ കൂടെ വെടികൊണ്ടവർ കിടന്നി ടത്തേക്ക് ഫെർമാനുമെത്തി. അവിടെ എത്തിയപ്പോഴാണ് കൊല്ലപ്പെട്ടിരി ക്കുന്നത് സ്വന്തം സഹോദരന്മാരാണെന്ന് ഫെർമാന് മനസ്സിലായത്. ആ നിമിഷത്തിൽ ഫെർമാന് മനസ്സിന്റെ സമനില നഷ്ടപ്പെട്ടു ദൃക്സാക്ഷി കൾ പറഞ്ഞതാണ്. അയാൾ ഒരു നായയെപോലെ ഓരിയിടുവാൻ തുടങ്ങിയത്രെ. അങ്ങനെ ഓരിയിട്ട് അയാൾ ഇരുട്ടിലേക്ക് ഓടിമറഞ്ഞു.

ഫെർമാന്റെ ഇളയ സഹോദരന്മാർ ഹയ്മാനയിൽ പഠിക്കുകയായി രുന്നു. ഫെർമാന് കുടുംബം എന്ന് പറയുവാൻ അവരല്ലാതെ ആരുമില്ലാ യിരുന്നു. ഗ്രാമത്തിൽ നിന്നും ആദ്യമായി സ്കൂളിൽ പോയവരുടെ സഹോദരനാണ് താൻ എന്ന് ഫെർമാൻ എന്നും അഹങ്കരിച്ചിരുന്നു. അവ രുടെ ഭാവിയെക്കുറിച്ച് ഫെർമാൻ എപ്പോഴും സ്വപ്നം കാണാറുണ്ടായി രുന്നു. അവർ പെട്ടെന്ന് ഒരു രാത്രിയിൽ മുന്നിൽ പ്രത്യക്ഷപ്പെടും എന്ന് ഫെർമാൻ ഒരിക്കലും കരുതിയില്ല. സ്കൂൾ അവധി തുടങ്ങിയപ്പോൾ വീട്ടിലേക്ക് തിരിച്ചതായിരുന്നുഅവർ. അവധിയുടെ ആദ്യ ദിവസം അവർ സ്കൂളിൽ നിന്നിറങ്ങി. ഒരു കുതിരവണ്ടിയിലായിരുന്നു യാത്ര. അന്ന് രാത്രി ആ വണ്ടിക്കാരന്റെ വീട്ടിൽ താമസിച്ചു. പിറ്റേന്ന് യാത്ര തുടർന്നു. വണ്ടിയുപേക്ഷിച്ച് യാത്ര തുടരാൻ തീരുമാനിച്ചപ്പോൾ വണ്ടിക്കാരൻ അവർക്ക് ഒരു തോക്ക് കൊടുത്തു. വഴിയിൽ ചെന്നായ്ക്കളുടെ ഉപദ്രവ മുണ്ടെങ്കിൽ സ്വയം സംരക്ഷിക്കുവാനാണയാൾ തോക്ക് സമ്മാനിച്ചത്. അവരാ പകൽ മുഴുക്കെ നടന്നു. രാത്രിയായപ്പോഴേക്കും വല്ലാതെ ക്ഷീണി ച്ചിരുന്നു. തണുപ്പും അസഹ്യമായിട്ടുണ്ടായിരുന്നു. അപ്പോഴാണവർക്ക് സ്വന്തം സഹോദരന്റെ വെടിയേല്ക്കുന്നത്.

മരിച്ച സഹോദരങ്ങളുടെ പേര് ആരും ഇതുവരേക്കും പറഞ്ഞിട്ടില്ല. കൊടും വൈരമുള്ള ആസ്യയുടെ സഹോദരന്മാരോ, ഫെർമാന്റെ സഹോദരന്മാരോ അത് ചെയ്തിട്ടില്ല. അജ്ഞാതങ്ങളായ എത്രയോ പുസ്തകശേഖരങ്ങൾ ഒന്ന് വായിക്കാനാകും മുമ്പേത്തന്നെ അവരുടെ ജീവൻ പൊലിഞ്ഞുപോയി. പേര് കൊത്തിവയ്ക്കാത്ത ശവക്കല്ലറകൾ പോലെയാണത്. കൂടിയിരുന്നവർ ചർച്ചചെയ്യുന്ന കഥകളിലെ യഥാർത്ഥ പ്രധാന കഥാപാത്രങ്ങൾ അവരാണ് എന്ന് അറിയാതെത്തന്നെ ചർച്ച കളിൽ അവർ നിറഞ്ഞ് നിന്നു.

ഫെർമാൻ പിന്നെ വർഷങ്ങളോളം ഗുഹകളിലും താഴ്വാരങ്ങളിലും പാറയിടുക്കുകളിലും താമസിച്ചു. രാവിൽ അയാൾ ഉറക്കത്തെ ഭയന്നു. അക്കാലങ്ങളിൽ, തന്റെ കുട്ടിക്കാലത്ത് കണ്ട യുദ്ധങ്ങളിൽ മുറിവേറ്റ ഭടന്മാർ കരയുന്നതിലും ഉച്ചത്തിൽ അയാൾക്ക് നിലവിളിക്കുവാനാകുമായിരുന്നു. ദുഃഖഭരിതമായ ഗാനങ്ങൾ മാത്രമയാൾ പാടി. സുന്ദരസ്വരം കൊണ്ട് ആസ്യയെ മോഹിപ്പിച്ച കവി, രാത്രികളിൽ ശവപ്പെട്ടികളെ മാത്രം കാണുവാൻ തുടങ്ങി. അയാളപ്പോൾ തന്റെ കാമുകിയിൽ നിന്നകന്നിരുന്നു. അയാളുടെ കയ്യിൽ സഹോദരങ്ങളുടെ രക്തം പുരണ്ടിരുന്നു. മരണത്തേക്കാൾ നമ്മളൊക്കെ ഭയക്കുന്ന ഒരു വിധി ഇപ്പോൾ അയാളുടെ കഴുത്തിൽ തൂങ്ങിയാടുന്നു. ഒരിക്കലും മായാത്ത ശിലാലിഖിതം പോലെ അത് വ്യക്തമായി കാണാനാകുന്നു. "സൂര്യനെവിടെ ഉദിക്കുന്നു എന്നെനിക്കറിയില്ല, അതിന്നസ്തമയം എവിടെയെന്നുമറിയില്ല."

മജ്നൂൻ എന്നൊരു വാക്കുണ്ട്. ബാധകയറിയവൻ എന്ന് ഏകദേശ അർത്ഥം. പ്രണയപരവശനായി ജീവിതത്തിന്റെ അറ്റം കണ്ടവരെ വിശേഷിപ്പിക്കുവാൻ ഈ വാക്ക് ഉപയോഗിക്കാറുണ്ട്. ലൈലയുടെ മജ്നൂ പ്രണയപരവശനായി, ഭ്രാന്തായി, മരുഭൂമിയിലലഞ്ഞ് ജീവിതമവസാനിപ്പിച്ചുവെങ്കിൽ ഫെർമാന്റേത് ഇരട്ടി മജ്നൂനായിരുന്നു എന്ന് തന്നെ പറയേണ്ടി വരും. അയാളിൽ ആവേശിച്ചിരുന്ന ഭൂതം പ്രണയത്തിന്റേത് മാത്രമല്ല, അതിനോടൊപ്പം മരണത്തിന്റേതുമായിരുന്നു. രാവു മുഴുക്കെ ആ സമതലത്തിൽ അയാൾ അലഞ്ഞു. സമതലത്തിലെ ഓരോ മണൽ തരിയും, ഓരോ മലമുകളും, ഓരോ മരുപ്പച്ചയും അയാൾക്ക് മനഃപാഠമായി. നേരമൊന്ന് വെളുത്ത് മനസ്സിലെ ഭയത്തിന്റെ കെട്ടൊന്നയഞ്ഞുകഴിഞ്ഞാലേ അയാൾ ഉറങ്ങാറുള്ളു. നക്ഷത്രങ്ങളെ നോക്കി തന്റെ മനസ്സിലെ വേദനയൊന്ന് ശമിപ്പിക്കണേ എന്നയാൾ പ്രാർത്ഥിച്ചുകൊണ്ടിരുന്നു. ഫെർമാൻ ഒരു സന്ന്യാസിയൊന്നുമായിരുന്നില്ല. അങ്ങനെയൊരു ആഗ്രഹം ഒരിക്കലും അയാളുടെ മനസ്സിൽ ഉദിച്ചിട്ടുമില്ല. മനസ്സിന്റെ സമനില തെറ്റി ഈ സമതലത്തിൽ അഭയം പ്രാപിച്ചപ്പോഴും അങ്ങനെയൊരു ചിന്ത അയാളിൽ ഉദിച്ചിട്ടില്ല. അയാളെ പ്രണയത്തിന്റേയും മരണത്തിന്റേയും ഭൂതങ്ങൾ ഒന്നിച്ച് ബാധിച്ചു എന്ന് മാത്രമേയുള്ളു. അയാൾ അയാളുടേത് മാത്രമായ ആ ഭൂതങ്ങളോടൊപ്പം ജീവിച്ചു. തന്റെ സ്വന്തമായ ഇരുട്ടിൽ മരണത്തെയും കാത്ത് കഴിഞ്ഞു.

രാപകൽ അദ്ധ്വാനവും അടിമപ്പണിയും കൊണ്ട്
സ്രഷ്ടാവായി എന്ന് നീ ഭ്രമിക്കുന്നുണ്ടോ?
കാലം മണ്ണാക്കി മാറ്റിയവരുടെ
എല്ലാ കഥകളും നീ കേൾക്കേണം
വിധി എല്ലാ ഹൃദയങ്ങളേയും നിർണ്ണയിക്കുന്നു.
അതെല്ലാ വാതിലുകളും തുറക്കുന്നു
എന്നിട്ട് ഉന്മാദിയെപ്പോലെ വലിച്ചടയ്ക്കുന്നു.

ഒരു ദിവസം, താതര്‍ എന്ന ഫോട്ടോഗ്രാഫര്‍ മംഗള മലനിരകള്‍ താണ്ടുകയായിരുന്നു. മലനിരകളുടെ കിഴക്ക് ഭാഗത്തുകൂടെയായിരുന്നു യാത്ര. അപ്പോള്‍ അയാള്‍ പാറക്കെട്ടിനരികില്‍ ഉറങ്ങിക്കിടക്കുന്ന ഫെര്‍ മാനെ കണ്ടു. ഫെര്‍മാന്റെ രൂപമല്ല അയാളെ തിരിച്ചറിയുവാന്‍ സഹായി ച്ചത്. ഫെര്‍മാന്റെ വിധിയാണ് ആ പ്രദേശക്കാര്‍ക്ക് ഫെര്‍മാനെ തിരിച്ചറി യുവാന്‍ എന്നും സഹായമായി വന്നത്. അതു തന്നെയാണ് ഫെര്‍മാനെ തിരിച്ചറിയുവാന്‍ താതറിനേയും സഹായിച്ചത്. താതര്‍ ആ ചുട്ടു പൊള്ളുന്ന വെയിലില്‍ കുറച്ച് നേരം ഫെര്‍മാനെ നോക്കി നിന്നു. അന ങ്ങാതെ നിന്നു. പിന്നെ ഒന്നും ഭയക്കാനില്ലെന്ന് ഉറപ്പായപ്പോള്‍ തന്റെ സഞ്ചിയില്‍ നിന്നും ക്യാമറ പുറത്തെടുത്തു.

ഫെര്‍മാന്‍ ഒരു ദുഃസ്വപ്നം കണ്ട് കിടക്കുകയായിരുന്നു. ക്യാമറ യുടെ ഷട്ടറിന്റെ ശബ്ദം അയാളെ ഉണര്‍ത്തി. കണ്ണ് തുറന്നതും അയാള്‍ ഭയന്നു. താതറും ഭയന്നു. ഇരുപത്തിയഞ്ച് വര്‍ഷം മുമ്പ് ഇതേ മലനിര കളില്‍ നടന്ന യുദ്ധത്തിനിടയില്‍ മുഖാമുഖം കണ്ട തുര്‍ക്കി ഗ്രീക്ക് പടയാളികളെപ്പോലെ. പിന്നെ ഇരുവരും ഒന്നിച്ച് ദീര്‍ഘമായി ശ്വസിച്ചു. എത്രയോ ദൂരം ഒന്നിച്ച് യാത്ര ചെയ്തിരുന്നവരെപ്പോലെ കിതച്ചു. കണ്ണു കള്‍ പരസ്പരമുടക്കി. മുന്നില്‍ നില്‍ക്കുന്നവന്‍ തന്നെ ഉപദ്രവിക്കുക യില്ലെന്ന് ഇരുവര്‍ക്കും ഉറപ്പായപ്പോള്‍ താന്‍ ഒരു ഫോട്ടോഗ്രാഫറാ ണെന്നും കഴിഞ്ഞ രണ്ടര വര്‍ഷമായി ഈ സമതലത്തിലെ ഗ്രാമങ്ങളില്‍ അലഞ്ഞ് കുറഞ്ഞ നിരക്കില്‍ നാട്ടുകാരുടെ ഫോട്ടോ എടുത്ത് കൊടു ക്കുന്ന തൊഴിലിലാണെന്നും, കഴിഞ്ഞ വേനലിലെടുത്ത ചില ഫോട്ടോ കള്‍ കൊടുക്കുവാനായി പോകുകയാണെന്നും താതര്‍ പറഞ്ഞു. ഫെര്‍ മാനാകട്ടെ "ആസ്യ"എന്ന് മാത്രം ഉച്ചരിച്ചു.

ഉച്ചകഴിഞ്ഞപ്പോള്‍ താതര്‍ ഗ്രാമത്തിലെത്തി. ഗ്രാമത്തിലെ യുവതി കളുടെ വലിയ കണ്ണുകളെയും വെള്ളം പിടിക്കുവാനായി വരിയായി നിന്നി രുന്ന സുന്ദരികളുടെ ആകാംക്ഷയേയും അയാള്‍ അവഗണിച്ചു. നേരെ നടന്നത് കെവെയുടെ വീട്ടിലേക്കാണ്. കെവെ എന്റെ മുത്തശ്ശിയാണ്. കെവെയും അവരുടെ അവസാന ഭര്‍ത്താവ് ഹാകോയും ഒരു ആപ്പിള്‍ മരത്തിനു കീഴെയിരിക്കുകയായിരുന്നു. താതര്‍ ഫെര്‍മാന്റെ കാര്യം അവതരിപ്പിച്ചു. ഫെര്‍മാന്‍ തന്റെ കയ്യിലുള്ള ചിത്രങ്ങളെല്ലാം കണ്ട കഥ പറഞ്ഞു. ഓരോ ചിത്രത്തിലേക്കും അയാള്‍ തുറിച്ച് നോക്കി. എന്നിട്ട് തനിക്ക് പരിചയമുള്ളവരെല്ലാം വൃദ്ധരായിരിക്കുന്നു എന്ന് പിറു പിറുത്തുവത്രെ. ഓരോ ചിത്രത്തിനു ചുവട്ടിലും ഒരു കണ്ണാടിയുണ്ടായി രുന്നെങ്കില്‍ സ്വന്തം മുഖവും ഒന്ന് കാണാമായിരുന്നല്ലോ എന്നയാള്‍ ആശിച്ചു. ഫെര്‍മാന്‍ തന്റെ മുഖം കണ്ടിട്ട് വര്‍ഷങ്ങളായിരുന്നു. സ്വന്തം മുഖം എങ്ങനെയിരിക്കുന്നു എന്നയാള്‍ മറന്നുപോയിരിക്കുന്നു. ഗ്രാമത്തി ലായിരുന്ന കാലത്ത് അയാളുടേത് വളരെ ലളിതമായ ഒരു ലോകമായി രുന്നു. ദിവസങ്ങള്‍ എന്നും ഒരേ അച്ചുതണ്ടില്‍ കറങ്ങി. എന്നാല്‍ ഇപ്പോള്‍ എല്ലാം നഷ്ടപ്പെട്ടവന്‍. എവിടെ വിശ്രമിക്കണമെന്നറിയാത്ത ഒരു നക്ഷത്രത്തെപ്പോലെ ചുറ്റിനടക്കുന്നവന്‍.

“ആസ്യയുടെ ചിത്രം കണ്ടപ്പോൾ അയാളുടെ ചലനം നിലച്ചു. കറുപ്പും വെളുപ്പുമായ ആ ചിത്രത്തിൽ അയാൾ ലയിച്ചുചേർന്നിരിക്കുന്നുവോ എന്ന് തോന്നി.” താതർ പറഞ്ഞു. “മറ്റ് ചിത്രങ്ങളെല്ലാം ഉപേക്ഷിച്ച് ആ ചിത്രം മാത്രമെടുത്ത് അയാൾ എവിടേക്കോ നടന്നുതുടങ്ങി. തോക്കും സഞ്ചിയും അവിടെ ഉപേക്ഷിച്ചിരുന്നു. ഞാൻ യാത്ര പറഞ്ഞപ്പോഴും അയാൾ ഉത്തരമെന്തെങ്കിലും തരികയോ എന്നെയൊന്ന് തിരിഞ്ഞുനോക്കുകയോ ചെയ്തില്ല. എന്റെ സഞ്ചിയിലുണ്ടായിരുന്ന റൊട്ടിയും, ചീസും പുകയിലയും ഞാനയാളുടെ സഞ്ചിക്ക് സമീപം വച്ചു. അയാൾ ശ്രദ്ധിച്ചില്ല. പക്ഷേ പാറക്കെട്ടുകൾക്ക് പിറകിൽ നിന്നും രണ്ട് കറുത്ത കുതിരകൾ വരുന്നത് ഞാൻ കണ്ടു.”

ശുഷ്കിച്ച കൈകളിൽ ആസ്യയുടെ ചിത്രം പൊക്കിപ്പിടിച്ച് അയാൾ നടന്നു. ഇടയ്ക്കിടെ നടത്തം നിറുത്തി ആ ചിത്രത്തിലേക്ക് നോക്കിനിന്നു. ഭയപ്പെടുത്തുന്ന ഒരു കാഴ്ച. പതിനാറ് വർഷം മുമ്പ് തന്റെ സഹോദരങ്ങളെ വെടിവച്ചതിനേക്കാൾ ഭയാനകം. ഭൂതകാലം ഒരു നാൾ തന്നെ വേട്ടയാടുവാൻ വരുമെന്ന് അയാൾ മനസ്സിലാക്കിയിരുന്നു. അത് സംഭവിക്കുന്നതിനു മുമ്പേ ആ ഭീകരതയിൽ നിന്നും ഓടിയൊളിക്കുവാൻ അയാൾ ആഗ്രഹിച്ചിരുന്നു. സമതലം സമയത്തെയും സമയം വേദനയെയും കീഴ്പ്പെടുത്തുമെന്നും അയാൾ വിശ്വസിച്ചിരുന്നു. ആസ്യയുടെ മാതാപിതാക്കളുടെ മരണങ്ങൾ തമ്മിൽ ഒരു മാസത്തെ ഇടവേളയേ ഉണ്ടായിരുന്നുള്ളു. അതെന്തിന്റേയോ പ്രായശ്ചിത്തമായിരുന്നോ എന്നുപോലും തോന്നിപ്പിച്ചു. മനസ്സിൽ ഉരുണ്ടുകൂടി കിടന്നിരുന്ന വേദനയെ വിസ്മൃതിയിലേക്ക് അകറ്റുവാൻ അവർ ശ്രമിച്ചുകൊണ്ടേയിരുന്നു. പക്ഷേ വേദന മനസ്സിൽ മായാതെ കിടന്നു. കുട്ടികൾ ചെയ്യുന്ന തെറ്റുകൾക്ക് മുതിർന്നവർ മോചനദ്രവ്യമാകുന്ന ധാർമ്മികതയുടെ കാലമായിരുന്നു അത്. അപ്പോഴേക്കും ആസ്യ അപസ്മാര രോഗിയുമായി. അവൾ തന്റെ സഹോദരന്മാരോട് സംസാരിക്കുന്നത് നിറുത്തിവച്ചിരുന്നു. അവരെല്ലാം സഹോദരിയെ ഉപേക്ഷിച്ചുകഴിഞ്ഞിരുന്നു. ഫെർമാൻ തിരിച്ചെത്തി പകരം ചോദിക്കുമെന്ന ഭയത്തിൽ ജീവിക്കുന്നതിനേക്കാൾനല്ലത് ഇവിടം വിട്ട് പോകുകയാണെന്ന് അവർ തീരുമാനിച്ചു. അങ്ങനെ അവർ നാടുവിട്ട്, പേരറിയാത്ത മറ്റൊരിടത്തേക്ക് പോയി. ദൂരെ, വളരെ ദൂരെ എന്നല്ലാതെ ആ സ്ഥലത്തിന്റെ പേര് ആർക്കുമറിയില്ലായിരുന്നു. താമസിയാതെ ഗ്രാമത്തിന്റെ ഓർമ്മയിൽ നിന്നും അവരുടെ പേരുകളും മാഞ്ഞുപോയി. ഇപ്പോൾ അവർ നാടുമായി ബന്ധമില്ലെന്നവകാശപ്പെടുന്നവരുടെ പട്ടികയിൽ ചേർന്നിരിക്കുന്നു.

താതർ ഗ്രാമത്തിലെത്തിയ ദിവസം എന്റെ അമ്മയുടെ പ്രായം പത്ത് വയസ്സ് മാത്രം. വർഷങ്ങൾക്കു ശേഷം അമ്മതന്നെയാണീ കഥകളെല്ലാം എനിക്ക് പറഞ്ഞ് തരുന്നത്. കഥ പറയുമ്പോൾ എല്ലാവരേയും അമ്മ നിഷ്കളങ്കർ എന്നാണ് പറയുക. നല്ലവരേയും ചീത്ത ആൾക്കാരേയും അമ്മ അങ്ങനെയേ വിളിക്കാറുള്ളു. ഫെർമാൻ, കെവെ, കഴുകന്റെ

മുഖമുള്ള സ്ത്രീ എന്നിവരെക്കുറിച്ച് പറയുമ്പോൾ പ്രത്യേകിച്ചും ഈ വാക്കുപയോഗിക്കും.

കഴുകന്റെ മുഖമുള്ള ആ സ്ത്രീ അന്ന് കെവെയുടെ വീട്ടിലെത്തി തന്റെ മക്കളെ കാണാനില്ലെന്ന് പരാതിപ്പെട്ടപ്പോൾ അവരും ആ ചിത്രത്തെ ഭയപ്പെടുന്നു എന്ന് എല്ലാവർക്കും മനസ്സിലായി. അവരുടെ മക്കളെ കാണാതായിട്ട് ദിവസം തിയകയുകയാണെന്നാണവർ പറഞ്ഞത്. എന്നാൽ അവർ ചിത്രത്തെമാത്രമല്ല ചിത്രകാരനേയും ഭയക്കുന്നുണ്ടായിരുന്നു. അതവർ പുറത്ത് കാണിക്കാൻ തയ്യാറല്ലായിരുന്നു. അതിനായി അവർ വരുന്ന വഴിക്ക് പച്ചിലകൾ ശേഖരിച്ച് തന്റെ ഉടുപ്പിൽ വച്ചുകെട്ടിയിരുന്ന ഒരു പാത്രത്തിലിട്ടു. എന്നിട്ട് കെവെയെ നോക്കി "എന്റെ കുഞ്ഞുങ്ങളെ രണ്ട് പേരേയും കാണാനില്ല. ആസ്യയും അവരെ കണ്ടിട്ടില്ലത്രെ. അവൾ ഇവിടെയുണ്ടാകും എന്ന് ഞാൻ കരുതി." പറഞ്ഞു. "കഴുകന്റെ മുഖമുള്ള സ്ത്രിയുടെ രണ്ട് പുത്രിമാരും അപ്പോൾ കൗമാരത്തിലെത്തിയിരുന്നു. എങ്കിലും അവരെപ്പോഴും ഗ്രാമത്തിലോടിക്കളിക്കുന്നത് കാണാം. ചിരിച്ചും കളിച്ചും നടക്കുന്നത് ഇപ്പോൾ എല്ലാവർക്കും പരിചിതമായിരിക്കുന്നു. മറ്റ് പെൺകുട്ടികളെപ്പോലെ അവർ വീട്ടിൽ അടങ്ങിയൊതുങ്ങി തങ്ങളുടെ വിധിയേയും കാത്തിരിക്കാറില്ല.

ഗ്രാമവാസികൾ ഏവരും ബഹുമാനിച്ചിരുന്ന വൃദ്ധയായിരുന്നു കെവെ.

എന്റെ അമ്മ തീർത്തും അന്തർമുഖയായിരുന്നു. ശാന്തയായിരുന്നു. "ഇന്ന് കുഞ്ഞുങ്ങളെ അരുവിയിലും കണ്ടില്ലല്ലോ" എന്ന് അമ്മ പറഞ്ഞു.

"കെവെ, എന്റെ മക്കൾക്ക് നിങ്ങളുടെ ഈ മകളെപ്പോലെ ബുദ്ധിയുണ്ടായിരുന്നെങ്കിൽ എന്നാശിക്കുകയാണ്" കഴുകന്റെ മുഖമുള്ള സ്ത്രീ പ്രതികരിച്ചു. കുട്ടികൾ ഇതാദ്യമായല്ലേ ഇങ്ങനെ വൈകുന്നത്, അതിൽ വല്ലാതെ വേവലാതിപ്പെടേണ്ടതുണ്ടെന്ന് തോന്നുന്നില്ല എന്ന് കെവെ പറഞ്ഞു.

ഒരിക്കൽ ഈ കുട്ടികൾ ഒരു മാസം മുമ്പ് പെറ്റ പെണ്ണാടിന്റെ കൂടെ, കൂട്ടായി, ഒരു രാത്രി കഴിച്ചുകൂട്ടി. പിന്നെയൊരു ദിവസം ഒരു വണ്ടിക്കാരനെ മണിക്കൂറുകളോളം ശപിച്ചിട്ടും ഒന്നും സംഭവിക്കാത്തതിനാൽ അയാളേയും അയാളുടെ കുതിരകളേയും വണ്ടിയേയും ഗ്രാമത്തിൽ നിന്നും ഓടിക്കാൻ നടന്നു. അയാൾ ഒരു വ്യാപാരിയായിരുന്നു. വഴിനീളെ നടന്ന് തന്റെ കയ്യിലുള്ള വസ്തുക്കൾ വില്ക്കുന്നയാൾ. അയാൾ തനിക്ക് നേരെ വന്ന ശാപവചനങ്ങളെല്ലാം സ്വരുക്കൂട്ടിവച്ചു. പകരം കുട്ടികൾക്ക് പല സമ്മാനങ്ങളും നൽകി അവരെ തന്നിലേക്ക് ആകർഷിച്ചു. കുട്ടികൾ അയാൾക്ക് പിറകെപോയി. അയാളെ വിട്ട് തിരികെ വരാൻ അവരോട് കുന്നിൻമുകളിൽ വച്ച് കണ്ട ചില ഗ്രാമവാസികൾ ആവശ്യപ്പെട്ടെങ്കിലും അവരതിന് തയ്യാറായില്ല. അവസാനം കഴുകന്റെ മുഖമുള്ള സ്ത്രീയും കെവെയും ഒന്നിച്ച് അവർക്കരികിലെത്തി അവരെ നിർബന്ധിച്ചു. എന്താണ് സംഭവിച്ചുകൊണ്ടിരിക്കുന്നത് എന്ന് ഇരുവർക്കും അപ്പോഴേക്കും മനസ്സിലായി. ഇവരിരുവരും നിർബന്ധിച്ചപ്പോൾ കുട്ടികൾ

മടങ്ങിവരാൻ സമ്മതിച്ചു. ഈ വഴിവാണിഭക്കാരനെ ഗ്രാമത്തിൽ നിന്നും ഓടിക്കുവാനായി ആഴ്ചകളായി തങ്ങൾ ശകാരവാക്കുകളും ശാപ വചനങ്ങളും ശേഖരിക്കുകയായിരുന്നു എന്ന് കുട്ടികൾ പറഞ്ഞു. "കറുത്ത കഴുതയെ തല്ലുന്ന വടികൊണ്ട് നിന്റെ തള്ളയ്ക്ക് നല്ല തല്ലുകിട്ടും. "ഇനിയും എഴുപതെണ്ണം കൊടുക്കണം തള്ളയ്ക്ക്" എന്നൊക്കെയുള്ള വാക്കുകൾ അവർ ഉറക്കെ പറയുന്നുണ്ടായിരുന്നുവത്രെ. തിരികെപ്പോരുമ്പോഴും ജല്പനങ്ങൾ നിറുത്തിയില്ല. ഉച്ചത്തിൽ എന്തൊക്കെയോ വിളിച്ച് പറഞ്ഞുകൊണ്ടിരുന്നു. ഇനി ഒരിക്കൽക്കൂടി അയാളെ കണ്ടാൽ ഇതിൽ കൂടുതൽ ചീത്ത കേൾക്കേണ്ടി വരും എന്ന് പറഞ്ഞ് അവർ തങ്ങളുടെ അച്ഛന്റെ പേരിൽ ആണയിടുന്നുണ്ടായിരുന്നു. എന്നാൽ ആ അച്ഛനെ അവർ ഒരു നോട്ടം പോലും കണ്ടിട്ടില്ലായിരുന്നുവത്രെ!

ആസ്യയുടെ സഹോദരങ്ങൾ പോയ അത്രയും ദൂരെയുള്ള രാജ്യങ്ങളിലൊന്നിൽ ഘോരയുദ്ധം നടക്കുന്നുണ്ടെന്ന് ഗ്രാമീണരറിഞ്ഞു. പല രാജ്യങ്ങളും പരസ്പരം ആക്രമണത്തിലാണ്. ജർമ്മനി ലോകത്തെ കീഴ്പ്പെടുത്താൻ ശ്രമിച്ചുകൊണ്ടിരിക്കുന്നു. എന്നാൽ സ്റ്റാലിൻഗ്രാഡിനെക്കുറിച്ചോ ഡി-ഡെയെക്കുറിച്ചോ, ബെർലിൻ വീണതിനെക്കുറിച്ചോ അവർക്കൊന്നുമറിയില്ലായിരുന്നു. ഉണങ്ങിയ ഈ പുൽമൈതാനത്തിനപ്പുറത്ത് 1946 കഴിഞ്ഞിട്ടും യുദ്ധം തുടരുകയാണെന്ന് അവർ കരുതി. തന്നെ കാണാൻ വന്ന ഗ്രാമീണരോട് താതറാണ് യുദ്ധം അവസാനിച്ചു എന്ന വിവരം പറഞ്ഞത്. എന്നാൽ അതാരും വിശ്വസിച്ചില്ല. ജർമ്മനിയെ പരാജയപ്പെടുത്തുക എന്നത് അസംഭവ്യമാണെന്ന് അവർക്കുറപ്പുണ്ടായിരുന്നു. മുസ്തഫ കെമാൽ പാഷ മരിച്ചിട്ട് എട്ട് വർഷമായി എന്ന് കേട്ട് അവർ ആശ്ചര്യപ്പെട്ടു. താതർ ഇത് പറഞ്ഞപ്പോൾ കഴിഞ്ഞ തവണ വന്നപ്പോൾ താനിത് പറയാഞ്ഞതെന്തേ എന്നായിരുന്നു ചോദ്യം. ഒരു വർഷം മുമ്പാണ് താതർ അതിനുമുമ്പ് അവിടം സന്ദർശിച്ചത്.

"നിങ്ങൾ ഇതൊന്നും അറിഞ്ഞിട്ടില്ലെന്ന് എനിക്കെങ്ങനെ അറിയാം? ലോകം മുഴുക്കെ ഈ വാർത്ത കേട്ട് ഇവിടെയെത്തി. മൂന്ന് പകലും മൂന്ന് രാവും - ലോകത്തിന്റെ നാലുഭാഗത്തുനിന്നുമുള്ള രാജാക്കന്മാർ ശവസംസ്കാരചടങ്ങുകളിൽ പങ്കെടുക്കുവാനായി ഇവിടെ തമ്പടിച്ചു." താതർ അതുകൊണ്ടും നിറുത്തിയില്ല. നിങ്ങളൊക്കെ കരുതുന്നതുപോലെ വർഷങ്ങൾക്കു മുമ്പ് ഈ മൈതാനത്തുവച്ച് ഒരു വലിയ സേനയെ പരാജയപ്പെടുത്തിയ അതാതുർക്ക്*, യുദ്ധത്തിലേറ്റ മുറിവ് മൂലമോ, ശത്രുക്കൾ വിഷം നൽകിയത് മൂലമോ അല്ല മരിച്ചത്. അതാതുർക്കിന്റേത് ഒരു സാധാരണ മരണമായിരുന്നു. സാധാരണക്കാരായ നമ്മളൊക്കെ മരിക്കുന്നത് പോലെ. അയാൾ തുടർന്നു. എന്നാൽ ഗ്രാമവാസികൾ അതും വിശ്വസിച്ചില്ല. പകരം കഴിഞ്ഞ വർഷം "മനുഷ്യരെ സ്നേഹിക്കുന്നു എന്ന മുഖംമൂടിയുമായി വരുന്ന ഫോട്ടോഗ്രാഫർമാരെ ശ്രദ്ധിക്കുക, അവർ ദൈവങ്ങളാണെന്നാണ് അവരുടെ ചിന്ത" എന്നൊരു വൃദ്ധൻ പറഞ്ഞതാണ് അവരപ്പോൾ ഓർത്തത്.

രണ്ട്

ഫെറുസെ

പടിഞ്ഞാറെ സേനാമുഖം

"എന്റെ പക്കലുള്ള അമ്മാവന്റെ ഏക ഫോട്ടോയാണിത്. ഒരു കാപ്പിക്കടയിൽ വച്ചാണിതെടുത്തിരിക്കുന്നത്. അദ്ദേഹത്തിന്റെ അടുത്ത് നിൽക്കുന്നത് താതർ എന്ന ഫോട്ടോഗ്രാഫറാണ്. താതറിന്റെ കയ്യിൽ അയാളുടെ ക്യാമറ കാണാം. അതുകൊണ്ട് തന്നെ ഈ ഫോട്ടോ മറ്റാരോ എടുത്തതാകണം."

ഞാൻ സംസാരം നിറുത്തിയപ്പോൾ ഫെറുസെ ഫോട്ടോഗ്രാഫ് കയ്യിലെടുത്തു.

പുറത്ത് മഴ ചാറുന്നുണ്ടായിരുന്നു.

ഫെറുസെയെ പരിചയപ്പെട്ടിട്ട് മൂന്ന് ദിവസമാകുന്നേയുള്ളു. പടിഞ്ഞാറെ സേനാമുഖം എന്ന് വിളിപ്പേരുള്ള മിൽ റോഡിലെ ഒരു പുരാവസ്തുക്കടയിലേക്ക് ഞാൻ കഴിഞ്ഞ ചൊവ്വാഴ്ച പോയിരുന്നു. കടയ്ക്ക് പിറകിൽ ഒരു മുറ്റമുണ്ട്. കടയുടമയായ വൃദ്ധ അവിടെ ചെടികൾക്ക് നനയ്ക്കുകയായിരുന്നു. പുരാവസ്തുക്കൾ വില്ക്കുന്ന കടയിൽ നേരം കൊല്ലാനായി അനേകം പേർ വന്ന് കയറും. പഴയ സാധനനങ്ങളിലൂടെ കണ്ണോടിച്ച്, വിരലോടിച്ച് അവർ നിൽക്കും. എന്നിട്ട് ഒന്നും വാങ്ങാതെ ഇറങ്ങിപ്പോകും. ഞാനും അത്തരത്തിലുള്ള ആരോ ആണെന്നാണ് അവർ ആദ്യം കരുതിയത്. അതുകൊണ്ടു അവർ ആദ്യം എന്നെ കണ്ടതായി ഭാവിച്ചില്ല. ചെടി നനയ്ക്കുന്നത് തുടർന്നു. എന്റെ ഇഷ്ടത്തിന് കടയിലെ സാധനങ്ങൾ നടന്ന് കാണുവാൻ അവരെന്നെ വിട്ടു. അപ്പോൾ ഞാൻ അവരുടെ സമീപത്തേക്ക് നടന്നു.

"നല്ല കാലാവസ്ഥ, അല്ലേ.." ഞാൻ സംഭാഷണമാരംഭിച്ചു.

"അതെയതെ... ഇപ്പോൾ ഇത് ആവശ്യവുമാണല്ലോ" അവർ മറുപടി പറഞ്ഞു.

"ഏപ്രിൽ മാസത്തെ സാധാരണ കാലാവസ്ഥയുമായി താരതമ്യപ്പെടുത്തിയാൽ ഇന്ന് നല്ല വെയിലുള്ള ദിവസമാണ്.'' ഞാൻ തുടർന്നു.

"നിങ്ങളുടെ നാട്ടിൽ ഈ മാസങ്ങളിൽ എന്നും ഇങ്ങനെ വെയിലു ണ്ടാകാറുണ്ടല്ലോ" എന്നായി അവർ. ഞാൻ മെഡിറ്ററേനിയൻ പ്രദേശങ്ങളിൽ നിന്നും വരുന്നവനാണെന്ന് അവർ ധരിച്ചിരിക്കുന്നു. എന്റെ സംഭാഷണ രീതിയും ഇരുണ്ട ചർമ്മവു മാകണം അതിന് കാരണം.

അവർ വെള്ളമൊഴിഞ്ഞ പാട്ട മേശപ്പുറത്ത് വച്ചു.

ഞാൻ കയ്യിലുണ്ടായിരുന്ന ഫോട്ടോഗ്രാഫ് അവരെ കാണിച്ചു. ഈ ചിത്രത്തിൽ കാണുന്ന ക്യാമറ അന്വേഷിച്ച് വന്നതാണ് ഞാൻ എന്ന വരെ അറിയിച്ചു.

അവർ ചിത്രം എന്റെ കയ്യിൽ നിന്നും വാങ്ങി സൂക്ഷിച്ച് നോക്കി.

"ഈ മനുഷ്യരൊക്കെ ഇന്നും ജീവിച്ചിരിപ്പുണ്ടോ?"

"ഇല്ല" ഞാൻ പറഞ്ഞു.

കാപ്പിക്കടയുടെ മുന്നിലെ വഴിയിൽ സ്റ്റൂളുകൾ വലിച്ചിട്ട് അതിലിരി പ്പായിരുന്നു എന്റെ അമ്മാവനും താതറും. അവർക്ക് മുന്നിൽ ഒഴിഞ്ഞ ഗ്ലാസുകളുണ്ട്. ചായയുടെ ഗ്ലാസുകൾ. താതറിന്റെ ക്യാമറ ഏത് കമ്പനി യുടേതാണെന്ന് കാണാനാകുന്നില്ല. ഒരു കൈമുഷ്ടിയുടെ വലുപ്പമുണ്ട തിന്. അതിന്റെ ലെൻസ് പുറത്തേക്ക് തള്ളി നിൽക്കുന്നു.

"ഇയാൾ ഒരു ഫോട്ടോഗ്രാഫറായിരുന്നോ?" അവർ ചോദിച്ചു.

"അതെ."

അവർ എന്റെ മുഖത്തേക്ക് സൂക്ഷിച്ച് നോക്കി. പിന്നെ വീണ്ടും ഫോട്ടോയിലേക്ക് നോക്കി.

"ഇയാൾക്ക് നിങ്ങളുടെ ഒരു ഛായയുമില്ല," അവർ പറഞ്ഞു.

"ഇല്ല. ശരിയാണ്." ഞാൻ മറുപടികൊടുത്തു.

അവർ മേശക്കരികിലിട്ടിരുന്ന ഒരു കസേരയിലിരുന്നു. അതിന്നഭി മുഖമായി ഒരു സ്റ്റൂൾ ഇട്ടിരുന്നു. എന്നോട് അതിലിരിക്കുവാൻ ആംഗ്യം കാണിച്ചു.

"ഈ കാലാവസ്ഥ ഇതുപോലെ കുറച്ച് ദിവസമുണ്ടാകണെ എന്നാ ണെന്റെ പ്രാർത്ഥന." അവർ പറഞ്ഞു.

പിന്നെ അവർ തലയൊന്നുയർത്തി. അവരുടെ കൺപീലികൾ അട യുന്നുണ്ടായിരുന്നു. ഇപ്പോൾ ഉറങ്ങിപ്പോയേക്കുമെന്ന മട്ടിൽ അടഞ്ഞു തുടങ്ങിയിരുന്നു.

"ഞാനും അങ്ങനെ പ്രാർത്ഥിക്കുന്നു. ഉണ്ടാകുമെന്ന് നമുക്ക് പ്രതീ ക്ഷിക്കാം." ഞാൻ സംഭാഷണം തുടർന്നു.

സംസാരിച്ചിരിക്കുവാൻ അവരുടെ പക്കൽ സമയമുണ്ടെന്ന് ഉറപ്പായി.

"താങ്കൾക്ക് ബ്രിട്ടൻ ഇഷ്ടമാണോ?" അവർ ചോദിച്ചു.

"എനിക്ക് കാംബ്രിഡ്ജ് ഇഷ്ടമാണ്." എന്നായിരുന്നു എന്റെ മറുപടി.
"അത് നല്ലൊരു നഗരമാണ്. സുന്ദരമായ ഒരു നഗരം. ഞാൻ ജനി
ച്ചത് അവിടെയാണ്." അവർ പറഞ്ഞു.

"അതെയോ..താങ്കൾ ഭാഗ്യവതിയാണ്."

അവർ തന്റെ തലയൊന്ന് തടവി. വെയിലിൽ കുളിച്ച് നിന്നിരുന്ന
തോട്ടത്തിലേക്ക് കണ്ണോടിച്ചു.
"താങ്കൾ പറഞ്ഞത് ശരിയാണ്. ജനിച്ചിടത്ത് തന്നെ ജീവിക്കുന്നവർ
ഇന്ന് കുറവാണല്ലോ."

"അതെ."
സ്റ്റെല്ല എന്ന് അവർ എന്നെ പരിചയപ്പെടുത്തിയപ്പോൾ ഞാൻ
എന്നെയും പരിചയപ്പെടുത്തി.

എന്റെ പേരുകേട്ടപ്പോൾ അവർ ചിരിച്ചു. "അതുച്ചരിക്കുവാൻ ഞാൻ
മിനക്കെടുകയില്ല. ഈ വിദേശികളുടെ പേര് ശരിക്ക് ഉച്ചരിക്കുവാൻ
എനിക്കാകുകയില്ല."

മുൻ വശത്തെ മണി മുഴങ്ങി. വാതിലിലൂടെ നീല ഉടുപ്പ് ധരിച്ച ഒരു
യുവതി കയറി വന്നു. ആ വാതിൽക്കൽ ഒരു മണിയുണ്ടായിരുന്നു എന്നത്
ഞാൻ ശ്രദ്ധിച്ചിരുന്നില്ല. ആതിഥേയ അതിഥിയെ സ്വീകരിക്കുന്നതു
പോലെ ആ യുവതി എന്നെ നോക്കി വിശാലമായൊന്ന് പുഞ്ചിരിച്ചു.
എന്നിട്ട് അടുക്കളയിലേക്ക് കയറിപ്പോയി. അവരുടെ കയ്യിൽ പാലും കാപ്പി
യുമുണ്ടായിരുന്നു.

സ്റ്റെല്ല തന്റെ ശ്രദ്ധ വീണ്ടും ഫോട്ടോഗ്രാഫിലേക്ക് തിരിച്ചു.
"മറ്റേയാൾ ആരാണ്?" അവർ ചോദിച്ചു.

"എന്റെ അമ്മാവൻ."

അവർ മേശപ്പുറത്തു നിന്ന് കണ്ണടയെടുത്തു. അത് മുഖത്ത് വച്ചു.
"ഈ ക്യാമറ പഴയ ഒളിമ്പസ് മോഡലുകളിലൊന്നാണെന്ന്
തോന്നുന്നു" അവർ പറഞ്ഞു.

നീല ഉടുപ്പിട്ട യുവതി രണ്ട് കപ്പ് കാപ്പിയുമായി വന്നു. കാപ്പി അവർ
മേശപ്പുറത്ത് വച്ചു. അത് കണ്ടപ്പോൾ ഞാൻ അദ്ഭുതപ്പെട്ടു എന്നത്
സത്യം. ഞാനവളോട് നന്ദി പറഞ്ഞു. എന്റെ കാപ്പിയിൽ പാലും പഞ്ച
സാരയും ചേർത്തു.

"ഈ ക്യാമറ കണ്ടെത്താൻ താങ്കൾക്കാകും എന്ന് ഞാൻ പ്രതീ
ക്ഷിക്കട്ടെ" ഞാൻ സംഭാഷണത്തിലേക്ക് തിരികെ വന്നു.

പിറകുവശത്തെ വാതിലിന്നരികിൽ ചില്ലുകൊണ്ടുള്ള ഒരു അലമാര
യുണ്ടായിരുന്നു. സ്റ്റെല്ല അതിലേക്ക് വിരൽ ചൂണ്ടി. അതിൽ നിറയെ
ക്യാമറകളായിരുന്നു. പഴയ ക്യാമറകൾ.

"അവയ്ക്കൊന്നും നിങ്ങൾ ഈ കാണിക്കുന്ന അത്ര പഴക്കമുണ്ടാകില്ല." അവർ പറഞ്ഞു. "ഇന്ന് രാത്രി ഞാൻ എന്റെ കാറ്റലോഗ് ഒന്ന് പരിശോധിക്കാം. എന്തെങ്കിലും കണ്ടുകിട്ടാതിരിക്കില്ല. ഈ ഫോട്ടോഗ്രാഫ് ഞാൻ അതുവരേക്കും സൂക്ഷിച്ചോട്ടെ?"

"ആയിക്കോളൂ...എന്റെ പക്കൽ മറ്റൊരു കോപ്പി കൂടിയുണ്ട്."

"കിങ്സ് പരേഡിലെ ആ ഫോട്ടോഗ്രാഫറോട് ചോദിച്ചുവോ?" അവർ ചോദിച്ചു.

"ഇല്ല."

രണ്ടാം ലോക മഹായുദ്ധത്തിനു ശേഷം താൻ ന്യൂസ് എന്ന പ്രാദേശിക പത്രത്തിൽ ജോലി ചെയ്തിരുന്നു എന്ന് സ്റ്റെല്ല വിശദീകരിച്ചു. അന്നു മുതൽ അവർക്ക് ഫോട്ടോഗ്രാഫിയിൽ വലിയ താത്പര്യമായിരുന്നു എന്നും.

ഞാൻ കാപ്പി കുടിച്ച് തീർത്തു.

"നാളെ കാണാം" ഞാൻ യാത്ര ചോദിച്ചു.

പുരാതന ചിത്രകലകളെ പ്രകീർത്തിക്കാതെ ഞാൻ വാതിലിനു സമീപത്തേക്ക് നടന്നു. ചിത്രകലകൾ മാത്രമല്ല അവിടെയുണ്ടായിരുന്നത്, ശില്പങ്ങളും, അലുക്കുകളുമെല്ലാമുണ്ടായിരുന്നു. ഒരു സിംഹത്തിന്റെ ശില്പത്തിനു സമീപം നീലവസ്ത്രം ധരിച്ച ആ യുവതി നിൽക്കുന്നത് കണ്ടു. കാപ്പിക്ക് ഞാനവളോട് ഒരുവട്ടം കൂടി നന്ദി പറഞ്ഞു.

സൽക്കാരവചനത്തോടെത്തന്നെ അവൾ പ്രതികരിച്ചു. നല്ല സംസാരശൈലി. എന്നെക്കുറിച്ച് അവളെന്ത് കരുതിയിരിക്കും എന്നെനിക്കറിയില്ല. എന്നാൽ "താങ്കൾ ഇറാനിൽ നിന്നാണോ" എന്നവൾ ചോദിക്കുകയുണ്ടായി.

"അല്ല."

അവൾ സംസാരം തുടരുവാൻ ഒന്നറച്ചു.

"എന്നാൽ എവിടെനിന്നാണെന്ന് പറയല്ലേ, ഞാനൊന്ന് ഊഹിച്ചോട്ടെ"

"ശരി. നാളെ തിരിച്ച് വരാം'' എന്ന് പറഞ്ഞ് ഞാൻ പുഞ്ചിരിച്ചു. "അത്രയും സമയം പോരെ?"

ഞാൻ പുറത്തിറങ്ങി. വെയിലുള്ള ദിവസങ്ങളിൽ ലോകം വല്ലാതെ വലുതാകുന്നുവോ എന്ന് സംശയം തോന്നും. കാംബ്രിഡ്ജിലെ തെരുവുകളും വളർന്നിരിക്കുന്നു. ഞാൻ തെരുവിലൂടെ നടന്നു. തെരുവിൽ ഭാഷ പഠിക്കുന്ന വിദ്യാർത്ഥികളും, വീടില്ലാത്തതിനാൽ സ്വന്തം പട്ടികളോടൊപ്പം അലയുന്നവരുമുണ്ടായിരുന്നു. ഇരുഭാഗത്തുനിന്നും വന്ന സൈക്കിൾ സവാരിക്കാർക്ക് ഞാൻ വഴിമാറിക്കൊടുത്തു. നഗരമദ്ധ്യത്തിലെ പുസ്തകക്കടങ്ങളിൽ കയറി പുസ്തകങ്ങൾ പരതി.

വൈകുന്നേരം സോഹമിൽ ഒരു വിവാഹത്തിൽ പങ്കെടുക്കുവാൻ പോയി. ആറരയാകുമ്പോഴേക്കും അവിടെ എത്തിയിരുന്നു. എന്നാൽ

ഞാൻ എത്തുന്നതിനു മുമ്പേ അവിടെ വളരെയധികം പേർ എത്തിപ്പെട്ടി ട്ടുണ്ടായിരുന്നു. സെന്റ് ആൻഡ്ര്യൂ പള്ളിയുടെ വാതിലിനു മുന്നിൽ വലി യൊരു ആൾക്കൂട്ടം തന്നെയുണ്ട്. പള്ളിക്കകത്തേക്ക് കയറുവാനായി ആളു കൾ വരിവച്ചിട്ടുണ്ടായിരുന്നു. 210 വർഷം മുമ്പ് മരിച്ച ഒരു ആഫ്രിക്കൻ അടിമയുടെ വിവാഹം ഇവിടെ ഈ സായാഹ്നത്തിൽ പുനരാവിഷ്കരി ക്കപ്പെടുകയാണ്. അത് ഇത്രവലിയ ഒരു സംഭവമാകും എന്ന് കരുതിയി രുന്നില്ല. എന്നാൽ ഈ ജനക്കൂട്ടം എന്റെ ധാരണ തിരുത്തുന്നു. ഞാൻ കീശയിൽ നിന്നും ലഭിച്ച ക്ഷണക്കത്ത് പുറത്തെടുത്തു. നടത്തത്തിന് വേഗത വർദ്ധിപ്പിച്ചു. മോടിയുള്ള വസ്ത്രം ധരിച്ചെത്തിയിരുന്ന ആൾ ക്കൂട്ടത്തിന്റെ പിറകിൽ നിന്നു. അവരിൽ മിക്കവരും കറുപ്പും ചുവപ്പും നിറമുള്ള സായാഹ്ന വസ്ത്രങ്ങളാണ് ധരിച്ചിരുന്നത്. എല്ലാവരും ഇവിടെ മാന്യരെന്ന് തോന്നിപ്പിച്ചു. ഇവരെ ഏതെങ്കിലും അങ്ങാടിയിൽ വച്ചാണി ങ്ങനെ കണ്ടിരുന്നതെങ്കിൽ എന്നിൽ ഈ ചിന്ത വരില്ലായിരുന്നു. അവ രിൽ നിന്നും പുറപ്പെടുന്ന സുഗന്ധം പള്ളിമൈതാനവും കഴിഞ്ഞ് സെമിത്തേരി വരെയെത്തുന്നുണ്ടായിരുന്നു.

ഏതാനും നിമിഷം കഴിഞ്ഞപ്പോഴാണ് ആ പുരാവസ്തുക്കടയിൽ വച്ച് കണ്ട നീല വസ്ത്രം ധരിച്ച യുവതി വരിയിൽ എനിക്ക് പിറകിൽ നിൽക്കുന്നത് കണ്ടത്. വരി എനിക്ക് പിറകിൽ നീളം വച്ചുകൊണ്ടേയി രിക്കുകയായിരുന്നു. അവളപ്പോൾ ഒരു കറുത്ത വസ്ത്രമാണ് ധരിച്ചിരു ന്നത്. ഒറ്റയ്ക്കാണെന്ന് എനിക്കു മനസ്സിലായി. ഞാൻ അവളുടെ അടു ത്തേക്ക് നീങ്ങി.

“ഹലോ... താങ്കൾ ഇറാനിൽ നിന്നാണോ?” ഞാൻ ചോദിച്ചു.

“അതെ.”

ഞങ്ങൾ പരസ്പരം നോക്കി പുഞ്ചിരിച്ചു.

“ഞാൻ ഇറാൻകാരനല്ലെന്ന് കടയിൽ വച്ച് പറഞ്ഞപ്പോൾ താങ്കളുടെ മുഖത്തൊരു നിരാശ കണ്ടു.”

“അങ്ങനെയൊന്നുമില്ല.” ക്ഷമ ചോദിക്കുന്നത് പോലെയാണവൾ അത് പറഞ്ഞത്. “എനിക്ക് തെറ്റുപറ്റി എന്ന് വിശ്വസിക്കുവാനായില്ല എന്ന് മാത്രം.”

“ഞാൻ ടർക്കിയിൽ നിന്നാണ്.”

“അതും എന്നെ ആശ്ചര്യപ്പെടുത്തുന്നു. നിങ്ങളുടെ സംസാരത്തിൽ ആ ടർക്കി ശൈലി ഒട്ടുമില്ല.”

ഫെറുസെ എന്നായിരുന്നു അവളുടെ പേര്. ഇംഗ്ലീഷിൽ പി എച്ച്ഡി ചെയ്യുകയാണവൾ. അതിനോടൊപ്പം പാർട്-ടൈം ജോലിയും ചെയ്യുന്നു. പള്ളിയിൽ നല്ല തിരക്കുണ്ടായിരുന്നു. ഞങ്ങൾ പിറകിൽ ഒഴിഞ്ഞ ഒരു ബെഞ്ച് കണ്ടു. അതിലിരുന്നു.

ഭാഷണങ്ങൾ തുടങ്ങി. യഥാർത്ഥ വിവാഹച്ചടങ്ങുകൾ 1792 ൽ നടന്നി രുന്നു. ഒലൗദാ എന്ന് പേരുള്ള വിമോചിതനായ ഒരു അടിമ സൂസന്ന

എന്ന് പേരുള്ള ഈ നാട്ടുകാരിയായ ഒരു സ്ത്രീയെ ഈ പള്ളിയിൽ വച്ച് വിവാഹം ചെയ്തു. തന്റെ പതിനൊന്നാം വയസ്സിൽ ഒലൗദായെ ആഫ്രിക്കയിലെ അയാളുടെ ഗ്രാമത്തിൽ നിന്നും തട്ടിക്കൊണ്ട് പോകുക യായിരുന്നു. കഥ ആരംഭിക്കുന്നത് അവിടെയാണ്. കഥ കേട്ടപ്പോൾ ഞാനും ഫെറുസെയും മുഖത്തോട് മുഖം നോക്കി. കുട്ടികളുടെ ഗായക സംഘം രംഗം കയ്യടക്കിയിരിക്കുന്നു. സമുദ്രം കടക്കുന്ന കപ്പലിലുള്ള ഒലൗദായ്ക്കു വേണ്ടി അവർ പാടുകയാണ്. ഒലൗദ കപ്പലിലെ ഒരു കൊച്ച് അറയ്ക്കുള്ളിലായിരുന്നു. നല്ല ഈർപ്പമുള്ള ഒരു കൊച്ചു അറ. അതിൽ ഒന്നു നിവർന്നു കിടക്കാനുള്ള സ്ഥലം പോലു മില്ല. കൂടെയുണ്ടായിരുന്ന അടിമകളിൽ പലരും ചത്തു പോയി. ഒന്നു കിൽ അസുഖം ബാധിച്ച് മരണം വരിച്ചു അല്ലെങ്കിൽ ചങ്ങലക്കെട്ടു കളിൽ നിന്നും സയം എങ്ങനെയോ മോചിതരായി കടലിലേക്ക് എടുത്തു ചാടി. ഒലൗദയ്ക്കു മാത്രം മരിക്കാനായില്ല. അയാൾ സാവധാനത്തിൽ ഒരു നാവികനായി. ആ തൊഴിലിൽ നിപുണത നേടി. പിന്നെ എഴുത്തും വായനയും പഠിച്ചു. പത്ത് വർഷം കഴിഞ്ഞപ്പോൾ അയാളുടെ ഉടമ അയാളെ സ്വതന്ത്രനാക്കി. താൻ അനുഭവിച്ച ദുരിതങ്ങളെക്കുറിച്ച് അയാൾ എഴുതി. ഒരു പുസ്തകമിറക്കി. അടിമ സമ്പ്രദായം നിർത്തലാ ക്കുവാനായി പ്രചാരണം തുടങ്ങി. ഒലൗദയുടെ പുസ്തകമാണ് പിന്നീട് റോബിൻസൺ ക്രൂസോ എന്ന പേരിൽ അറിയപ്പെട്ടത്. രണ്ടു പേരും പറഞ്ഞ കഥ ഒന്നു തന്നെയായിരുന്നു. കറുത്ത അടിമ തന്റെ വെളുത്ത ഉടമയോടൊപ്പം നിന്ന് സ്വതന്ത്രരായ കഥ. കുട്ടികളുടെ പാട്ട് കഴിഞ്ഞ പ്പോഴേക്കും ഒലൗദ തന്റെ അറയിൽ നിന്നും പുറത്തെത്തി ദീർഘ നിശ്വാസം ചെയ്തപോലെ നിന്നു.

ഒലൗദയും സൂസന്നയും ഒരിക്കൽ കൂടി വിവാഹിതരായിക്കഴിഞ്ഞ പ്പോൾ, അവർക്കു വേണ്ട അനുഗ്രഹങ്ങളെല്ലാം ലഭിച്ച് കഴിഞ്ഞപ്പോൾ, സിഗരറ്റ് വലിക്കുന്നതിനായി ഒന്ന് പുറത്തിറങ്ങാം എന്ന് ഫെറുസെ പറഞ്ഞു. ഞങ്ങൾ ജനക്കൂട്ടത്തിൽ നിന്നും പുറത്ത് കടന്നു. ശ്മശാന ത്തിലെത്തി. അവിടെ അന്തരീക്ഷത്തിന് വലിയ ചൂടുണ്ടായിരുന്നില്ല. ഫെറൂസെ തന്റെ ഷാൾ എടുത്ത് പുതച്ചു. ഞങ്ങൾ നിന്നിരുന്നതിന്റെ അടുത്ത് ഒരു യുവാവും യുവതിയും ഇരിക്കുന്നുണ്ടായിരുന്നു. ആ യുവാവ് തന്റെ ജാക്കറ്റ് കൂടെയുള്ള യുവതിയെ ധരിപ്പിക്കുന്നത് ഞങ്ങൾ കണ്ടു. അതനുകരിച്ച് ഞാനും എന്റെ ജാക്കറ്റ് ഊരിയെടുക്കുവാനാരംഭിച്ചു. എന്നാൽ ഫെറൂസെ എന്നെ തടഞ്ഞു.

സമയം ഏറെയായി. ബസ്സുകളെല്ലാം പോയിക്കഴിഞ്ഞിരുന്നു. അതി നാൽ ഒരു ടാക്സി വിളിച്ചു. ഫെറൂസയെ അവൾക്കിറങ്ങേണ്ടിടത്ത് ഇറക്കി, ടാക്സിക്കാരന് ഒരാഴ്ചത്തേക്കുള്ള ഭക്ഷണത്തിനു മതിയാകുന്ന തുക കൂലിയായി കൊടുത്ത് വീട്ടിലെത്തി. പിന്നെ രാത്രി ഏറെ വൈകും വരേക്കും കവിതകൾ വായിച്ചു.

പിറ്റേന്ന് പുരാവസ്തുക്കടയിലെത്തിയപ്പോൾ സ്റ്റെല്ല തനിച്ചായിരുന്നു.

"ഹലോ യങ്ങ് മേൻ" അവർ എന്നെ സ്വാഗതം ചെയ്തു. "താങ്കളുടെ ക്യാമറയെക്കുറിച്ച് ഇതുവരേക്കും എനിക്ക് ഒരു വിവരവും ലഭിച്ചിട്ടില്ല. ക്യാമറ ക്ലബ്ബിൽ അംഗമായ എന്റെ ഒരു സുഹൃത്തിന്റെ പക്കൽ വലിയ ഒരു കാറ്റലോഗുണ്ട്. ഞാൻ അതിലൊന്ന് പരിശോധിക്കട്ടെ. അത് നമ്മെ എവിടേക്കെങ്കിലും നയിക്കാതിരിക്കില്ല."

"നന്ദി."

"സന്തോഷം."

അവരപ്പോൾ മേശയ്ക്കരികിലിരുന്ന് ഒരു പഴയ പുസ്തകത്തിന്റെ ചട്ട കേടുപാട് തീർക്കുകയായിരുന്നു.

"ഇന്നും നല്ല വെയിലുള്ള ദിവസമാണ്" ഞാൻ പറഞ്ഞു.

"ദൈവത്തിനു സ്തുതി."

"വെയിലുണ്ടെങ്കിൽ ഒറ്റയ്ക്കാണെന്ന തോന്നൽ അത്രയ്ക്കുണ്ടാകില്ല" ഞാൻ തുടർന്നു.

അവർ എന്റെ നേരെ നോക്കി.

"താങ്കളിവിടെ ഒറ്റയ്ക്കാണോ?"

"അല്ല, സുഹൃത്തുക്കളുണ്ട്."

"അതുകൊണ്ട് ഒറ്റയ്ക്കല്ല എന്ന തോന്നലുണ്ടാകാതിരിക്കണ മെന്നില്ല."

ഞാൻ ഒരു നിമിഷം ചിന്തിച്ചു. കടയുടെ പിറകു വശത്തുള്ള തോട്ട ത്തിലേക്ക് കണ്ണോടിച്ചു. അവിടെ നല്ല വെയിലുണ്ടായിരുന്നു.

"ഏകാന്തത എന്നത് പല രൂപത്തിലും ഭാവത്തിലും വരും. രണ്ട് ഏകാ ന്തതകൾ എപ്പോഴും ഒരേ തരമാകുക അസാധ്യമാണ്." ഞാൻ പറഞ്ഞു.

"താങ്കൾ പറഞ്ഞത് ശരിയാണ്. "രാത്രിയിലാണ് ഏകാന്തത എന്നെ ശല്യപ്പെടുത്തുന്നത്."

ഞാൻ ഒരു നിമിഷം കാത്തു. പിന്നെ അവിടെയുണ്ടായിരുന്ന പുരാ വസ്തുക്കളിലൂടെ കണ്ണോടിക്കുവാൻ തുടങ്ങി.

"വായന ഇഷ്ടമാണോ?" അവർ ചോദിച്ചു.

"അതെ."

കയ്യിലുണ്ടായിരുന്ന പുസ്തകം ഉയർത്തി അവർ എന്നെ കാണിച്ചു. അതിന്റെ പുറം ചട്ട കേടുവന്നിരുന്നു. എങ്കിലും അതിലെഴുതിയത് വായി ക്കാമായിരുന്നു: പടിഞ്ഞാറൻ സേനാമുഖം ശാന്തമാണ്.

"അതിന്റെ ആദ്യ പതിപ്പാണിത്. ആയിരത്തി തൊള്ളായിരത്തി ഇരുപത്തിയൊമ്പതിൽ പ്രസിദ്ധീകരിച്ചത്." അവർ തുടർന്നു.

അവർ പുസ്തകത്തിന്റെ പുറം ചട്ടയുടെ കേടുപാടുകൾ തീർക്കുന്ന തിൽ ബദ്ധശ്രദ്ധരായി.

ഞാൻ അവിടെയുണ്ടായിരുന്ന പഴയ പെയ്ന്റിങ്ങുകളിലൂടെ കണ്ണോ ടിച്ചു. അവിടെയുണ്ടായിരുന്ന മരത്തിന്റെ ശില്പങ്ങളിലും വിളക്കിന്റെ ഷേഡുകളിലും വിരലോടിച്ചു. സിംഹത്തിന്റെ ശില്പത്തിന്നരികിലിരുന്ന കണ്ണാടിയുടെ ചട്ട വീട്ടികൊണ്ടുണ്ടാക്കിയതായിരുന്നു. അതിനു മുന്നിൽ നിന്ന് ഞാൻ എന്റെ കണ്ണട ശരിയാക്കി.

"പോകുന്നു," എന്നു പറഞ്ഞ് ഞാനിറങ്ങി.

പുറത്ത് കാറുകളുടെ ബഹളം. വാതിലിലെ മണിയടിച്ച സ്വരം ആ ബഹളത്തിൽ മുങ്ങിപ്പോയി. പുറത്ത് നല്ല ചൂടുണ്ടായിരുന്നു. തെരുവിൽ നല്ല തിരക്കുണ്ടായിരുന്നു. ഇന്നലത്തെപ്പോലെ തെരുവ് ശൂന്യമെന്നും അതിനാൽ വിശാലമെന്നും ഇന്ന് തോന്നുന്നില്ല.

അതിന്റെ പിറ്റേന്ന് നഗരമദ്ധ്യത്തിൽ വച്ച് വീണ്ടും ഫെറുസെയെ കണ്ടു. ഇത് മൂന്നാം തവണയാണവളെ കാണുന്നത്. ആ ശനിയാഴ്ച അവളുടെ അമ്മയുടെ ജന്മദിനമാണ്. സമ്മാനം വാങ്ങാനിറങ്ങിയതാണ വൾ.

"മൂന്ന് ദിവസത്തിനുള്ളിൽ മൂന്നാം തവണയാണ് നമ്മൾ കണ്ടുമുട്ടു ന്നത്," ഞാൻ സംഭാഷണമാരംഭിച്ചു.

"ചെറിയ പട്ടണങ്ങളിൽ അങ്ങനെയാണ്. അവിചാരിതമായി പല പ്പോഴും കണ്ടുമുട്ടും." അവൾ പറഞ്ഞു.

"ഇന്ന് താങ്കൾക്ക് ജോലിയില്ലെന്ന് തോന്നുന്നു. ഷോപ്പിങ്ങ് കഴി ഞ്ഞാൽ നമുക്കൊരുമിച്ച് ഒരു കാപ്പി കുടിക്കാം?" ഞാൻ പറഞ്ഞു.

"ആവാമല്ലോ..തീർച്ചയായും."

"എനിക്ക് ഒരാളെ കാണാനുണ്ട്. അരമണിക്കൂറിനുള്ളിൽ ഞാൻ തിരി ച്ചെത്താം."

"ശരി. അപ്പോഴേക്കും എന്റേയും ജോലി കഴിഞ്ഞിരിക്കും. എവിടെ വച്ച് കണ്ടുമുട്ടാനാകും?"

"ഫോർട്ട് സെന്റ് ജോർജ്ജിലെ ആ മദ്യശാലയറിയില്ലേ. നദിക്കര യിലുള്ളത്.."

"ശരി. അരമണിക്കൂറിനകം ഞാനവിടെ എത്താം." അവൾ പറഞ്ഞു.

രണ്ട് വീടുകൾക്ക് നേർമദ്ധ്യത്തിലായിരുന്നു ഈ മദ്യശാല. വൈകി യത് ഞാനാണ്. ഞാൻ ചെന്നപ്പോൾ ഫെറൂസ നദിയിലേക്ക് നോക്കി യിരിക്കുകയായിരുന്നു.

അവളുടെ കയ്യിൽ ഒരു പുസ്തകമുണ്ടായിരുന്നു.

"ക്ഷമിക്കണം. വിചാരിച്ചതിലുമധികം സമയമെടുത്തു. താങ്കളുടെ നമ്പർ കൈവശമില്ലാത്തതിനാൽ അറിയിക്കുവാനുമായില്ല." ഞാൻ പറഞ്ഞു.

"സാരമില്ല. ഞാനിത് വായിച്ചിരുന്നു."

31

ഞാൻ എന്റെ കൈവശമുണ്ടായിരുന്ന പൊതി മേശപ്പുറത്ത് വച്ചു.

"ഞാൻ ഒരു രോഗിയുടെ ദ്വിഭാഷിയായി ക്ലിനിക്കിലായിരുന്നു. ഡോക്ടറെ കാണാൻ സമയമേറെയെടുത്തു

"ഇങ്ങനെ എന്നും ദ്വിഭാഷിയായി പോകാറുണ്ടോ?" അവൾ ചോദിച്ചു.

"ആഴ്ചയിൽ രണ്ടോ മൂന്നോ ദിവസം."

"എന്നെപ്പോലെ തന്നെ. ഞാനും സ്റ്റെല്ലയെ സഹായിക്കാൻ ആഴ്ചയിൽ രണ്ടോ മൂന്നോ ദിവസമേ പോകാറുള്ളു."

"സ്റ്റെല്ല നല്ലവളാണ്" ഞാൻ പറഞ്ഞു.

"വർഷങ്ങളായി ഞങ്ങൾ ഒരുമിച്ച് ജോലി ചെയ്യുന്നു. അവരെനിക്ക് സ്വന്തം അമ്മയെപ്പോലെയാണ്" എന്നായിരുന്നു അവരുടെ മറുപടി.

"വല്ലതും കുടിച്ചോ?" ഞാൻ ചോദിച്ചു.

"ഇല്ല."

"എന്താണ് വേണ്ടത്?"

"ചായ."

ഞാൻ ഓർഡർ നൽകി.

"ഞാൻ കാംബ്രിഡ്ജിൽ താമസമാക്കിയിട്ട് വർഷങ്ങളായി.. എന്നാൽ ഈ മദ്യശാലയിൽ വരുന്നത് ആദ്യമായാണ്. ഇത് ഒരു നല്ല സ്ഥലമാണെന്ന് പലരും പറഞ്ഞറിഞ്ഞിട്ടുണ്ട്. എന്നാൽ ഇത്രയും ശാന്തമായ സ്ഥലമാകും എന്നൂഹിച്ചതേയില്ല." അവൾ പറഞ്ഞു.

"ആഴ്ചാവസാനങ്ങളിൽ എപ്പോഴും ഇങ്ങനെയാണ്. ഇതുപോലെ നഗരത്തിലെ ചില സ്ഥലങ്ങൾ ഞാൻ കണ്ടെത്തിയിട്ടുണ്ട്. ശാന്തമായിരുന്ന് വായിക്കുവാനുതകുന്ന സ്ഥലങ്ങൾ. ഇത് അതിലൊന്നാണ്. ഇവിടെ ഒരിക്കലും അധികം ആൾക്കൂട്ടമുണ്ടാകാറില്ല. താങ്കളും തിരഞ്ഞെടുത്തിരിക്കുന്നത് സാധാരണയായി ഞാൻ തിരഞ്ഞെടുക്കുന്ന അതേ മേശ. ഇവിടെയിരുന്ന് നദിയിലൂടെ പോകുന്ന വള്ളങ്ങളെ നോക്കിയിരിക്കും. മണിക്കൂറുകളോളം ഇവിടെയിരുന്ന് വായിക്കും."

ഫെറുസെയുടെ കയ്യിലുള്ള പുസ്തകമേതെന്ന് നോക്കി. അതിന്റെ പുറം ചട്ടയിൽ ഒരു റോസാച്ചെടിയുടെ ചിത്രമുണ്ട്. അത് പാർസി ആയിരിക്കണമെന്ന് ഞാനൂഹിച്ചു. അവൾ അത് എനിക്ക് നേരെ നീട്ടി.

"ഇത് വായിക്കാനാകുമോ?"

"ഇത് കണ്ടിട്ട് ആരോ എംബ്രോയിഡറി ചെയ്തതുപോലെയുണ്ട്, അക്ഷരങ്ങളാണെന്ന് തോന്നുന്നേയില്ല." എന്നായിരുന്നു എന്റെ പ്രതികരണം.

ചായ എത്തി. ഞങ്ങൾ അതിൽ പാലുചേർത്തു. അവൾ പഞ്ചസാരയും ചേർത്തു. എനിക്ക് പഞ്ചസാര വേണ്ടായിരുന്നു.

"കാപ്പിയിൽ പഞ്ചസാര ചേർത്തിരുന്നുവോ?" അവൾക്ക് സംശയ മായി.

"ശ്രദ്ധിച്ചു അല്ലേ?"

അവൾ തന്റെ പുസ്തകത്തിലേക്ക് തല തിരിച്ചു.

"പണ്ടൊക്കെ എല്ലാവരുടെ കയ്യിലും സ്വന്തം ആത്മാവിനിണങ്ങുന്ന ഒരു പുസ്തകമുണ്ടാകും. അവരതിനെ 'രഹസ്യങ്ങളുടെ പുസ്തകം' എന്ന് വിളിക്കും. എവിടെപ്പോകുമ്പോഴും അത് കൊണ്ടുപോകും. എന്റെ രഹസ്യ ങ്ങളുടെ പുസ്തകമാണിത്." അവൾ പറഞ്ഞു.

അവളുടെ മെലിഞ്ഞ വിരലുകൾ – പുസ്തകത്തിൽ അവ അമർന്ന് കിടന്നു. പുസ്തകത്താളിൽ പക്ഷിക്കൂട്ടം പോലെ നിറഞ്ഞുകിടന്ന അക്ഷരങ്ങൾക്ക് കുറുകെ വിരലുകൾ പരന്നു കിടന്നു.

"ഇറാനികളെല്ലാം ഇതുപോലെ 'രഹസ്യങ്ങളുടെ പുസ്തകവു മായാണോ നടക്കുന്നത്?"

"അങ്ങനെയൊന്ന് അവർക്കുണ്ടെങ്കിൽ."

അവൾ മുടി കെട്ടിയിരുന്നത് പോണിടെയിൽ ആകൃതിയിലായിരുന്നു. കഴുത്തിൽ ഒരു പതക്കമുണ്ടായിരുന്നു. ആ പതക്കത്തിനു നടുക്കും ഒരു റോസാപ്പൂവിന്റെ ചിത്രമുണ്ടായിരുന്നു.

"കൂടെക്കൂടെ ഇറാനിൽ പോകാറുണ്ടോ?" ഞാൻ ചോദിച്ചു.

"ഇല്ല" അവൾ പറഞ്ഞു.

"ഇറാൻ സാഹിത്യ രഹസ്യങ്ങളിലാണോ ഗവേഷണം ചെയ്യുന്നത്?"

"ഒന്നാം ലോക മഹായുദ്ധത്തിന് ഇംഗ്ലീഷ് കവിതയ്ക്ക് മേലുണ്ടായ പ്രഭാവത്തെക്കുറിച്ചാണെന്റെ പ്രബന്ധം."

"ഇംഗ്ലീഷ് കവിതയും ഇറാനിയൻ കവിതയും തമ്മിലുള്ള ബന്ധ ത്തെക്കുറിച്ചൊരു വിഷയം എന്തുകൊണ്ട് തിരഞ്ഞെടുത്തില്ല? താങ്കളുടെ അവസ്ഥയ്ക്ക് ഏറ്റവും അനുയോജ്യം അതാകുമായിരുന്നില്ലേ?"

"എന്റെ അവസ്ഥയോ? അതെന്താണ്?"

"ഞാനുദ്ദേശിച്ചത്... ഈ രണ്ട് ഭാഷകളും താങ്കൾക്കറിയാം. രണ്ട് സംസ്കാരങ്ങളെക്കുറിച്ചുമറിയാം. പിന്നെ എന്തുകൊണ്ട് അവ രണ്ടും സംയോജിപ്പിച്ചുകൂടാ എന്നാണ്."

"താങ്കളും എന്റെ അമ്മയെപ്പോലെ തന്നെ ചിന്തിക്കുന്നു. ഞാൻ ഒരു സ്ത്രീയാണ്. അതുകൊണ്ട് വേണമെങ്കിൽ സ്ത്രീകൾ അഭിമുഖീകരി ക്കുന്ന വിഷയങ്ങൾ തിരഞ്ഞെടുക്കാമായിരുന്നു. ഞാൻ ഒരു മുസ്ലീമാണ്. അതിനാൽ മതം വിഷയമാക്കാമായിരുന്നു. ഞാൻ ഇറാനിൽ നിന്നുള്ള വളാണ്. അതുകൊണ്ട് പൗരസ്ത്യദേശങ്ങളിലെ വിഷയങ്ങൾ തിരഞ്ഞെ ടുക്കാമായിരുന്നു. എന്നാൽ ഞാനെന്തിന് ഈ വേലിക്കെട്ടുകൾക്കിടയിൽ തന്നെ നില്ക്കണം?"

33

"താങ്കൾ കവിതയെഴുതാറുണ്ട്, അല്ലെ?"

"ഇംഗ്ലീഷ് കവിത പഠിക്കുന്നതിന് അതൊരു ഉപാധിയാണെന്ന് താങ്കൾ കരുതുന്നോ?"

ഞാൻ ചായ മൊത്തിക്കുടിച്ചുകൊണ്ടിരുന്നു.

ഫെറുസെ നിറുത്തിയില്ല. "നമ്മൾ സ്നേഹിക്കുന്ന ഒരു വിഷയത്തെ ക്കുറിച്ച് ഒരു പ്രബന്ധം, അതല്ലേ നല്ലത്?"

"അത് ശരിയാണ്. ഇപ്പോൾ മനസ്സിലായില്ലേ, ഞാൻ താങ്കളുടെ അമ്മയെപ്പോലെയല്ല ചിന്തിക്കുന്നതെന്ന്?"

"എന്നുവച്ചാൽ എന്റെ വിഷയം, പ്രബന്ധം, താങ്കൾ അംഗീകരിക്കുന്നു എന്ന്.."

"അതെ."

അവൾ ചായ മുഴുക്കെ കുടിച്ച് തീർത്തു.

പിന്നെ പെട്ടെന്ന് ഞാൻ ആദ്യം ചോദിച്ച ഒരു ചോദ്യം ഓർത്തിട്ടെന്ന പോലെ "എനിക്ക് ഏഴുവയസ്സുള്ളപ്പോൾ അമ്മ എന്നേയും സഹോദരി യേയും കൂട്ടി ഇറാൻ വിട്ടു പോയി. പിന്നെ ഞങ്ങൾ തിരികെ പോയി ട്ടില്ല" എന്ന് പറഞ്ഞു.

"വിപ്ലവം നടന്ന കാലത്താണോ നിങ്ങൾ ഇറാൻ വിട്ടത്?"

"അതെ പുതിയ ഭരണകൂടം സ്ഥാപിതമായപ്പോൾ."

"നിങ്ങളുടെ വീട്ടുകാർ ഇപ്പോഴും അവിടെയുണ്ടോ?"

"ഉവ്വ്."

"അച്ഛൻ?"

"ഷാ നാടുവിട്ടതിന്റെ ഏതാനും ദിവസം മുമ്പ് അച്ഛൻ അറസ്റ്റ് ചെയ്യ പ്പെട്ടു. മുല്ലാക്കമാർ അധികാരം കയ്യടക്കിയപ്പോൾ അച്ഛൻ മരിച്ചുപോയി എന്നവർ അറിയിച്ചു. അച്ഛന് എന്ത് സംഭവിച്ചു എന്ന് ഞങ്ങൾക്കാർക്കും അറിയാനായില്ല."

"അദ്ദേഹത്തിന് രാഷ്ട്രീയത്തിൽ താത്പര്യമുണ്ടായിരുന്നോ?"

"അദ്ദേഹം സർവകലാശാലയിൽ പഠിപ്പിക്കുകയായിരുന്നു. അച്ഛന്റെ മരണത്തിന് രണ്ട് ഭരണകൂടങ്ങളും ഒരുപോലെ ഉത്തരവാദികളാണെന്ന് അമ്മ പഴിചാരാറുണ്ട്."

"പഴയ ഓർമ്മകൾ എപ്പോഴെങ്കിലും വേട്ടയാടാറുണ്ടോ?"

"അച്ഛനെക്കുറിച്ചോ?"

"ഞാനുദ്ദേശിച്ചത്...ഇറാനെക്കുറിച്ച്..."

"എനിക്ക് അധികമൊന്നും ഓർമ്മയില്ല. എന്നാൽ ഒരു നഷ്ടബോധം തോന്നാറുണ്ട്. എന്താണ് നഷ്ടപ്പെട്ടത് എന്ന് ചോദിച്ചാൽ പറയുവാനാ കില്ല. ഇറാൻ എന്നാൽ എനിക്ക് എന്റെ അച്ഛനെപ്പോലെയാണ്. രണ്ടും

ഈ ലോകത്തിൽ ഇല്ല. എന്റെ ഓർമ്മകളിൽ മാത്രമേ ഇന്ന് അത് അവ ശേഷിക്കുന്നുള്ളൂ."

"എവിടെ വച്ച് മരിക്കുവാനാണിഷ്ടം?" ഞാൻ ചോദിച്ചു.

"ഇവിടെയായിരിക്കാം..."

"താങ്കളുടെ അമ്മയ്ക്ക് ഇറാനിൽ വച്ച് മരിക്കാനാണിഷ്ടം എന്ന് എനിക്കുറപ്പാണ്."

"അതെ. തീർച്ചയായുമതെ. എന്റെ കുട്ടിക്കാലത്ത് അമ്മ എന്നേയും എന്റെ സഹോദരിയേയും ഫാർസി ഭാഷ പഠിപ്പിക്കാറുണ്ടായിരുന്നു. ഒരു ദിവസം നമുക്ക് തിരികെപോകണം എന്ന് പറയാറുമുണ്ടായിരുന്നു."

"എന്റെ ഒരു സുഹൃത്ത്, അയാൾ ചെയ്യുന്ന ഗവേഷണത്തിന്റെ ഭാഗ മായി ഈ ചോദ്യം പല രാജ്യങ്ങളിൽ നിന്നും വന്ന് ഇവിടെ താമസി ക്കുന്ന പലരോടും ചോദിക്കുകയുണ്ടായി. മിക്കവരും പറഞ്ഞത് അവർ ജനിച്ച നാടേതോ അവിടെവച്ച് മരിക്കണം എന്നായിരുന്നു. ചിലർ അവർ വളർന്ന നാടേതോ അവിടെ വച്ച് മരിക്കണമെന്നും. നമ്മൾ എവിടെ വച്ച് മരിക്കാനാഗ്രഹിക്കുന്നുവോ അതാണ് നമ്മുടെ മാതൃരാജ്യമെന്നാണ് അതിൽ നിന്നും എന്റെ സുഹൃത്ത് ഒരു നിഗമനത്തിലെത്തിയത്."

"ആയിരിക്കാം. താങ്കളുടെ ഇച്ഛയെന്താണ്?"

"ഞാൻ ജനിച്ച ഗ്രാമത്തിലായിരിക്കണം എന്റെ കുഴിമാടം എന്ന് ഞാൻ ആഗ്രഹിക്കുന്നു." ഞാൻ പറഞ്ഞു.

ഒഴിഞ്ഞ കപ്പിലേക്ക് ഞാൻ വീണ്ടും ചായ പകർന്നു.

"താങ്കൾ സ്റ്റെല്ലയ്ക്ക് നൽകിയ ഫോട്ടോ ഞാൻ കണ്ടു. അത് നാട്ടി ലുള്ള താങ്കളുടെ കുടുംബമാണോ?" അവൾ ചോദിച്ചു.

ഞാൻ എന്റെ കവർ തുറന്നു. അതിലുണ്ടായിരുന്ന ചിത്രം പുറത്തെ ടുത്തു.

"എന്റെ അമ്മാവന്റെ ആകെയുള്ള ചിത്രമാണിത്. ഇത് ഒരു കാപ്പി ക്കടയിൽ വച്ചാണെടുത്തിരിക്കുന്നത്. അമ്മാവന്റെ അടുത്തിരിക്കുന്നത് താതർ എന്ന ഫോട്ടോഗ്രാഫറാണ്. താതർ തന്റെ ക്യാമറ കൈവശം വച്ചിരിക്കുന്നതിനാൽ ഈ ചിത്രം മറ്റാരോ എടുത്തതാകണം."

ഫെറൂസെ ഫോട്ടോ കയ്യിലെടുത്തു.

താതർ എന്ന ഫോട്ടോഗ്രാഫറെക്കുറിച്ച് ഞാനവളോട് പറഞ്ഞു. എന്റെ അമ്മാവനെക്കുറിച്ചും മുത്തശ്ശിയെക്കുറിച്ചും പറഞ്ഞു.

അപ്പോൾ പുറത്ത് മഴ ചാറുന്നുണ്ടായിരുന്നു.

മൂന്ന്

കെവെ

തരിശുനിലങ്ങളിലെ ഗീതം

കഴിഞ്ഞ വേനലിൽ താതർ എന്ന ഫോട്ടോഗ്രാഫർ ഗ്രാമത്തിൽ വന്നിരുന്നു. അയാളുടെ കയ്യിലുള്ള ക്യാമറ കണ്ട് മുത്തശ്ശി അതിലേക്ക് തുറിച്ച് നോക്കിയിരുന്നു. ഈ ക്യാമറയ്ക്ക് സമയത്തെ പിടിച്ച് നിറുത്തുവാനാകുമെന്നൊരു കിംവദന്തിയുണ്ടായിരുന്നു. അതെ, ഒരാപ്പിൾ മരത്തിനരികിൽ, മീസാൻ കല്ലുപോലെ ഭാരിച്ച ജീവിതം കൊണ്ട് നടുവളഞ്ഞ് മുത്തശ്ശിയിരിക്കുന്നു. ഇപ്പോൾ ഇതാ മുത്തശ്ശിയുടെ കയ്യിൽ ഒരു ഫോട്ടോഗ്രാഫിരിക്കുന്നു. അത് കയ്യിലെടുത്തപ്പോൾ അവർക്ക് കുട്ടിക്കാലം ഓർമ്മവരുന്നു. അങ്ങ് ദൂരെയുള്ള ഒരു ഗ്രാമത്തിലാണവർ തന്റെ ബാല്യമാഘോഷിച്ചത്. അവർ തലയുയർത്തി നോക്കി. മുന്നിൽ സംസാരിക്കുവാനാകാത്ത കുട്ടിയെപ്പോലെ നിൽക്കുന്നു ഒരു മരം. തുറന്ന് കിടന്ന വാതിലിൽ നിന്നും ഇറങ്ങിവന്ന പോലെ നിഴലിൽ കുളിച്ചാണത് നിൽക്കുന്നത്.

മുത്തശ്ശിയുടെ പഴകിയ കണ്ണിൽ ഇരുട്ട് കയറി.

അക്കാലങ്ങളിൽ അച്ഛനും ഈ മകളും തനിച്ചായിരുന്നു. അച്ഛന്റെ ഏകമകളായിരുന്നു അവർ. അച്ഛൻ രാവേറെ ചെല്ലുംവരേക്കും പ്രാർത്ഥിക്കുമായിരുന്നു. അച്ഛൻ പ്രാർത്ഥിച്ചുകൊണ്ടിരിക്കുമ്പോൾ വിധി എന്ന വാളിനുമുന്നിൽ തലകുനിച്ചിരിക്കുകയാകും കെവെ. കെവെയുടെ അമ്മയും ഏഴ് സഹോദരന്മാരും ഒന്നിനു പിറകെ ഒന്നായി പകർച്ചവ്യാധി ബാധിച്ച് മരിച്ചുപോയി. അന്നുമുതൽ മുറ്റത്തെ ആപ്പിൾ മരത്തിനു ചുവട്ടിലിരുന്ന് കിളികളോട് സംസാരിക്കുക കെവെയുടെ സ്വഭാവമായി, രാവെന്നോ പകലെന്നോ ഇല്ലാതെ.

അവർ ചെന്നിടത്തെല്ലാം കൂട്ടിനുണ്ടായിരുന്നത് മരണം മാത്രമായിരുന്നു. വർഷങ്ങൾക്ക് മുമ്പ് ഒരിക്കൽ അവരുടെ അച്ഛൻ ഒരു ആഘ*യുടെ

---

* ആഘ : ഒരു സ്ഥാനപ്പേര്. പ്രഭു എന്ന് ഏകദേശ വിവർത്തനം.

അതിഥിയായി. ആഘ അദ്ദേഹത്തിന് സൂപ്പും ഇറച്ചിയും മറ്റും നൽകേണ്ടതിനു പകരം വെണ്ണതേക്കാത്ത ബോറെക്* നല്കി. ഇത് കെവെയുടെ പിതാവിന്റെ ആത്മാഭിമാനത്തെ വ്രണപ്പെടുത്തി. ഇതിന് പകരം ചോദിക്കും എന്നയാൾ തവിട്ട് നിറമുള്ള തന്റെ കുതിരയെ സാക്ഷിയാക്കി പ്രതിജ്ഞ ചെയ്തു. അതിന്റെ തലേന്ന് രണ്ട് ഇംഗ്ലീഷുകാരും ഒരു പട്ടാളക്കാരനുമായി ആഘ വഴക്കുണ്ടാക്കിയിരുന്നു എന്നത് അയാൾക്ക് അറിയില്ലായിരുന്നു. അവരും ആഘയുടെ അതിഥികളായിരുന്നു. ഒരു സർബത്ത് കുടിച്ച് തീർക്കേണ്ട സമയമേ അവർ ഈ ആതിഥേയത്വം സ്വീകരിച്ചുള്ളു. ഒട്ടോമൻ ഭരണകൂടത്തിന് നികുതി നല്കുന്നത് ആഘ എന്ന് നിറുത്തിവച്ചോ അന്നുമുതൽ അയാളുടെ സ്വഭാവത്തിൽ വലിയ മാറ്റങ്ങളും കണ്ടിരുന്നു. അതിനോടൊപ്പം മറ്റുള്ളവരോട് നല്ലരീതിയിൽ ഇടപഴകുവാനുള്ള അയാളുടെ കഴിവുകളും നശിച്ചിരുന്നു. അപ്രതീക്ഷിതമായി കയറിവന്ന് വഴക്കുണ്ടാക്കിയ ഈ അതിഥികളെയോർത്ത് അന്ന് അയാൾക്ക് ഉറക്കം നഷ്ടപ്പെട്ടു. അധികം താമസിയാതെ ആഘ വിവാഹം കഴിക്കുവാനുദ്ദേശിച്ച ഒരു സുന്ദരി ആരുടേയോ ഒപ്പം ഒളിച്ചോടി. അതാരുടെയൊപ്പമായിരുന്നു എന്ന് ആർക്കുമറിയില്ലായിരുന്നു. സമതലത്തിലുള്ളവരെല്ലാം സംശയിച്ചത് കെവെയുടെ അച്ഛനെ. ഇവർ തമ്മിലുള്ള പോര് നാട്ടിലെല്ലാവർക്കും അറിയാവുന്നതായിരുന്നുവല്ലോ. ഇരു കുടുംബങ്ങളും തമ്മിൽ ശത്രുതയിലായെന്ന് നാട്ടിൽ പാട്ടായിരുന്നു. വേനലിനേക്കാൾ ചൂടേറിയ ശത്രുത എന്നാണവർ പാടി നടന്നത്. അതുകൊണ്ടു തന്നെ പ്രതികാരം ഉടൻ ഉണ്ടാകുമെന്നും എല്ലാവരും ഉറപ്പാക്കിയിരുന്നു.

ശാപങ്ങളുടെ നിഴലിൽ ആപ്പിൾ മരത്തിന്റെ ചുവട്ടിൽ മാത്രം കഴിഞ്ഞിരുന്ന കെവെയ്ക്ക്, തന്റെ മെലിഞ്ഞ ശരീരം, ഗോതമ്പിന്റെ വർണ്ണം, സംഗീതാത്മകമായ സ്വരം എന്നിവയെക്കുറിച്ചൊരു ബോധവുമുണ്ടായിരുന്നില്ല. ആയതിനാൽ ഗ്രാമത്തിലെ പെൺകൊടികളുടെയെല്ലാം സ്വപ്നകാമുകനായിരുന്ന അലാദിൻ, താനാരെയെങ്കിലും സ്നേഹിക്കുന്നുണ്ടെങ്കിൽ, പ്രണയിക്കുന്നുണ്ടെങ്കിൽ അത് കെവെയെ മാത്രമാണെന്ന് പ്രഖ്യാപിച്ചപ്പോൾ, കെവെ വിശ്വസിച്ചതുമില്ല. അലാദിന്റെ അച്ഛനും കെവെയുടെ അച്ഛനും തമ്മിൽ മെഹറിനെക്കുറിച്ച് ചർച്ച നടന്നു. എന്നാൽ ഒരു തീരുമാനത്തിൽ എത്താൻ ഇരുവർക്കുമായില്ല. തീരുമാനത്തിലെത്താതെ ചർച്ച നീണ്ടപ്പോൾ കെവെയെ തട്ടിക്കൊണ്ടു പോകുകയല്ലാതെ തന്റെ പക്കലിനി മറ്റ് മാർഗ്ഗമൊന്നുമില്ലെന്ന് അലാദിനും തീരുമാനിച്ചു. ഒരു ദിവസം അലാദീൻ തന്റെ കുതിരപ്പുറത്തെത്തുമെന്നും വെള്ളമെടുക്കുവാൻ പോകുന്ന പെൺകുട്ടികളുടെ കൂട്ടത്തിൽ നിന്നും

* ബോറെക് : ഒരു മധുര പലഹാരം. സാധാരണ നിലയിൽ മാംസം അല്ലെങ്കിൽ ചീസ് ചേർത്തത്, അതില്ലാതേയും നിർമ്മിക്കാറുണ്ട്. ആവിയിൽ വേവിച്ചതും, എണ്ണയിൽ വറുത്തതും, ചുട്ടെടുത്തതുമായി പല തരത്തിലും ഈ വിഭവം ലഭ്യമാണ്.

കെവെയെ പൊക്കിയെടുത്ത് കുതിരപ്പുറത്ത് വച്ച് ഓടിച്ചുപോകുമെന്നുമറിയാത്ത ഗ്രാമത്തിലെ ഏക പെൺകുട്ടി കെവെ മാത്രമായിരുന്നു. അങ്ങനെ ഓടിച്ചുപോകുമ്പോൾ ഉച്ചത്തിൽ ഭയന്ന് കരയുന്ന കെവെയുടെ ശബ്ദം അലാദിന്റെ അഹ്ലാദത്തിലും പൊട്ടിച്ചിരിയിലും അലിഞ്ഞില്ലാതാകുമെന്നും കെവെയ്ക്ക് മാത്രമറിയില്ലായിരുന്നു. അലാദീൻ തന്റെ കുതിരയെ പടിഞ്ഞാറ് ഭാഗങ്ങളിലുള്ള ഒരു ഗ്രാമത്തിലേക്കോടിച്ചു. ഒരു നാടോടിക്കഥപറയുന്നതുപോലെയാണ് കെവെ എന്റെ അമ്മയോട് ഈ കഥയെല്ലാം പറഞ്ഞത്. അങ്ങനെ ഓടിച്ചുകൊണ്ടിരുന്നപ്പോൾ "മരണത്തിലേക്കാണീ കുതിരയെ നീ നയിക്കുന്നത് അലാദീൻ. നിറുത്ത് ഇനി മുന്നോട്ട് പോകണ്ട" എന്ന് കെവെ പറയുന്നുണ്ടായിരുന്നു. എല്ലാ യക്ഷിക്കഥകളേയും നാടോടിക്കഥകളേയും പോലെ ഇതിനും ശുഭമായ, സന്തോഷകരമായ ഒരു സമാപ്തിയായിരിക്കും എന്ന് അമ്മ കരുതിയിരുന്നു.

ആദ്യമകനെ ഗർഭം ധരിച്ചിരിക്കുന്ന കാലത്ത് ഒരു ദിനം കെവെ തന്റെ കഴുതപ്പുറത്ത് വയലിലെത്തി. കൊയ്ത്ത് നടക്കുകയായിരുന്നു. കെവെയുടെ കയ്യിൽ ആട്ടിറച്ചിയും, റൊട്ടിയും, ഉള്ളിയുമുണ്ടായിരുന്നു. സൂര്യനസ്തമിക്കുകയും തൊഴിലാളികൾക്ക് വിളവ് കാണാൻ കഴിയാതെ ആകുകയും ചെയ്തപ്പോൾ എല്ലാവരും വൈക്കോൽ കൂനയ്ക്ക് സമീപമിരുന്നു. ആകാശത്തെ ഏറ്റവും പൊലിമയുള്ള നക്ഷത്രങ്ങൾ അവരെ നോക്കി കണ്ണിറുക്കുന്നുണ്ടായിരുന്നു. ചുറ്റിലും മിന്നാമിന്നികൾ വെട്ടിത്തിളങ്ങി.

തൊഴിലാളികളിൽ മിക്കവരും ദരിദ്രരിൽ ദരിദ്രരായിരുന്നു. ദൈവം പോലും കൈവെടിഞ്ഞവർ എന്ന് വിശ്വസിച്ചിരുന്നവർ. കയ്യിൽ അരിവാളുമായി കിഴക്കുള്ള ഗ്രാമങ്ങളിൽ നിന്നും വന്നവരാണവർ. തോക്ക് തോളിൽ വയ്ക്കുന്നതുപോലെ അരിവാളും തോളിൽ വച്ചാണവർ വന്നത്. അവരുടെ പക്കലുണ്ടായിരുന്നത് സ്വന്തം ശ്വാസവും ഉടമയുടെ കരുണയും മാത്രമായിരുന്നു.

തൊഴിലാളികളുടെ മേസ്തിരി ബെഗോഹാൻ എന്നൊരാളായിരുന്നു. പറയുവാനും ഓർക്കുവാനും അറയ്ക്കുന്ന പല പ്രവൃത്തികളും ചെയ്തിട്ടുള്ളവനാണയാൾ. സ്വന്തം വീട്ടിൽ നിന്നും പുറത്താക്കപ്പെട്ടവൻ. ഇപ്പോൾ ആ പാപങ്ങൾ വിയർപ്പുകൊണ്ട് കഴുക്കിക്കളയുന്നു. ഈ വിദേശമണ്ണിൽ വന്ന് സ്വന്തം വിയർപ്പുകൊണ്ടവ കഴുകുന്നു. ഭാര്യയും മക്കളും തന്റെ പശ്ചാത്താപം സ്വീകരിക്കുന്ന ദിവസത്തിനായി അയാൾ കാത്തിരിക്കുന്നു. തന്റെ കഥ പറഞ്ഞ് തീർന്നപ്പോൾ ബൊഗൊഹാൻ കണ്ണടച്ച് ഒരു നാടൻ പാട്ട് പാടി. അപ്പോൾ ഉഷ്ണമുള്ള ഒരു ഇളങ്കാറ്റു വീശി. നാല്പത് വർഷങ്ങൾക്കു ശേഷം അതേ ഗാനം കെവെ അമ്മയ്ക്ക് പാടിക്കേൾപ്പിച്ചു. അന്ന് ഒരൊറ്റ തവണ കേട്ടപ്പോൾ തന്നെ ആ ഗാനം കെവെയ്ക്ക് ഹൃദിസ്ഥമായിരിക്കുന്നു. അതിനുശേഷം നാല്പത് വർഷങ്ങൾ കഴിഞ്ഞപ്പോൾ അവരുടെ കണ്ണടഞ്ഞു. അപ്പോൾ അമ്മ

എനിക്ക് ആ പാട്ട് പാടി തന്നു. ഈ വിദേശനഗരത്തിലിരുന്ന് ഞാനും അതേ ഗാനം മൂളുന്നു. ഞാനിവിടെ വലിയ കെട്ടിടങ്ങൾക്ക് നടുക്കാണ്. എന്നിട്ടും ഈ രാവിൽ ഞാൻ മൂളുന്നത് അതേ ഗാനം. ജീവൻ നിലനിറുത്തുവാനായി പുരാതന കെട്ടിടങ്ങൾ ചെയ്യുന്നതുപോലെ, ചിലപ്പോൾ ഞാനും കണ്ണടയ്ക്കുന്നു.

"അലാദിൻ ആഘാ, നിങ്ങൾക്കുണ്ടാകുന്നത് ഒരു ആൺകുട്ടിയാണെങ്കിൽ അവന് എന്റെ പേരിടണേ" എന്ന് അന്ന് ബെഗോഹൻ എന്ന മേസ്തിരി പറഞ്ഞു. ആ ശരത്കാലത്ത് കെവെ പ്രസവിച്ചു. അപ്പോഴേക്കും മേസ്തിരിയുടെ വാക്കുകൾ അലാദിൻ മറന്നിരുന്നു. അയാൾ തന്റെ മകന് മറ്റൊരു പേരന്വേഷിക്കുകയായിരുന്നു. അലാദീനെ പഴയ കഥ ഓർമ്മിപ്പിച്ചത് കെവെയാണ്. കഥമാത്രമല്ല കെവെ ഓർമ്മിപ്പിച്ചത്. തിളങ്ങുന്ന നക്ഷത്രങ്ങളെ സാക്ഷി നിറുത്തി അലാദീൻ കൊടുത്ത വാക്കും കെവെ ഓർമ്മിപ്പിച്ചു. തൊഴിലാളികളോടും തുറന്ന ആകാശത്തിനോടുമുള്ള സ്നേഹം സംശുദ്ധമാണെന്ന് വിശ്വസിക്കുന്ന കെവെ തന്റെ ഓർമ്മയിൽ മായം കലർത്തിയില്ല. അന്ന് വയലിൽ വച്ച് കേട്ട നാടൻ പാട്ടിനോടുള്ള സ്നേഹം അപ്പോഴും അവൾ വെളിവാക്കി.

തന്റെ അമ്മയുടേയും ഏഴ് സഹോദരങ്ങളുടേയും ഓർമ്മയ്ക്കായി മുറ്റത്തെ ആപ്പിൾ മരത്തിൽ എട്ട് തുണിക്കഷണങ്ങൾ കെട്ടിയിട്ടിട്ടുണ്ടായിരുന്നു അവൾ. അച്ഛൻ മരിച്ചപ്പോഴും അതുപോലെ ഒന്ന് അതിന്മേൽ കെട്ടിയിട്ടു. അച്ഛൻ മരിച്ചതിനുശേഷമാണവളുടെ അമ്മാനച്ഛൻ മരിച്ചത്. അപ്പോഴും അവൾ അതുപോലൊന്ന് അവിടെ കെട്ടി. എന്നാൽ ഭർത്താവും മരണത്തിന്റെ പാത പിന്തുടർന്നപ്പോൾ തന്റെ നാലുമക്കളെയല്ലാതെ ഇനി ആരേയും സ്നേഹിക്കുകയില്ലെന്ന് അവർ പ്രതിജ്ഞ ചെയ്തു. അന്ന് മരത്തിൽ ഒരു തുണി ചുറ്റുന്നതിനു പകരം, ഹയ്മാന സമതലത്തിൽ മറ്റുള്ളവരെല്ലാം ചെയ്യുന്നതു പോലെ ഒരാടിനെ ബലി നൽകി. അതിന്റെ രക്തത്തിൽ കൈ മുക്കി തന്റെ നാലുമക്കളുടെയും നെറ്റിയിൽ പതിപ്പിച്ചു. ബെഗോഹൻ, സെമിൽ, സീതെ, മാന എന്നിവരായിരുന്നു നാലു മക്കൾ.

പിന്നെ ജീവിതം ദുസ്സഹമായി. അമ്മായിഅമ്മയും നാത്തൂന്മാരും ചേർന്ന് കെവെയെ വീട്ടിൽ നിന്നും പുറത്താക്കി. അവരുടെ വയലെല്ലാം പിടിച്ചെടുത്തു. മക്കളെയും പിടിച്ചുവച്ചു. കെവെയ്ക്ക് അവർ നൽകിയത് ഇരുപത് ആടുകളെ. ആടുകളും തന്റെ നായയും കഴുതയുമായി കെവെ അച്ഛന്റെ വീട്ടിലേക്ക് മടങ്ങി. വിധവകൾ ഭർത്താവിന്റെ മേലുടുപ്പ് ധരിക്കണമെന്നാണാചാരം. ആ ആചാരം കെവെ തെറ്റിച്ചില്ല. വീട്ടിലെ ആപ്പിൾ മരത്തിനു ചുവട്ടിലിരുന്ന് രാവും പകലും കിളികളോടുള്ള സംസാരം പുനരാരംഭിച്ചു. അപ്പോൾ കെവെയ്ക്ക് മുപ്പത്തിയേഴ് വയസായിട്ടുണ്ടായിരുന്നില്ല.

മഞ്ഞുകാലാവസാനത്തിലെ, ഒരു രാത്രിയിൽ, കെവെയുടെ മകൻ ബെഗോഹാൻ അമ്മയെ തേടിയെത്തി. അവൻ മഴയിൽ കുതിർന്നിരുന്നു.

ശരീരമാസകലം ചളിപുതഞ്ഞിരുന്നു. കാറ്റടിച്ച് പരവശനായിട്ടുണ്ടായിരുന്നു. "സെമിലിന് നല്ല സുഖമില്ല. അമ്മയോട് പറയാൻ അച്ഛമ്മ പറഞ്ഞു." എന്ന സന്ദേശവുമായാണവനെത്തിയത്. അവനോടൊപ്പം അന്ന് അർദ്ധരാത്രിയിൽ കെവൈ തന്റെ ഭർത്താവിന്റെ വയലിൽ എത്തി. പുലർച്ചെ സെമിൽ മരിച്ചുപോകുമ്പോൾ കെവൈ അവന്റെ സമീപത്തുണ്ടായിരുന്നു. വസൂരിയായിരുന്നു. മൂന്നാം ദിവസം ബെഗോഹാനും പനി തുടങ്ങി. അവനും അനുജന്റെ പാത പിന്തുടർന്നു. വസന്തകാലം കഴിയുന്നതിനു മുമ്പ് അമ്മായിയമ്മയും മരിച്ചു. അപ്പോൾ കെവൈ പുത്രിമാരെ രണ്ടുപേരേയും തന്നോടൊപ്പം കൊണ്ടുപോന്നു.

കെവൈയും പുത്രിമാരും ആപ്പിൾ മരത്തിനു ചുവട്ടിലിരുന്നു. നാടൻ പാട്ടുകൾ പാടി. സന്തോഷത്തിൽ മാത്രം അവസാനിക്കുന്ന കഥകൾ കെവൈ മക്കൾക്ക് പറഞ്ഞുകൊടുത്തു. കെവൈയുടെ മൂത്ത മകൾ സീതെ നല്ല ഉയരമുള്ളവളായിരുന്നു. നല്ല ശരീരപ്രകൃതിയുള്ളവളായിരുന്നു. തന്റെ ഭർത്താവിന്റെ രണ്ടാം ഭാര്യയാകുവാൻ സമ്മതിക്കുകയാണെങ്കിൽ കഴുത്ത് നിറയെ പൊന്നുതരാം എന്ന് ഗ്രാമത്തിലെ ഒരു സ്ത്രീ വാഗ്ദാനം ചെയ്തു. എന്നാൽ കെവൈ എതിർത്തു. കെവൈയുടെ എതിർപ്പ് വകവയ്ക്കാതെ മകൾ ഈ ബന്ധവുമായി മുന്നോട്ട് പോയി. ഒരു ദിവസം തോട്ടത്തിൽ മറ്റ് സ്ത്രീകൾക്കൊപ്പം റോസാപ്പൂക്കളിറുത്തുകൊണ്ടിരുന്ന സീതെ കുഴഞ്ഞ് വീണു, ചോര ഛർദ്ദിച്ചു. കൂടെയുണ്ടായിരുന്നവർ അവളെ വീട്ടിലെത്തിച്ചപ്പോൾ അവൾക്ക് അനക്കമൊന്നുമുണ്ടായിരുന്നില്ല. അന്ന് രാത്രി മുഴുക്കെ കെവൈ തന്റെ മകളുടെ മെത്തയ്ക്കരികിലിരുന്ന് കരഞ്ഞു. നേരം വെളുത്തപ്പോൾ സീതെ കണ്ണു തുറന്നു. "അമ്മ എന്നെ ഉറക്കത്തിൽ നിന്നുണർത്തി" എന്ന് പറഞ്ഞാണവൾ കണ്ണു തുറന്നത്. അത്ര മാത്രം. പിറ്റേന്ന് അവളുടെ ശവദാഹമായിരുന്നു. അങ്ങനെ കെവൈയും അവളുടെ ഇളയ മകൾ മാനയും മാത്രമായി.

ഒരു പ്രഭാതത്തിൽ ചെണ്ട കൊട്ടുന്ന ശബ്ദം കേട്ടാണവർ ഉണർന്നത്. ഗ്രീക്ക് പടയാളികൾ *അനതോളിയ* പിടിച്ചെടുത്തിരിക്കുന്നു. അവർ ഹയ്മാന സമതലത്തിലേക്ക് നീങ്ങിക്കൊണ്ടിരിക്കുകയാണ്. പുരുഷന്മാരോട് ഒന്നുകിൽ യുദ്ധത്തിനു തയ്യാറാകുക അല്ലെങ്കിൽ കൊള്ളക്കാരാകുക എന്ന അറിയിപ്പുണ്ടായി. കെവൈയെപ്പോലെയുള്ള അമ്മമാർ തങ്ങളുടെ പുത്രിമാരുടെ മാനം രക്ഷിക്കുവാനായി ദൂരെയുള്ള ഗ്രാമങ്ങളിലേക്ക് ഓടിപ്പോയി. യാത്രയിൽ അവർക്ക് കൈവശം വയ്ക്കുവാനായത് ഒരു സഞ്ചി നിറയെ ബാർളിയും ഇത്തിരി ഗോതമ്പും മാത്രം. ജീവൻ നിലനിറുത്തുന്നതിനായി അവർ ഇത് ചൂടുവെള്ളത്തിൽ കലക്കി കുടിക്കുവാൻ തുടങ്ങി. ഒരു വർഷം കഴിഞ്ഞ് അവർ മലനിരകൾക്കിപ്പുറത്തേക്ക് വീണ്ടുമെത്തി. അപ്പോൾ ഗ്രാമത്തിലെ ഒരു യുവാവ് മാനയെ വിവാഹം കഴിക്കുവാനുള്ള അഭ്യർത്ഥനയുമായെത്തി. എന്നാൽ വിവാഹത്തിന്റെയന്ന് രാത്രി, ഈ യുവാവിനു പകരം, മണിയറയിലെത്തിയത് യുവാവിന്റെ സഹോദരൻ. അയാൾക്ക് അരഭ്രാന്തായിരുന്നു. അങ്ങനെ മാന

ആ വിഡ്ഢിയുടെ ഭാര്യയായി. ഇത്രയുമായപ്പോൾ താനീ ലോകത്തിൽ ഏകയാണെന്നും വിധിയെ തടുക്കാനുള്ള കരുത്ത് ഇനിയും തനിക്കി ല്ലെന്നും കെവെയ്ക്ക് ഉറപ്പായി. അവർ തന്റെ ഭർത്താവിന്റെ മേലുടുപ്പ് ഊരിക്കളഞ്ഞു. ഭർത്താവ് മരിച്ചപ്പോഴെടുത്ത ഇനിയൊരു വിവാഹം കഴിക്കില്ലെന്ന ശപഥം തെറ്റിച്ചു. വീണ്ടും വിവാഹിതയായി.

"ഈ ഗ്രാമത്തിലെത്തി നിന്റെ അച്ഛനെ ഞാൻ വിവാഹം കഴിച്ചത് എന്റെ പാരവശ്യം കൊണ്ടായിരുന്നു." അവർ അമ്മയോട് പറഞ്ഞു. അമ്മ കുഞ്ഞായിരുന്ന കാലത്താണ് കെവെ ഈ കഥകളെല്ലാം അമ്മയോട് പറയുന്നത്. "അബ്ദോ എന്നായിരുന്നു നിന്റെ അച്ഛന്റെ പേര് - ദരിദ്രനായ ഒരു ആട്ടിടയൻ. ഞങ്ങളുടെ പക്കൽ ഒന്നുമില്ലായിരുന്നു. എന്റെ കുട്ടി കളാരും അപ്പോൾ ജീവനോടെയില്ലായിരുന്നു. ഈ ഗ്രാമം വിട്ട് മറ്റെവിടേ ക്കെങ്കിലും പോകാൻ ഞങ്ങൾ തീരുമാനിച്ചു. കഴുതപ്പുറത്ത് ഒരു ചട്ടിയും ഒരു പുതപ്പും വച്ചുകെട്ടി യാത്രയാരംഭിച്ചു. പോത്, സിവിഹിസാർ, സിഫ്റ്റെലെർ, എസിഷെഹിർ, ബോസൂയൂക്, ബർസ എന്നിവിടങ്ങളി ലെല്ലാം അലഞ്ഞു. വയലുകളിൽ ജോലി ചെയ്തു. ഏഴ് വർഷങ്ങൾക്കു ശേഷം ഒരു കാളവണ്ടിയും ഒരു ജോടി കാളയുമായി ഞങ്ങൾ ഗ്രാമ ത്തിൽ തിരിച്ചെത്തി. കയ്യിലുണ്ടായിരുന്ന സമ്പാദ്യം കൊണ്ട് അറുപത് ചെമ്മരിയാടുകളെ വാങ്ങി, ഈ ഒറ്റമുറി വീട് പണിതു."

കെവെ തന്റെ ആപ്പിൾ മരത്തിൽ നിന്നും വിത്തുകൾ ശേഖരിച്ചു. അവ അവർ പുതുതായി പണിത ഒറ്റമുറി വീടിന്റെ മുന്നിൽ കുഴിച്ചിട്ടു. അങ്ങനെ കുട്ടിക്കാലത്തെ തന്റെ എല്ലാമെല്ലാമായ ആപ്പിൾ മരത്തെ അവിടെ പുനഃസൃഷ്ടിക്കുകയായിരുന്നു. മരത്തിനു ചുവട്ടിലിരുന്ന് അവൾ കിളികളെ കാത്തു. കിളികൾ വന്നാൽ അവയോട് പണ്ടത്തെപ്പോലെ കിന്നാരം കൂടാം എന്നായിരുന്നു ചിന്ത.

പിന്നെയൊരു മഞ്ഞുകാലത്ത്, ഒരു പ്രഭാതത്തിൽ, തന്റെ മകൾ മാന മരിച്ചുപോയി എന്ന വാർത്ത കെവെയെ തേടിയെത്തി. പനിച്ച് വിറച്ച് കിടന്നിരുന്ന ഭർത്താവിനെ തനിച്ചാക്കി കെവെ പുറത്തേക്കിറങ്ങി. മാന യുടെ മരണവാർത്ത കെവെയെ അറിയിച്ചത് ബുദ്ധിമാന്ദ്യമുള്ള അവ ളുടെ ഭർത്താവ് തന്നെയായിരുന്നു. തണുപ്പിൽ അവരുടെ വീട്ടിലെത്തു മ്പോഴേക്കും കെവെയുടെ കാലുകൾ മരവിച്ചിരുന്നു.

ഗ്രാമത്തിലെ ജനങ്ങൾ ഒരു മുഗൾ പെൺകുട്ടിയെക്കുറിച്ച് ചർച്ച ചെയ്യാറുണ്ടായിരുന്നു. കെവെ ആ കഥയോർത്തു, അവളെയോർത്തു. നൂറ്റാണ്ടുകൾക്ക് മുമ്പ് കുത്തനെ നിൽക്കുന്ന ഈ മലകൾ കടന്ന് പോയ വളാണവൾ. നിരാശ ജീവിതത്തിലെ ഏറ്റവും വലിയ ഘാതകനാണ്. വർഷങ്ങൾക്ക് മുമ്പ്, മുഗൾ ചക്രവർത്തിയായ തിമൂറിന്റെ പടയാളികൾ ഒട്ടോമാൻ ഭരണാധികാരികളെ പരാജയപ്പെടുത്തിയതിനു ശേഷം ഒന്ന് വിശ്രമിക്കുവാനായി ഈ മലയടിവാരത്തിൽ കൂടാരങ്ങൾ പണിതു. നക്ഷത്രങ്ങളെപ്പോലെ എണ്ണിയാലൊടുങ്ങാത്ത കൂടാരങ്ങൾ. വേനലിലെ

ചൂടിൽ നിന്നും ഇത്തിരി സംരക്ഷണത്തിനായാണവർ അവിടെ കൂടാരങ്ങൾ പണിതത്. അന്ന് രാത്രി, മാന എന്ന തിമൂറിന്റെ കൗമാരക്കാരി മകൾ, ആരുമറിയാതെ, അവർക്കിടയിൽ നിന്നും രക്ഷപ്പെട്ട്, ഈ മലകൾക്ക് മുകളിൽ നിന്നും താഴേക്ക് എടുത്തു ചാടി. തിമൂറിന്റെ ഇഷ്ടപുത്രിയായിരുന്നു മാന. തന്റെ മുടന്തൻ കാലുമായി തിമൂർ മലമുകളിലെത്തി. ഒരു യുദ്ധത്തിൽ മുറിവേറ്റ് തിമൂറിന്റെ കാലിനു മുടന്തായിട്ടുണ്ടായിരുന്നു. എന്നാൽ ഇതിനു പകരമായി പിന്നീട് നടന്ന യുദ്ധങ്ങളിൽ തിമൂർ അനേകം പേരെ മുടന്തന്മാരാക്കി എന്നത് വേറേ കാര്യം. തിമൂർ മലമുകളിൽ നിന്ന് ഇരുട്ടിലേക്ക് തുറിച്ച് നോക്കി. ഇരുട്ടിനെ ചൂഴ്ന്നു നിന്നിരുന്ന നക്ഷത്രങ്ങളെ നോക്കി. മുഷ്ടിചുരുട്ടി വായുവിലിടിച്ചു. ഉറക്കെ "ഹേയ്...മാനാ.." എന്ന് കരയുവാൻ തുടങ്ങി. തങ്ങളുടെ പടനായകൻ കരയുന്നത് പടയാളികൾ ആദ്യമായി കാണുകയായിരുന്നു. അതുകൊണ്ടവർ ആ പ്രദേശത്തിന് ഹെയ്മാന എന്ന് പേരിട്ടു. ആ പേര് നാടൻ ശീലുകളുടെ ഭാഗമായി. തലമുറകളിലൂടെ പകർന്ന് പകർന്ന് സഞ്ചരിച്ചു. അങ്ങനെ കെവെയിലുമെത്തി.

പുതുവെളിച്ചവും, പുതുവർണ്ണങ്ങളും നിറഞ്ഞ പ്രഭാതങ്ങളിലൂടെ
സൂര്യാ, നീ പ്രപഞ്ചത്തെ കബളിപ്പിക്കാതിരിക്കൂ...
മരങ്ങളിലെ കനികൾക്ക് പച്ചനിറമായിക്കഴിഞ്ഞു
പക്ഷേ ദിനങ്ങൾക്കു മുമ്പേ അത് നിർണ്ണയിക്കപ്പെട്ടതാണ്.

എന്ന് കവിവാക്യം.

കെവെയുടെ അവസാനത്തെ മകൾക്ക് മുഗൾ ചക്രവർത്തിയുടെ മകളുടെ പേരാണ് നൽകിയിരുന്നത്. കെവെയും ഭർത്താവും ഗ്രാമത്തിലെത്തിയപ്പോൾ രാത്രിയായിട്ടുണ്ടായിരുന്നു. കെവെയുടെ ഹൃദയത്തിലപ്പോൾ കൊടുങ്കാറ്റ് വീശി. മാനയുടെ രണ്ട് പുത്രിമാരേയും വാരിയെടുത്ത് അവർ രാത്രി മുഴുക്കെ ആ കൊച്ചുകുട്ടികൾ കരഞ്ഞു. പുലരാറായപ്പോഴാണവർ അവരെ കെട്ടിപ്പിടിച്ചുറക്കമായത്. അവരോടൊപ്പം മെത്തയിൽ കിടക്കുമ്പോൾ "ഞങ്ങളൊരു രഹസ്യം പറയുവാൻ പോകുന്നു. അവർ അമ്മയെ ജീവനോടെ കുഴിച്ച് മൂടുകയായിരുന്നു" എന്ന് പറഞ്ഞു. ഗ്രാമത്തിൽ ഇതിനെക്കുറിച്ച് അടക്കിപ്പിടിച്ച സംസാരം നടക്കുന്നുണ്ടെന്ന് കെവെയ്ക്കും അറിയാമായിരുന്നു. പനിബാധിച്ച് ബോധരഹിതയായി മാന മൂന്ന് ദിവസം മെത്തയിൽ കിടന്നു. മാന മരിച്ചുപോയി എന്ന് എല്ലാവരും കരുതി. അവർ മാനയുടെ ശരീരം കുളിപ്പിച്ച് കുഴിച്ചിട്ടു. ഗ്രാമത്തിൽ ഹിലൊ എന്ന് പേരുള്ള ഒരു ആട്ടിടയനുണ്ട്. എന്നും ആടിനേയുംകൊണ്ട് അയാൾ മൈതാനത്തിലേക്ക് പോകും. അന്ന് ഹിലോയ്ക്ക് പകരം അയാളുടെ അനുജനാണ് പോയത്. ആടുകൾ മണിയും കിലുക്കി പുതിയ കുഴിമാടത്തിനരികിലെത്തിയപ്പോൾ അതിനകത്തുനിന്ന് മാന ഉറക്കെ കരഞ്ഞു. "ഹിലോ...ഹിലോ..എന്നൊയെന്ന് ഇവിടെ നിന്ന് പുറത്തെടുക്ക്..എന്നെ രക്ഷിക്ക്..." തന്റെ സഹോദരന്റെ

പേരാരോ വിളിക്കുന്നത് കേട്ട് അനുജൻ ഭയന്നു. അയാൾ ഉടൻ മരണ വീട്ടിലേക്കോടി.

അപ്പോൾ വീട്ടിൽ മാനയുടെ അമ്മായിയമ്മ മാത്രമേ ഉണ്ടായിരുന്നുള്ളു. "ഈ വിവരം ഇനി നീ ആരോടും പറയരുത്. ആരെങ്കിലും ആ ശവം തോണ്ടി പുറത്തിട്ടാൽ നമുക്കൊക്കെ ആയുഷ്കാലം മുഴുക്കെ ശല്യമായിരിക്കും. ഭയന്നിരിക്കുവാനേ പിന്നെ സമയമുണ്ടാകൂ." അവർ താക്കീത് നൽകി.

ഒരു മാസത്തിനുള്ളിൽ മാനയുടെ രണ്ട് പുത്രിമാരും വസൂരി ബാധിച്ച് മരിച്ചു. അവരെ മാനയുടെ കുഴിമാടത്തിനിടത്തും വലത്തുമായി മറവ് ചെയ്തു.

അതോടെ കെവെയ്ക്ക് മക്കളെന്ന് പറയുവാനില്ലാതായി. കെവെ തന്റെ ഭർത്താവ് അബ്ബൊവിന് ഒരു രണ്ടാം ഭാര്യയെ തിരഞ്ഞ് തുടങ്ങി. അതു വഴി വീട്ടിൽ ഒരു കുഞ്ഞിക്കാലുകാണാൻ അവരാഗ്രഹിച്ചു. "ഒരു കുഞ്ഞിനെ കിട്ടിയിട്ട് നമ്മളിനി എന്ത് ചെയ്യാനാ ഭ്രാന്തിപ്പെണ്ണേ? എനിക്കിപ്പോൾ വയസ്സ് അറുപതായി." എന്നായിരുന്നു അബ്ബൊയുടെ പ്രതികരണം. അത് 1935 ലായിരുന്നു. അക്കാലത്ത് ദൂരെയേതോ ഒരു ഗ്രാമത്തിൽ നിന്നും എമിനെ എന്ന് പേരുള്ള ഒരു പെൺകുട്ടി തന്റെ ബന്ധുക്കളേയും മുത്തശ്ശിയേയും സന്ദർശിക്കുവാൻ അവിടെയെത്തി. കെവെ എമിനെയുടെ മുത്തശ്ശിയോട് എമിനെയെ അബ്ബോവിന്റെ രണ്ടാം ഭാര്യയാക്കാമോ എന്ന് ചോദിച്ചു. തന്റെ സ്വന്തം മകൾ ഒരുവന്റെ രണ്ടാം ഭാര്യയാകുന്നതിൽ ഉണ്ടായിരുന്ന എതിർപ്പും മനോവിഷമവും കെവെ ഇപ്പോൾ മറന്നിരിക്കുന്നു.

"അന്ന് ഞങ്ങൾ വയലിൽ ജോലിചെയ്യുകയായിരുന്നു" അവർ കഥ പറഞ്ഞു. എന്റെ അമ്മയോടാണവർ കഥ പറയുന്നത്. അമ്മയ്ക്ക് അന്ന് പത്ത് വയസ് പ്രായമായിരുന്നു. "നിന്റെ അച്ഛൻ അരിവാളെടുത്ത് കൊയ്യുകയായിരുന്നു. നിന്റെ അമ്മ എമിനെ കൂട്ടി അദ്ദേഹത്തിനു പിറകിൽ നടന്നു. അവൾ കൊയ്ത കറ്റ കെട്ടിവയ്ക്കുകയായിരുന്നു. ഞാൻ അവർക്കും പിറകിൽ നടന്ന് ശേഷിച്ച കതിരുകൾ പെറുക്കിയെടുത്തു. അപ്പോൾ എമിനെയ്ക്ക് പ്രസവവേദന തുടങ്ങി. ഞങ്ങൾ വീട്ടിലേക്ക് മടങ്ങി. നേരം പുലരുന്നതിനു മുമ്പ് നീ ജനിച്ചു. അബ്ബൊ പുറത്ത് കാവലിരിക്കുകയായിരുന്നു. "ഭ്രാന്തി പെണ്ണേ..എന്താ കിട്ടിയത്..?" അദ്ദേഹം എന്നോട് ചോദിച്ചു. "ഒരു പെൺകുട്ടിയെ" ഞാൻ പറഞ്ഞു. "സാരമില്ല" അദ്ദേഹം എന്നെ സമാധാനിപ്പിച്ചു. എമിനെ കറുത്തവളായിരുന്നു. എന്നാൽ നീയോ വെളുത്തവളും. കറുത്ത ആടിനു ജനിച്ച ഒരു വെളുത്ത ആട്ടിൻ കുട്ടി. കൊയ്ത്തുകാലം കഴിഞ്ഞു. മഞ്ഞുകാലത്തിന്റെ പാതിയിൽ നിന്റെ അച്ഛൻ കിടപ്പായി. *ബയ്റാമിന്റെയന്ന് ഞങ്ങൾ അദ്ദേഹത്തെ മറവ് ചെയ്തു. അന്ന് നല്ല മഴയുള്ള ദിവസമായിരുന്നു."

* ബയ്റാം : ഒരു ഉത്സവം.

എമിനെ അന്ന് ചെറുപ്പമായിരുന്നു. അവളുടെ സഹോദരൻ ഹാതിപ് അവൾക്ക് അനുയോജ്യനായ ഒരു വരനെ കണ്ടെത്തിയിരിക്കുന്നു എന്ന വിവരവുമായെത്തി. അവർ അപ്പോൾ ആ ആപ്പിൾ മരത്തിനു ചുവട്ടിലിരുന്ന് സംസാരിക്കുകായിരുന്നു. വിമ്മിട്ടപ്പെടുകയായിരുന്നു. കുഞ്ഞിനെ തനിക്ക് തന്ന് പോകാൻ കെവെ അഭ്യർത്ഥിച്ചു. കുട്ടിയില്ലാതെ പുതിയ ഭർത്താവിന്റെ ഗൃഹത്തിലേക്ക് പോകുകയാകും നല്ലതെന്ന് എമിനെയും കരുതി. എന്നാൽ കുഞ്ഞിനെ ഉപേക്ഷിച്ച് പോകുന്നതിൽ അവൾക്ക് ദുഃഖമുണ്ടായിരുന്നു. അവൾ കെവെയ്ക്ക് മുന്നിൽ മുട്ടുകുത്തി കരയുവാൻ തുടങ്ങി. വിട്ടുപോകുന്ന മരത്തെ ഇടയ്ക്കിടെ നനയ്ക്കുവാനായി, വന്ന് താലോലിക്കുവാനായി, അവർ എന്റെ അമ്മയെ കെവെയ്ക്ക് സമീപം ഉപേക്ഷിച്ചു. നേരം പരപരാ വെളുക്കും മുമ്പ് അവർ ഹാതിപിനോടൊപ്പം യാത്രയായി. ജീവിതമെന്ന കാളവണ്ടി, പഴകിയ കാളവണ്ടി, മുന്നോട്ട് നീങ്ങി. ഗ്രാമത്തിൽ ഒരു പള്ളി പണിതു. ഹാകോ എന്ന വൃദ്ധൻ അതിൽ ഇമാമായി. അയാൾ കെവെയെ വിവാഹം കഴിച്ചു. അയാൾ കെവെയുടെ വീട്ടിൽ താമസമായി. രണ്ട് നദികളിൽ കുളിച്ച്, രണ്ട് ജീവിതങ്ങൾ ജീവിച്ച ആ വൃദ്ധൻ എന്നും എന്റെ അമ്മയുടെ ഇരുവശത്തും, അമ്മയെ കെട്ടിപ്പിടിച്ച് കിടന്നുറങ്ങി. അപ്പോൾ അമ്മയുടെ യഥാർത്ഥ അമ്മ അങ്ങ് ദൂരെ ഒരു ഗ്രാമത്തിൽ സുഖമായി ജീവിക്കുകയായിരുന്നു.

കെവെ കഥ പറഞ്ഞവസാനിപ്പിച്ചപ്പോൾ താതർ ആ നിമിഷത്തെ നിശ്ചലമാക്കുവാൻ ഒരു ഫോട്ടോയെടുക്കുവാൻ തുനിഞ്ഞു. ഹാകോയും എന്റെ അമ്മയും കെവെയും കൂടി ഒരു ആപ്പിൾ മരത്തിനു ചുവട്ടിൽ നിൽക്കുന്ന ഫോട്ടൊ. എന്നെ എപ്പോഴും ആശ്ചര്യപ്പെടുത്തുന്നത് ജീവിതമല്ല, മരണമാണ്. എത്ര തിന്നാലും കൊതിമാറാത്ത, മതിവരാത്ത ഒരുവനാണ് മരണം. ഹാകോ എന്നും പള്ളിയിൽ പോകും. അധികം താമസിയാതെ തിരികെയെത്തും. കൂടെ ഏതാനും ഗ്രാമീണരുമുണ്ടാകും. അവരെല്ലാവരും ഒന്നിച്ചിരുന്ന് ചായകുടിക്കും. പുകയില ചവയ്ക്കും. “എന്റെ പുത്രിമാരെവിടെ” എന്ന് ആ കഴുകന്റെ മുഖമുള്ള സ്ത്രീ വന്ന് ചോദിക്കുവാൻ ഇനിയും സമയവും കാലവും ബാക്കിയുണ്ട്. രാവ് വന്ന് ചേർന്നിട്ടേയുള്ളു. പുറത്ത് ആപ്പിൾ മരത്തിൽ ഒരു കിളിയിരുന്ന് പാടുന്നു.

നാല്

അസിത

പരിശുദ്ധ ആപ്പിൾമരം

ട്രിനിറ്റി കോളേജിന്റെ പ്രധാന കവാടത്തിൽ ഞാനെത്തി.
അതിന്റെ വലത്തുവശത്ത് ഒരു ആപ്പിൾ മരമുണ്ടായിരുന്നു. മുൻ
വശത്തെ ഭീമാകാരമായ വാതിലിലൂടെ അകത്തേക്കു പ്രവേശിക്കുമ്പോൾ
കണ്ണിൽ പെട്ടെന്ന് ഇരുട്ട് കയറും. ഇന്നലെ ഫെറുസെ പറഞ്ഞപ്പോഴാണ്
ഈ ആപ്പിൾ മരത്തിന്റെ കാര്യം എനിക്ക് ഓർമ്മവന്നത്.

ഞാൻ മൈതാനത്തിലൂടെ സാവധാനത്തിൽ നടന്നു. ആപ്പിൾ മര
ത്തിന്റെ നാലു വശങ്ങളിലേക്കും, തുല്യ അകലത്തിൽ, തുല്യ നീളത്തിൽ
തെറിച്ച് നിൽക്കുന്ന ഓരോ ശാഖകളുണ്ടായിരുന്നു. അവ നാലിലും
ഞാൻ തന്റെ വിരൽ പതിപ്പിച്ചു.

രണ്ട് പെൺകുട്ടികൾ എന്റെയടുത്തെത്തി അവരുടെ ഫോട്ടോ
എടുത്തുകൊടുക്കാമോ എന്ന് ചോദിച്ചു. ഫോട്ടോ എടുക്കാനായി അവർ
മരത്തിനെ കെട്ടിപ്പിടിച്ച് നിന്നു. അതിനായി മരച്ചുവട്ടിലേക്ക് നടക്കുമ്പോൾ
മണ്ണിൽ കിടക്കുന്ന പൂക്കളിൽ ചവിട്ടാതിരിക്കുവാൻ അവർ ശ്രദ്ധിക്കു
ന്നുണ്ടായിരുന്നു. അവർ ഇംഗ്ലീഷ് പഠിക്കുവാനായി കേംബ്രിഡ്ജിലെത്തി
യവരാണ്. തെക്കൻ കൊറിയയിൽ നിന്നുള്ളവർ. കോളേജിനകത്ത് ഈ
സമയത്ത് സന്ദർശകരെ അനുവദിക്കുമോ എന്ന് എന്നോട് ചോദിച്ചു.
ഞങ്ങളുടെ സംഭാഷണം ദീർഘിച്ചപ്പോൾ എന്നോടൊത്ത് ഒരു ഫോട്ടോ
കൂടി എടുക്കട്ടെ എന്നവർ അനുവാദം ചോദിച്ചു. അപ്പോൾ ആ മരത്തിന്റെ
ഉടമയാണോ ഞാൻ എന്ന് തോന്നിപ്പോയി.

ഒരിക്കൽ ന്യൂട്ടൺ എന്ന ശാസ്ത്രജ്ഞന്റെ തലയിൽ ഒരു ആപ്പിൾ
വീണു എന്ന് ഞങ്ങൾ സ്കൂളിൽ പഠിച്ചിട്ടുണ്ട്. എന്നാൽ അദ്ദേഹം പഠി
പ്പിച്ചിരുന്ന ഈ കോളേജിന്റെ കവാടത്തിനരികിൽ നിൽക്കുന്ന ഈ
ആപ്പിൾ മരം, അദ്ദേഹത്തിന്റെ വീട്ടിലുണ്ടായിരുന്ന ആപ്പിൾ മരത്തിന്റെ
കുഞ്ഞാണെന്ന്, ആ ആപ്പിൾ മരത്തിലുണ്ടായ ആപ്പിളിന്റെ വിത്തിൽ
നിന്നും മുളച്ചതാണെന്ന് അധികമാർക്കും അറിയില്ല.

45

ആപ്പിൾ മരം പൂത്തുലഞ്ഞ് നിൽക്കുന്നു. ഏപ്രിൽ മാസത്തിലെ വെയിലിൽ അത് വെട്ടിത്തിളങ്ങുന്നുണ്ട്.

അജ്ഞാതമായ ഭാഷ സംസാരിച്ചുകൊണ്ട് ഒരു യുവദമ്പതികൾ എനിക്കരികിലെത്തി. ഞാനവർക്കും ഫോട്ടോഗ്രാഫറായി. അപ്പോൾ കോളേജിലെ തോട്ടം സൂക്ഷിപ്പുകാരനെത്തി ദയവു ചെയ്ത് പുല്ലിലൂടെ നടക്കരുതെന്ന് അഭ്യർത്ഥിച്ചു. ഞാൻ ക്ഷമ ചോദിച്ചു.

ശനിയാഴ്ചത്തെ പ്രഭാതവും അവിടത്തെ ആൾക്കൂട്ടവും സാവധാനത്തിൽ വളർന്നു കൊണ്ടിരുന്നു.

ഞാൻ സൈക്കിളിൽ ചാരി കണ്ണടച്ച് നിന്നു. തലേന്ന് രാത്രിയിൽ ഉറങ്ങിയിട്ടില്ലാത്തതിനാൽ കണ്ണെരിയുന്നുണ്ടായിരുന്നു.

ഉറക്കമില്ലായ്മ അതെന്നെ ഇപ്പോൾ വല്ലാതെ അലട്ടുന്നില്ല. അതിന് ഞാൻ സമ്മതിക്കാറില്ല. ഈയിടെയായി ഉറക്കമില്ലാത്ത ദിവസങ്ങൾ കുറഞ്ഞുവരുന്നുണ്ട്. അത് തമ്മിലുള്ള ഇടവേളകളും വർദ്ധിക്കുന്നുണ്ട്. ഒന്നോ രണ്ടോ ദിവസം അടുപ്പിച്ച് മാത്രമേ അങ്ങനെയുള്ള അവസ്ഥ ഇപ്പോൾ ഉണ്ടാകാറുള്ളു. ആദ്യമൊക്കെ ഉറക്കം വരാതിക്കുമ്പോൾ എനിക്ക് ഭ്രാന്ത് പിടിക്കാറുണ്ടായിരുന്നു. എന്ത് കഴിച്ചാലും ഉറക്കം വരില്ല. ഞാൻ മെത്തയിൽ അർദ്ധബോധാവസ്ഥയിൽ മലർന്ന് കിടക്കും. ദിവസങ്ങളോളം അങ്ങനെ കിടന്നിട്ടുണ്ട്. ശ്വാസം ലഭിക്കാതെ, മനസ്സ് ശൂന്യമായി.

ഇന്നലെ രാത്രിയും എന്നത്തേയും പോലെ ഒരു പുസ്തകവും കയ്യിൽ വച്ച് കിടന്നതാണ്. അധികം താമസിയാതെ ഉറക്കം വന്നു. ഞാൻ വിളക്കണച്ചു. സ്വപ്നലോകത്തിലേക്ക് വഴുതി വീണു. അപ്പോൾ ചിന്തകൾ റെക്കോഡിൽ വട്ടം തിരിയുന്ന ഗ്രാമഫോണിന്റെ സൂചിപോലെയായിരുന്നു. വലിയൊരു വൃത്തത്തിൽതുടങ്ങി, പിന്നെ സാവധാനത്തിൽ ഉറക്കത്തിന്റെ ഇരുട്ട് നേർത്തു നേർത്തു വന്നു. ഇരുണ്ട ഗുഹയിലെ ചുഴലിക്കാറ്റിൽ പെട്ടുഴലുന്ന നക്ഷത്രംപോലെ. ആ ഇരുട്ടിൽ നിന്നും വെളിച്ചത്തിനുപോലും രക്ഷപ്പെട്ട് പുറത്ത് വരാനാകില്ല. പുറത്തുനിന്നും അരിച്ചെത്തിയ ശബ്ദങ്ങൾ മാത്രം എന്നെ അലോസരപ്പെടുത്തി. പുറത്തു ഡീസൽ എഞ്ചിനുകളുടെ ഇരമ്പൽ. കള്ളുകുടിച്ച് ആരോ ഒച്ചവയ്ക്കുന്നുണ്ട്. അർദ്ധരാത്രിയാണ്. അയൽവക്കത്തെ ഫ്ളാറ്റിലെ യുവതി ലൈംഗിക ബന്ധത്തിലേർപ്പെടുന്നതിന്റെ ശബ്ദങ്ങൾ. പിന്നെ എല്ലാം നിശ്ചലമായി.

രണ്ട് മാസം മുമ്പ് ഇതുപോലൊരു രാത്രിയിൽ എന്റെ മെത്തയ്ക്കരികിൽ നിന്ന് സംഗീതം കേട്ട് ഞാനുണർന്നു. മെത്തയാകെ കുലുങ്ങുന്നുണ്ടായിരുന്നു. അന്നെന്റെ അയൽക്കാരി ലൈംഗിക ബന്ധത്തിലായിരുന്നില്ല. അവൾ തന്റെ സുഹൃത്തുക്കളെ ഒരു വിരുന്നിനായി ക്ഷണിച്ചിരിക്കയാണ്. ഞാൻ വാതിലിൽ മുട്ടി. മുട്ടിനൊപ്പമുള്ള പാവാട ധരിച്ച ഒരു പെണ്ണാണ് വാതിൽ തുറന്നത്. മൂന്ന് ദിവസം കണ്ണ് മിഴിച്ച് കിടന്നതിനു

ശേഷം ഇന്നാണൊന്ന് ഉറക്കം ലഭിച്ചതെന്നും സംഗീതത്തിന്റെ സ്വരം ഒന്ന് കുറയ്ക്കണമെന്നും അവരോട് പറഞ്ഞു. ഒരു കയ്യിൽ സിഗരറ്റ് പിടിച്ചിരുന്ന അവർ മറുകൈകൊണ്ട് എന്നെ അകത്തേക്ക് പിടിച്ച് വലിച്ചു. പൈജാമ ധരിച്ച് അകത്തെത്തിയ എന്നെ ആരും കണ്ടതായി നടിച്ചില്ല. എനിക്ക് ഉറക്കം അത്യാവശ്യമായിരുന്നില്ലെങ്കിൽ "ഞങ്ങളുടെ കൂടെ ചേരൂ" എന്ന ആ സ്ത്രീയുടെ ക്ഷണം ഞാൻ നിരസിക്കുമായിരുന്നില്ല. ആ കൂട്ടത്തിൽ എന്റെ അയൽക്കാരിയെ കണ്ടില്ല. സിഗരറ്റുമായി വാതിൽ തുറന്ന് തന്ന ആ സ്ത്രീ എന്റെ മുഖത്തേക്ക് പുകയൂതിവിട്ടു. അവർക്ക് എന്നോട് ദയ തോന്നി സംഗീതത്തിന്റെ സ്വരം സ്വല്പം കുറച്ചു. ഞാൻ തിരികെപോയി മെത്തയിൽ കിടന്നു. അന്ന് രാത്രി ആരോ എന്റെ സൈക്കിൾ മോഷ്ടിച്ചു. അതിന്റെ പൂട്ട് പൊട്ടിക്കുന്ന ശബ്ദം ഞാൻ കേട്ടില്ല. അന്നുമുതൽ എന്നൊക്കെ എനിക്ക് ഉറക്കം ലഭിക്കാതിരുന്നുവോ അപ്പോഴൊക്കെ ഞാൻ സ്വയം പറയും: "അവർ വേണമെങ്കിൽ എന്റെ സൈക്കിൾ കട്ടെടുത്തോട്ടെ, എന്നാലും എനിക്ക് കുറച്ച് ഉറക്കം കിട്ടിയിരുന്നെങ്കിൽ."

ഇന്നലെ എന്റെ കയ്യിലുണ്ടായിരുന്ന പുസ്തകം നക്ഷത്രങ്ങളെ പൂകാൻ വീടുവിട്ടിറങ്ങിയ ഒരു കുട്ടിയെക്കുറിച്ചായിരുന്നു. ആരുമറിയാതെ അവൻ ഒരു കപ്പലിൽ കയറിപ്പറ്റി. എന്നാൽ ആ കപ്പൽ മുങ്ങിപ്പോയി. അവനൊരു വിധത്തിൽ രക്ഷപ്പെട്ട് ഒരു ദ്വീപിലെത്തി. ആ ദ്വീപ് മരുഭൂമിയായിരുന്നു. നിറയെ ചിത്രങ്ങളുള്ള പുസ്തകങ്ങൾ എനിക്കിഷ്ടമാണ്. അവ എനിക്ക് ഉറക്കം സമ്മാനിക്കാറുണ്ട്. എന്നാൽ ഇന്നലെ അതുണ്ടായില്ല. എന്റെ തലയ്ക്കുള്ളിലെ ഗ്രാമഫോൺസൂചി, റിക്കാർഡിൽ എവിടേയോ കുടുങ്ങി. അതവിടെ തന്നെ കിടന്ന് വട്ടം ചുറ്റുവാൻ തുടങ്ങി. ഇരുണ്ട ഗുഹയ്ക്കരികിലെത്തിയ നക്ഷത്രത്തെ ചുഴലിക്കാറ്റ് ഗുഹയ്ക്കുള്ളിലെ ഇരുട്ടിലേക്ക് കയറ്റിയില്ല.

ഞാൻ കണ്ണ് തുറന്നു. ചാരി വെച്ച സൈക്കിളുമായി നിവർന്ന് നിന്നു. സൈക്കിളെടുത്ത് വഴിയുടെ മറുവശത്തെത്തി. വല്ലാത്ത ക്ഷീണം. തപാലാപ്പീസിനു സമീപമെത്തിയപ്പോൾ അവിടെ ചുരുണ്ടിരുന്നു.

ഒരു കുട്ടി അവന്റെ സഹോദരനുമായി വഴക്കടിക്കുന്നുണ്ടായിരുന്നു. വഴക്കിനിടയിൽ അവൻ തന്റെ കയ്യിലുണ്ടായിരുന്ന ഐസ്ക്രീം താഴെയിട്ടു. അതുകണ്ട് അവന്റെ അച്ഛൻ വഴക്ക് പറഞ്ഞു. അവർ തെരുവിന്റെ മൂലയിൽ ഐസ്ക്രീം വിറ്റിരുന്ന വാനിനരികിലേക്ക് വീണ്ടും പോയി.

ഒരാൾ വന്ന് എനിക്ക് ഒരു ഭൂപടം കാണിച്ച് തന്നു. എന്നിട്ടയാൾ അങ്ങാടി എവിടെയാണ് എന്ന് ചോദിച്ചു. ഇടത്തോട്ട് തിരിഞ്ഞ് നടന്നുകൊള്ളാൻ ഞാൻ ആംഗ്യം കാണിച്ചു.

ഫെറൂസെ വരുന്നത് കണ്ടപ്പോൾ എഴുന്നേറ്റ് നിന്നു.

"വന്നിട്ട് കുറേ നേരമായോ?" അവൾ ചോദിച്ചു.

"ഇല്ല"

കോളേജിന്റെ അതിഗംഭീരമായ പ്രവേശന കവാടത്തിലേക്കവൾ നോക്കി.

"ചുവരിൽ ഞാത്തിയിടുന്ന പരുക്കൻ കമ്പിളിയാണീ കവാടം കാണു മ്പോൾ ഓർമ്മവരുന്നത്" അവൾ പറഞ്ഞു.

"ക്ഷമിക്കണേ...താങ്കൾ ഇറാനിൽ നിന്നാണോ....അതിനെന്തെങ്കിലും സാധ്യതയുണ്ടോ..?"

"അതെ." അവൾ ചിരിച്ചു.

"സത്യമാണ്. ദൂരെ നിന്ന് നോക്കുമ്പോൾ എന്റെ മനസ്സിലും അങ്ങനെ യൊരു രൂപമാണ് വരുന്നത്. എന്നാൽ അടുത്തെത്തുമ്പോൾ കമ്പിളിയുടെ രൂപം അപ്രത്യക്ഷമാകുന്നു, പകരം ഒരു യാഥാസ്തിതികതയുടെ ദുസ്സഹ രൂപം കനക്കുന്നു."

ഞങ്ങൾ ആപ്പിൾ മരത്തിനരികിലേക്ക് നടന്നു. എന്റെ മുഖത്തെ സന്തോഷം ഫെറൂസ ശ്രദ്ധിച്ചു എന്ന് തോന്നുന്നു.

"കളഞ്ഞുപോയ ഒരു ബന്ധുവിനെ തിരികെകിട്ടിയ സന്തോഷം മുഖ ത്തുണ്ടല്ലോ?"

"വ്യക്തമായി കാണുന്നുണ്ടോ?"

"ഉവ്വ്."

ഞങ്ങൾ ആപ്പിൾ മരം വരെ എത്തിയില്ല. കോളേജിന്റെ തോട്ടം സൂക്ഷിപ്പുകാരൻ മുൻവാതിൽക്കൽ നിൽപുണ്ടായിരുന്നു.

"നിന്നെ കാത്തു നിൽക്കുന്നതിനിടയിൽ ചില സന്ദർശകർ എന്റെ യടുത്തെത്തി അവരുടെ ഫോട്ടോ എടുത്ത് കൊടുക്കാമോ എന്ന് ചോദിച്ചു. ഞാൻ ചെയ്തുകൊടുത്തു. ക്യാമറ കൊണ്ടുവന്നിട്ടുണ്ടെങ്കിൽ നിന്റെ ഫോട്ടോയും ഞാനെടുത്തു തരാം." ഞാൻ ഫെറൂസെയോട് പറഞ്ഞു.

"ഞാൻ കൊണ്ടുവന്നിട്ടില്ലല്ലോ. ഇനി കൊണ്ടുവന്നാലും എനിക്ക് വേണ്ടത് താങ്കളുടെചിത്രമാകും, അല്ലാതെ എന്റേതല്ല."

"അടുത്ത തവണയാകട്ടെ." ഞാൻ പറഞ്ഞു.

"താങ്കളുടെ മുത്തശ്ശി ഇതുപോലത്തെ മരമാണോ വളർത്തിയി രുന്നത്?" അവൾ ചോദിച്ചു.

"അത് ഇതിലും വലുതായിരുന്നു."

"നിങ്ങളുടെ വീട്ടിലുണ്ടായിരുന്നതോ..." അവൾ സംശയം തീർത്തു. അതേയെന്ന് ഞാൻ തലയാട്ടി.

"ഈ നിൽക്കുന്ന മരം പണ്ട് ന്യൂട്ടന്റെ തലയിൽ വീണ ആപ്പിളു ണ്ടായ അതേ മരത്തിൽ നിന്നുള്ള വിത്താണെന്ന് ഞാനെവിടേയോ

വായിച്ചിട്ടുണ്ട്. എന്നാൽ ഇതിനും മുത്തശ്ശിയുടെ മരത്തിനുണ്ടായ അതേ ഗതിയാണല്ലോ എന്ന് അപ്പോൾ ഞാനോർത്തില്ല. അതായത് അതിന്റെ ജന്മ നാട്ടിൽ നിന്നും പിഴുത് മാറ്റപ്പെടുക എന്ന ഗതി." ഞാൻ പറഞ്ഞു.

"ന്യൂട്ടൻ മരിക്കുന്നതിനും വളരെ വർഷങ്ങൾക്ക് മുമ്പ് തന്നെ അവർ ഈ മരം ഇവിടെ നട്ടിരുന്നു."

"ഞാനിപ്പോൾ പറഞ്ഞത് ഒരു കെട്ടുകഥയായിരുന്നു എന്ന് മാത്രം പറയല്ലേ!" ഞാൻ പറഞ്ഞു.

"ഈ മരത്തിന്റെ ഉത്പത്തിയെക്കുറിച്ചുള്ള സംശയങ്ങളെല്ലാം ദൂരീ കരിക്കുന്നതിനായി ഒരു അന്വേഷണം നടന്നു. രണ്ട് മരങ്ങളും ബന്ധു ക്കളാണെന്ന് അന്വേഷിച്ചവർ തീരുമാനത്തിലെത്തുകയും ചെയ്തു."

ഞാൻ പുഞ്ചിരിച്ചു. "ഇത് ഇംഗ്ലീഷുകാരുടെ സ്വതഃസിദ്ധ ശൈലി യാണ്."

'ഞങ്ങളുടെ ഒരു ഫോട്ടോ എടുത്ത് തരുമോ' എന്ന് ചോദിച്ച് പിന്നെ യാരും വന്നില്ല. ഞങ്ങൾ രണ്ടുപേരുണ്ടായിരുന്നതുകൊണ്ടായിരിക്കണം. എപ്പോഴും ഒറ്റയ്ക്കിരിക്കുന്നവരെയാണ് ആവശ്യക്കാർ സമീപിച്ചത്.

ഞാൻ കോളേജിന്റെ മുൻവാതിലിലേക്ക് ചൂണ്ടി "അകത്ത് പോയി ഒന്ന് നടന്ന് കണ്ടിട്ട് വരാം."

"ഞാൻ പ്രാതൽ കഴിച്ചിട്ടില്ല." ഫെറുസ പറഞ്ഞു.

"എവിടെ പോകണം."

അവൾ ഒന്ന് ആലോചിച്ചു. "നമുക്ക് അന്ന് പോയ അതേ സ്ഥല ത്തേക്ക് പോകാം, ആ മദ്യശാലയിലേക്ക്."

"ശരി."

ആപ്പിൾ മരത്തേയും വലിയ കവാടത്തേയും ഉപേക്ഷിച്ച് ഞങ്ങൾ തെരുവിലേക്കിറങ്ങി.

തെരുവിൽ ഒരു പെൺകുട്ടി വയലിൻ വായിച്ച് നിൽക്കുന്നത് കണ്ടു. വിവാൾഡിയുടെ "സ്പ്രിങ്ങ്" എന്ന ഗാനമാണവൾ വായിച്ചിരുന്നത്.

തെരുവിലുണ്ടായിരുന്ന സന്ദർശകർ അവളെ പ്രോത്സാഹിപ്പിക്കുന്നു ണ്ടായിരുന്നു. കെട്ടിടങ്ങളും മഹത്തായ സെന്റ് മേരീസ് പള്ളിയും കടന്ന് പിന്നേയും ഞങ്ങൾ നടന്നു. ഈ പള്ളിയുടെ മുകളിൽ നിന്നാൽ നിങ്ങൾ ക്ക് നഗരം മുഴുക്കെ കാണാം. ഈ പള്ളിയിലിരുന്നാണ് എറാസ്മസ് ആത്മീയ കാര്യങ്ങൾ പഠിപ്പിച്ചത്. അത് അഞ്ച് നൂറ്റാണ്ടുകൾക്ക് മുമ്പാ യിരുന്നു. അതിനപ്പുറത്ത് ഫിറ്റ്സ്ജെറാൾഡിന്റെ വീട് കാണാം. അദ്ദേഹ മാണ് ഒമർ ഖയ്യാമിന്റെ പേർഷ്യൻ കവിതകൾ ആദ്യമായി ഇംഗ്ലീഷി ലേക്ക് വിവർത്തനം ചെയ്തത്. രണ്ട് നൂറ്റാണ്ടുകൾക്ക് മുമ്പാണദ്ദേഹം ജീവിച്ചിരുന്നത്. അതിനുമപ്പുറത്ത് കിങ്ങ്സ് ചാപ്പലാണ്. അതിന്റെ ചില്ലുകൾ രണ്ടാം ലോകമഹായുദ്ധകാലത്ത്, അവയ്ക്ക് കേടുപാട് സംഭവി ക്കാതിരിക്കുവാൻ, നീക്കം ചെയ്തുവത്രെ.

ഈഗിൾ എന്ന ആ മദ്യശാലയിലെ തോട്ടത്തിലിട്ടിരുന്ന മേശകളി ലെല്ലാം ആളുണ്ടായിരുന്നു. അതിനാൽ ഞങ്ങൾ അകത്ത് കയറി. ജനലി നരികിലുള്ള ഒരു മേശയ്ക്കരികത്തിരുന്നു.

"ഞാൻ ഒരു സാൻഡ്‌വിച്ച് കഴിക്കുന്നു. താങ്കൾ..?" ഫെറൂസെ ചോദിച്ചു.

"ഞാനും അതുതന്നെയെടുക്കാം."

"അങ്ങനെയൊന്നുമില്ല.." അവൾ പറഞ്ഞു.

"എങ്കിൽ ഞാൻ ചായ മാത്രമാക്കുന്നു."

"ഉറപ്പാണോ? ഒന്നും കഴിക്കുന്നില്ലേ?"

"കുറച്ച് കഴിയട്ടെ."

ചായയെടുക്കാനായി നീങ്ങുന്നതിനു മുമ്പ് ഫെറൂസെ തന്റെ സഞ്ചി യിൽ നിന്നും കുറച്ച് കടലാസുകൾ പുറത്തെടുത്തു. അവ ഫോട്ടോകോ പ്പികളായിരുന്നു. അവൾ അവ എനിക്ക് മുന്നിൽ വച്ചു.

ഞാനതിന്റെ ആദ്യ പേജിലേക്ക് നോക്കി "Impressions of Turkey During Twelve Years' Wanderings." പ്രൊഫസർ വില്ല്യം റാംസെ എഴുതി യത്.

ഞാൻ താളുകൾ മറിച്ച് നോക്കി.

അടുത്ത മേശയിൽ ഒരു ജനക്കൂട്ടം തന്നെയുണ്ടായിരുന്നു എന്ന് പറ യണം. അവരെല്ലാം ഉച്ചത്തിൽ സംസാരിക്കുന്നുണ്ടായിരുന്നു. ചുവരിലും മച്ചിലുമുണ്ടായിരുന്ന പഴയ ചില ലിഖിതങ്ങളെക്കുറിച്ചാണവർ സംസാ രിച്ചിരുന്നത്. ചുവരിലെ ചില ചിത്രങ്ങളും സംസാരവിഷയമാകുന്നുണ്ട്. അവരിൽ ഒരാൾ ചുവരിൽ വരച്ചിട്ടിരിക്കുന്ന വിമാനത്തിന്റെ ചിത്രത്തി ലേക്ക് വിരൽ ചൂണ്ടി. അതിന്റെ സൗന്ദര്യം ഉച്ചത്തിൽ ഉത്ഘോഷിച്ചു. ആ മദ്യശാലയിൽ കൂടിയിരുന്നവരെല്ലാം കേൾക്കുന്നുണ്ടെന്ന് ഉറപ്പുവരുത്താ നാണോ ഇങ്ങനെ ഉച്ചത്തിൽ സംസാരിക്കുന്നത് എന്ന് തോന്നിപ്പോയി.

എന്റെ ശ്രദ്ധ പിന്നേയും അലഞ്ഞു. ഞാൻ സാവധാനത്തിൽ കണ്ണ ടച്ചു. എന്റെ മനസ്സ് വെള്ളത്തിലെ തിരയിൽ വീണ ഒരിലപോലെ ഇളകി യാടുവാൻ തുടങ്ങി.

ഫെറൂസെ ഒരു ട്രേയിൽ ചായയുമായി തിരികെയെത്തി. അവളത് മേശപ്പുറത്ത് വച്ചു.

"ക്ഷീണിതനാണെന്ന് തോന്നുന്നല്ലോ, കണ്ണെല്ലാം ചുവന്നിരി ക്കുന്നു." അവൾ പറഞ്ഞു.

"ഒന്നുമില്ല. അസുഖങ്ങളൊന്നുമില്ല. ഇത് എവിടെ നിന്ന് കിട്ടി?"

അവൾ എന്റെ കയ്യിൽ നിന്നും ആ കടലാസുകൾ വാങ്ങി.

"ഞാനിന്നലെ ലൈബ്രറിയിലേക്ക് പോയിരുന്നു. താങ്കൾക്കായി അനടോളിയയിലേക്കുള്ള യാത്രാവിവരണങ്ങൾ തിരയാമെന്ന്

കരുതിയാണ് പോയത്. എന്നാൽ അവിടെ ചെന്നപ്പോൾ ആദ്യം കണ്ടത് ഇതാണ്. അതിന്റെ ഒരു ഫോട്ടോകോപ്പിയെടുത്തു."

"ഇതിൽ രസകരമായ എന്തെങ്കിലുമൊക്കെ കാണും, അല്ലേ?"

"ഉണ്ട്. ഞാനൊന്ന് ഓടിച്ച് നോക്കി. റാംസെ ഒരു പുരാവസ്തു ശാസ്ത്രജ്ഞനായിരുന്നു. പത്തൊമ്പതാം നൂറ്റാണ്ടിൽ അദ്ദേഹം നിങ്ങളുടെ രാജ്യത്തേക്കൊരു യാത്ര ചെയ്തു."

അവൾ അടയാളപ്പെടുത്തിവച്ചിരുന്ന ഒരു താള് തുറന്നു. "നിങ്ങളുടെ മുത്തശ്ശിയുടെ കഥയിൽ ആഘയുടെ വീട് സന്ദർശിച്ച ഒരാളെക്കുറിച്ച് പറയുന്നില്ലേ, അത് ഇദ്ദേഹമായിരുന്നു എന്നെനിക്ക് തോന്നുന്നു. ഇതാ ഇത് നോക്കൂ... 'അയാൾ ഞങ്ങളെ സ്വീകരിച്ചു. സർബത്ത് എന്ന് അയാൾ വിളിച്ച ഒരു പാനീയം തന്നായിരുന്നു സ്വീകരണം. വൃത്തികെട്ട വെള്ളത്തിൽ പഞ്ചസാരയിട്ടതുപോലെയുണ്ടായിരുന്നു അത്. സ്റ്റെറെറ്റ്* തനിക്ക് ലഭിച്ച ഗ്ലാസ് തികഞ്ഞ മാന്യനെപ്പോലെ സന്തോഷത്തോടെ കുടിച്ച് തീർത്തു. അങ്ങനെ ഞങ്ങൾ മാന്യരാണെന്ന ചിന്ത മറ്റുള്ളവരിൽ നില നിറുത്തി. എന്നാൽ എനിക്ക് അതൊന്നിറക്കുവാനായില്ല.' എന്നാണദ്ദേഹം എഴുതിയിരിക്കുന്നത്."

ഫെറൂസെ ചൂണ്ടിക്കാണിച്ച ഖണ്ഡിക ഞാൻ വായിച്ചു.

"ഇത് രസകരമായിരിക്കുന്നു." ഞാൻ പറഞ്ഞു.

അടുത്ത മേശയിൽ നിന്നും സംസാരം അപ്പോൾ ആരവത്തിന്റെ രൂപം പൂണ്ടിരിക്കുന്നു. അവരിപ്പോൾ സംസാരിക്കുന്നത് രണ്ടാം ലോകമഹായുദ്ധത്തിൽ പങ്കെടുത്ത പൈലറ്റുമാരെക്കുറിച്ചായിരുന്നു. അവരിൽ ആരുടെയൊക്കെ പേരുകൾ മച്ചിലും ചുവരിലും എഴുതിയിട്ടുണ്ട് എന്നതിനെക്കുറിച്ചായിരുന്നു.

"താങ്കൾ പറയുന്നത് എനിക്ക് വ്യക്തമായി കേൾക്കാനാകുന്നില്ല." ഫെറൂസെ പറഞ്ഞു.

"അടുത്ത മേശയിലിരിക്കുന്നവരെപ്പോലെ നമുക്കും ഒച്ചവയ്ക്കാം."

"നമുക്കൊരുമിച്ച് ഒരിക്കൽ ആ ലൈബ്രറിയിലേക്ക് പോകണം. ഇനിയും ഇതുപോലെയുള്ള എന്തെങ്കിലുമൊക്കെ കണ്ടെത്തുവാൻ താങ്കൾക്കായേക്കും." അവൾ പറഞ്ഞു.

"സന്തോഷം. ലൈബ്രറിയിൽ ചെന്നപ്പോൾ എന്റെ മുത്തശ്ശിയുടെ മരത്തെക്കുറിച്ച് ചിന്തിക്കുകയുണ്ടായോ?" ഞാൻ ചോദിച്ചു.

"ഞാൻ ചിന്തിച്ചില്ല. എന്നാൽ എന്റെ അമ്മയ്ക്ക് അതോർമ്മവന്നു. താങ്കളെക്കുറിച്ചുള്ള കഥകൾ ഞാൻ എന്റെ അമ്മയോട് പറയുകയായിരുന്നു. അപ്പോൾ കഥയിൽ കയറിവന്ന ആപ്പിൾ മരം അമ്മയെ ന്യൂട്ടന്റെ ആപ്പിൾ മരത്തെ ഓർമ്മിപ്പിച്ചു എന്ന് അമ്മ പറയുകയുണ്ടായി. ഞാനുടൻ താങ്കളെ ഫോണിൽ വിളിക്കുകയും ചെയ്തു."

---

* പ്രൊഫസർ ജെ.ആർ.എസ്. സ്റ്റെറെറ്റ് : പ്രൊഫസർ വില്ല്യം റാംസെ 1881ൽ ടർക്കിഷ് സന്ദർശിച്ചപ്പോൾ ഇദ്ദേഹം കൂടെയുണ്ടായിരുന്നു.

"എന്റെ കഥകൾ അമ്മയോട് പറഞ്ഞുവെന്നോ?"

"അതെ."

ഒരു വെയ്റ്റർ ഭക്ഷണം കൊണ്ടുവന്നു. അത് മേശപ്പുറത്ത് വച്ചു.

ഒട്ടും കാത്തുനിൽക്കാതെ ഫെറൂസെ ടോസ്റ്റ് ചെയ്ത് ചൂടാറാത്ത സാൻഡ്‌വിച്ച് എടുത്ത് കടിച്ചു. എന്നിട്ട് "അമ്മയോട് പറഞ്ഞതിൽ താങ്കൾക്ക് വിഷമമൊന്നുമില്ലല്ലോ അല്ലേ" എന്ന് ചോദിച്ചു.

"വിഷമമുണ്ടെന്നല്ല ഞാൻ ഉദ്ദേശിച്ചത്.."

ഞാൻ ചായയിൽ പഞ്ചസാര ചേർത്തിളക്കി.

ഫെറൂസെ എന്നെ തുറിച്ച് നോക്കി.

"എന്ത് പറ്റി?" ഞാൻ ചോദിച്ചു.

"താങ്കൾ ചായയിൽ പഞ്ചസാര ചേർക്കാറില്ലെന്നാണ് ഞാൻ കരുതി യത്."

ഞാൻ ഒന്ന് ശങ്കിച്ചു.

"ശരിക്ക് ഉറങ്ങിയില്ലെങ്കിൽ ഇതൊക്കെ സംഭവിക്കും. ചിലപ്പോൾ ഞാനെന്താണ് ചെയ്യുന്നത് എന്ന് എനിക്ക് തന്നെ നല്ല നിശ്ചയമില്ലാത്ത അവസ്ഥയുണ്ടാകാറുണ്ട്. " ഞാൻ പറഞ്ഞു.

"ഇന്നലെ രാത്രി ഉറങ്ങിയില്ലേ?"

"അധികം ഉറക്കം ലഭിക്കാറില്ല. എന്നാൽ ഇപ്പോൾ അതിനെക്കുറിച്ച് ചിന്തിച്ച് അധികം വിഷമിക്കാറുമില്ല." പഞ്ചസാര ചേർത്ത ചായ ഒന്നി റക്കി ഞാൻ പറഞ്ഞു.

"ഉറക്കമില്ലായ്മ ഒരസുഖമാണ്. ഡോക്ടറെ കാണാമായിരുന്നില്ലേ?"

"കഴിഞ്ഞ പത്ത് വർഷമായി ഈ ലോകത്തിൽ എന്തൊക്കെ ഗുളിക കൾ ഇറങ്ങിയിട്ടുണ്ടോ അതൊക്കെ ഞാൻ കഴിച്ചിട്ടുണ്ട്."

"എന്നിട്ട് ഒന്നും ഗുണം കണ്ടില്ലെന്നോ? പത്ത് വർഷം എന്നാൽ കുറച്ച ധികമായില്ലേ?"

"മരുന്നുകളേക്കാൾ രോഗശമനം തരുന്ന ഒന്നാണ് കാലം."

"എന്റെ അമ്മയ്ക്കും ഇതുപോലെ ഉറക്കമില്ലായ്മ എന്ന അസുഖം കുറച്ച് കാലത്തേക്കുണ്ടായിരുന്നു. പക്ഷേ പിന്നെ അത് മാറി. ഡോക്ടർ മാർ എന്താണ് പറഞ്ഞത്?"

"മനസ്സിനെ വല്ലാതെ അലട്ടരുത്, പിരിമുറുക്കമരുത്. എന്നാൽ, ഇനി അവർക്ക് വിഷമം തോന്നിത്തുടങ്ങുന്നതിനു മുമ്പ് ഞാൻ എന്റെ അവ സാന മരുന്ന് കഴിച്ചേക്കുമെന്ന് തോന്നുന്നു."

"എന്ത് മരുന്ന്?" കയ്യിൽ ചായക്കപ്പുമായി ഫെറൂസെ ചോദിച്ചു.

"ഒരിക്കൽ ഞാൻ ഡോക്ടറുടെ മുറിയുടെ മുന്നിലിരിക്കുകയായിരുന്നു. അവിടെ അപ്പോൾ എന്റെ അതേ അസുഖമുള്ള ഒരാളെ കണ്ടു. അയാൾ പറഞ്ഞത് അവസാനത്തെ മരുന്ന് ആത്മഹത്യയാണെന്നാണ്."

"അത്രയ്ക്ക് മോശമാണോ?"

"കരച്ചിൽ കൊണ്ട് ദുഃഖം ശമിക്കുന്നില്ലെന്ന് കണ്ടാൽ ചുവരിൽ തലയിടിക്കാറില്ലേ?"

ചായ കുടിക്കാതെ ഫെറൂസെ കപ്പ് താഴെവച്ചു.

"ഇത് പെട്ടെന്ന് തുടങ്ങിയതാണോ?" അവൾ ചോദിച്ചു.

"അങ്ങനെ വേണമെങ്കിൽ പറയാം..."

"വെറുതെ...പെട്ടെന്ന്..."

"ഒരു അപകടത്തിനു ശേഷം."

"കാറപകടമായിരുന്നോ?"

"പൊലീസുമായി ബന്ധപ്പെട്ട ഒരു അപകടം. എന്റെ രാജ്യത്ത് ഒരാൾ രാഷ്ട്രീയത്തിൽ വ്യാപരിക്കുന്നുവെങ്കിൽ നിന്റെ അച്ഛനു സംഭവിച്ചതു പോലെ സംഭവിക്കുവാൻ സാധ്യതയേറെയുണ്ട്."

"എന്നുവച്ചാൽ... പറഞ്ഞുവരുന്നത്... അവർ താങ്കളെ കൊല്ലാൻ ശ്രമിച്ചു എന്നാണോ?"

ഞാൻ മറുപടിയൊന്നും പറഞ്ഞില്ല. കുറച്ചുനേരം ഞങ്ങൾ രണ്ട് പേരും നിശ്ശബ്ദരായി.

ഞാൻ ഫെറൂസെയുടെ ചായക്കപ്പ് തൊട്ടു നോക്കി.

"ചായ തണുത്തു." ഞാൻ പറഞ്ഞു.

"സാരമില്ല." അവൾ പറഞ്ഞു.

അപ്പോൾ അവളുടെ മൊബൈൽ ശബ്ദിച്ചു. ആ അവസരം മുതലാക്കി ഞാനെഴുന്നേറ്റു. ഒരു ട്രേയിൽ ചായയുമായി തിരികെയെത്തിയ പ്പോഴേക്കും അവളുടെ സംഭാഷണം അവസാനിച്ചിരുന്നു.

"വേണ്ടിയിരുന്നില്ല. തണുത്ത ചായ എനിക്ക് പ്രശ്നമല്ല." അവൾ പറഞ്ഞു.

"പഞ്ചസാര ചേർത്ത ചായ എനിക്കിഷ്ടമായില്ല."

"അമ്മയായിരുന്നു. ഒന്ന് രണ്ട് സാധനങ്ങൾ വാങ്ങിവരണം എന്ന് പറയാൻ വിളിച്ചതായിരുന്നു. എനിക്ക് കടയിൽ കയറണം. അതൊക്കെ വാങ്ങണം. ഇന്ന് അമ്മയുടെ ജന്മദിനമാണ്. ആഘോഷത്തിൽ പങ്കെടു ക്കുവാൻ അമ്മ താങ്കളേയും ക്ഷണിച്ചിരിക്കുന്നു."

"നന്ദി. ഉറക്കമെന്ന മാലാഖ എന്നെ തൊട്ടു തലോടിയില്ലെങ്കിൽ ഞാനെത്താം."

ഞാൻ ചായ ഒരു കവിൾ കൂടി കുടിച്ചു.

"നമ്മൾ ഉറക്കമില്ലായ്മ എന്ന അസുഖത്തെക്കുറിച്ച് ചർച്ച ചെയ്യുക യായിരുന്നു."

"അതിലും പ്രധാനം ഇപ്പോൾ നിന്റെ അമ്മയുടെ ജന്മദിനമാണ്. ഞാനെന്ത് കൊണ്ടുവരണം?"

"ഒന്നും കൊണ്ടുവരണമെന്നില്ല. എന്നാൽ അമ്മയ്ക്ക് ആഭരണങ്ങളും പുരാതന പുസ്തകങ്ങളും ഇഷ്ടമാണ്." അവൾ പറഞ്ഞു.

"നിന്നെപ്പോലെ തന്നെയാണോ?" ഞാൻ ചോദിച്ചു.

"ആഭരണങ്ങളുടെ കാര്യം പറഞ്ഞാൽ...അതെ..."

ഞാൻ അവളുടെ കാതിലേക്ക് നോക്കി. കട്ടപിടിച്ച രക്തത്തിന്റെ നിറ മുള്ള രണ്ട് കല്ലുകൾ അവയിൽ ഞാന്നു കിടക്കുന്നു. ചെമ്പു കൊണ്ടുള്ള, ചിത്രപ്പണികളുള്ള കൊളുത്തിന്റെ അറ്റത്താണവ തൂങ്ങി യാടുന്നത്. കഴുത്തിലെ മാലയും ചെമ്പുകൊണ്ടുള്ളതായിരുന്നു. അതിന്റെ നടുക്ക് റോസാപ്പൂവിന്റെ ചിത്രമുള്ള ഒരു ലോക്കറ്റുണ്ട്.

"എന്റെ സമ്മാനം എന്തായിരിക്കണം എന്ന് ഞാൻ തീരുമാനിച്ച് കഴിഞ്ഞു."

"ഇത്ര പെട്ടെന്നോ?"

"അതെ."

"അമ്മ ജന്മദിനം ആഘോഷിച്ചിട്ട് വർഷങ്ങളായി. രണ്ടാഴ്ച മുമ്പ് അമ്മ കോണിപ്പടിയിൽ നിന്നും താഴെവീണു. കണങ്കാലിലെ എല്ല് പൊട്ടി. അതുകൊണ്ട് ഇപ്പോൾ അമ്മയുടെ സുഹൃത്തുക്കളെയെല്ലാം ഒന്നിച്ച് കാണാൻ ഒരവസരമുണ്ടാക്കിയിരിക്കുകയാണ്."

"അമ്മയുടെ പേരെന്താ?"

"അസീത."

അവൾ പറഞ്ഞതുപോലെ തന്നെ അതുച്ചരിക്കുവാൻ ഞാൻ ശ്രമിച്ചു. അസിത എന്നതിനു പകരം അസീത എന്നു തന്നെ.

"അമ്മ എന്ത് ചെയ്യുന്നു?"

"ഇംഗ്ലീഷിൽ നിന്നും ഫാർസിയിലേക്ക് പുസ്തകങ്ങൾ വിവർത്തനം ചെയ്യുന്നു."

"അങ്ങനെയെങ്കിൽ കഴിഞ്ഞ രണ്ടാഴ്ച അതിന് വേണ്ടുവോളം സമയം ലഭിച്ചിട്ടുണ്ടാകുമല്ലോ?" ഞാൻ ചോദിച്ചു.

"ലണ്ടനിൽ നിന്നും ഇളയമ്മ വന്നിട്ടുണ്ട്. അവരാണ് അമ്മയുടെ കാര്യ ങ്ങളെല്ലാം നോക്കുന്നത്. അതുകൊണ്ട് തന്നെ അവരിരുവർക്കും ഇപ്പോൾ ഒന്നിനും സമയമില്ല. ടി വി കാണാനും കൊച്ചുവർത്തമാനങ്ങൾ പറയാ നുമല്ലാതെ ഒന്നിനും."

"മടി ആനന്ദകരമായ ഒരു പാപമാണ്" ഞാൻ പറഞ്ഞു.

"അപ്പോൾ താങ്കളുടെ ഇഷ്ട പാപം എന്താണ്?"

ചായ മൊത്തിക്കൊണ്ടിരുന്നപ്പോൾ ഞാൻ അതിനുള്ള ഉത്തരം അന്വേഷിച്ചു. സാവധാനത്തിൽ ചായക്കപ്പ് മേശപ്പുറത്ത് വച്ചു.

"പെട്ടെന്ന് ഒന്നും ഓർമ്മയിലെത്തുന്നില്ല."

"പാപങ്ങളൊന്നുമില്ലെന്നാണോ?"

"അല്ല. എന്നാൽ ടോൾസ്റ്റോയ് ചെയ്ത അത്രയും പാപങ്ങൾ ഞാനിതുവരേക്കും ചെയ്തിട്ടില്ല എന്ന് മാത്രം."

"ശരി. പക്ഷേ, ടോൾസ്റ്റോയിയെപ്പോലെ പാപങ്ങളെല്ലാം കഴുകി കളയുവാൻ താങ്കൾ തീരുമാനിച്ചുറച്ചിട്ടുണ്ടോ?"

"അത് അതിലും ബുദ്ധിമുട്ടിക്കുന്ന ചോദ്യമായി."

"എളുപ്പം ഉത്തരം പറയാവുന്ന ചോദ്യങ്ങൾക്ക് ഉത്തരം തന്നിരുന്നുവെങ്കിൽ ഇങ്ങനെ ബുദ്ധിമുട്ടിക്കുന്ന ചോദ്യങ്ങളുണ്ടാകില്ലായിരുന്നു." അവൾ പറഞ്ഞു.

"അങ്ങനെയെങ്കിൽ നിന്നെ ആകർഷിക്കുന്ന ഏതെങ്കിലും പാപമുണ്ടോ എന്ന് ഞാൻ ചോദിച്ചാൽ?"

"ഞാൻ നുണ പറയണമെന്ന് ആഗ്രഹിക്കുന്നുണ്ടോ?" അവൾ ചോദിച്ചു.

"ഉവ്വ്."

"താങ്കളുടെ പാപം എന്തെന്ന് കണ്ടെത്തിയതിനു ശേഷം ഞാൻ പറയാം." അവൾ ചായ മൊത്തിക്കുടിക്കുവാൻ തുടങ്ങി.

മറ്റ് മേശകളിൽ നിന്നെല്ലാമുള്ള ആരവം ഞങ്ങളിരിക്കുന്നതിന്റെ അടുത്ത മേശയിൽ ലയിക്കുവാൻ തുടങ്ങി.

ഞങ്ങൾ അവിടെ നിന്നിറങ്ങി. ഫെറൂസെയ്ക്ക് വാങ്ങുവാനുണ്ടായിരുന്ന സാധനങ്ങൾ വാങ്ങി. അതിനുശേഷം ഞാൻ നദിക്കരയിലൂടെ വീട്ടിലേക്ക് നടന്നു.

മെത്തയിൽ കിടന്നു. ഉറക്കമെന്ന മാലാഖ എന്നെത്തേടി വന്നില്ല.

സൂര്യാസ്തമയത്തോടെ ഞാൻ ഫെറൂസെയുടെ വീട്ടിലേക്ക് തിരിച്ചു. വഴിയിൽ ചില കൗമാരക്കാർ ചിത്രം വരയ്ക്കുന്നത് കണ്ടു. ചുവരിലാണവർ വരയ്ക്കുന്നത്. ഷോപ്പിങ്ങ് സെന്ററിനരികിലുള്ള അടിപ്പാതയിൽ. മെലിഞ്ഞ ഒരു പയ്യൻ രണ്ട് പേരുടെ തോളിൽ കയറി നിന്ന് വരയ്ക്കുന്നു.

"എന്തെങ്കിലും സഹായം വേണോ?" ഞാനത് കണ്ട് ചിരിച്ചുകൊണ്ട് ചോദിച്ചു.

"നന്ദി സുഹൃത്തേ...ഇപ്പോഴൊന്നും വേണ്ട." അവർ പറഞ്ഞു.

ഇവരാണോ നഗരത്തിലെ ചുവരുകളിലെല്ലാം ഇങ്ങനെ ചിത്രപ്പണികൾ ചെയ്യുന്നത് എന്ന് ഒരു നിമിഷത്തേക്ക് ശങ്കിച്ചു.

വാതിൽ തുറന്നത് ഫെറൂസെയായിരുന്നു. ഞാനവൾക്ക് സഹകരണ സ്ഥാപനത്തിൽ നിന്നും വാങ്ങിയ അധികം വിലയില്ലാത്ത റോസാപ്പൂക്കൾ സമ്മാനിച്ചു. ചുവന്ന റോസാപ്പൂക്കൾ. അവളപ്പോൾ മുടിയഴിച്ചിട്ടിരിക്കുകയായിരുന്നു.

മുൻവശത്തെ മുറിയിൽ ആദ്യം കണ്ട രണ്ടു പേരെ ഞാൻ അഭിവാദ്യം ചെയ്തു. ഫെറൂസെ എന്നെ അവളുടെ അമ്മയ്ക്കരികത്തെത്തിച്ചു. അമ്മ ജനലിനരികിലാണ് ഇരുന്നിരുന്നത്. അവരുടെ നീളമുള്ള അങ്കിയ്ക്കു കീഴെ കണങ്കാലിലെ പ്ലാസ്റ്റർ എനിക്കു കാണാമായിരുന്നു.

ഫെറൂസെ എന്നെ പരിചയപ്പെടുത്തുന്നതിനു മുമ്പേ അമ്മ എന്റെ പേരു പറഞ്ഞു.

“ബ്രാനി താവൊ... അല്ലേ.”

അമ്മ എന്നെ ആലിംഗനം ചെയ്തു. ആ ആലിംഗനത്തിൽ സ്നേഹമുണ്ടായിരുന്നു. എന്റെ കണ്ണ് നിറഞ്ഞു.

വർഷങ്ങൾക്കു മുമ്പ് ഇറങ്ങിപ്പോന്ന എന്റെ വീട്ടിൽ തിരികെയെത്തിയോ എന്നെനിക്ക് തോന്നിപ്പോയി. ഇങ്ങനെയൊരു അനുഭവം ഞാൻ മറന്നതായിരുന്നുവല്ലോ.

“ജന്മദിനാശംസകൾ.” ഞാൻ പറഞ്ഞു.

“വന്നതിനു നന്ദി. താങ്കൾ ഫെറുസെയോട് പറഞ്ഞ കഥകളിലൂടെ താങ്കളെ എനിക്കറിയാം.”

എനിക്ക് നാണമായി. അത്രയും ഊഷ്മളത ഞാൻ പ്രതീക്ഷിച്ചിരുന്നില്ല.

ഞങ്ങളുടെ സമീപത്തേക്ക് മറ്റൊരു സ്ത്രീ വന്നു. അസീത എന്നെ അവർക്ക് പരിചയപ്പെടുത്തി. “ഇത് ബ്രാനി താവൊ”

എന്റെ പേര് അവരുച്ചരിക്കുന്നത് കേൾക്കാൻ നല്ല സുഖമുണ്ടായിരുന്നു. അത് കേൾക്കാൻ മാത്രമായി ഇനിയെന്നും ഞാനവർക്ക് ഫോൺ ചെയ്തേക്കുമോ എന്നുപോലും എന്റെ മനസ്സ് ശങ്കിച്ചു.

“ഫെറൂസെയുടെ സുഹൃത്താണല്ലേ” അവിടെയെത്തിയ ആ സ്ത്രീ ചോദിച്ചു.

“അതെ.” മറുപടി അസീതയാണ് പറഞ്ഞത്. എന്നിട്ട് എന്നെ നോക്കി “ഇത് എന്റെ സഹോദരി ടീന” എന്ന് പരിചയപ്പെടുത്തി.

ടീന എന്റെ കവിളിൽ ചുംബിച്ചു.

“ഫെറൂസെ എന്നെ ഇളയമ്മ എന്നാണ് വിളിക്കുന്നത്. അങ്ങനെ തന്നെ താങ്കൾക്കും വിളിക്കാം.“ അവർ പറഞ്ഞു.

“ശരി ഇളയമ്മേ, ഞാനങ്ങനെ തന്നെ വിളിക്കാം.“ ഞാൻ പറഞ്ഞു. അതുകേട്ട് എല്ലാവരും പുഞ്ചിരിച്ചു.

“ഫെറൂസെ എപ്പോഴെങ്കിലും താങ്കളോടൊപ്പം ‘മൂന്ന് വാക്ക്’ കളിച്ചിട്ടുണ്ടോ?” ടീനയാണ് ചോദിച്ചത്.

“ഇല്ല.‘” ഞാൻ പറഞ്ഞു.

“ശരി. എങ്കിൽ ഇന്ന് കളിക്കാം.” അവർ പറഞ്ഞു.

ഫെറൂസെ അപ്പോൾ അവിടെയില്ലായിരുന്നു. അവൾക്കുള്ള സമ്മാന മായ റോസാപൂക്കൾ ഞാനവളെ ഏല്പിച്ചിരുന്നു. എന്നാൽ അസീത യ്ക്കുള്ള സമ്മാനം അപ്പോഴും എന്റെ കയ്യിൽ തന്നെയായിരുന്നു.

"ഇത് താങ്കൾക്ക് എന്റെ ജന്മദിന സമ്മാനം."

"നന്ദി..വളരെ വളരെ നന്ദി" അവർ എന്റെ കവിളിൽ ഉമ്മ വച്ചു.

സ്റ്റീരിയോയിലൂടെ അമാലിയ റോഡ്രിഗസിന്റെ ഗാനം ഒഴുകിയെത്തു ന്നുണ്ടായിരുന്നു. ഞാൻ ഭക്ഷണത്തിനരികിലെത്തി. ബുഫെയായിരുന്നു. ഞാൻ ഹമ്മൂസും ഡോൾമയും സലാഡും കോഴിയും മറ്റുമെടുത്തു.

നിറഞ്ഞ പ്ലേറ്റുമായി നിൽക്കുമ്പോൾ ഫെറൂസെയെ അടുക്കളയിൽ കണ്ടു.

"ഈ 'മൂന്ന് വാക്ക്'എന്ന കളിയെന്താണ്?" ഞാൻ ചോദിച്ചു.

ഫെറൂസെ ചിരിച്ചു. "അപ്പോൾ ഇളയമ്മയുമായി പരിചയപ്പെട്ടു അല്ലേ?" അവൾ ചോദിച്ചു.

"ഉവ്വ്. നല്ല സ്നേഹമുള്ളവരാണവർ."

"ആ വാക്ക് മറക്കണ്ട."

"ഏത് വാക്ക്?"

"നല്ല സ്നേഹം."

"ശരി."

"അമ്മയ്ക്ക് എന്ത് സമ്മാനമാണ് വാങ്ങിക്കൊണ്ടുവന്നത്?" അവൾ ചോദിച്ചു.

"നിനക്ക് ഊഹിക്കുവാനാകില്ല." എന്നായിരുന്നു എന്റെ മറുപടി.

"വലിയ പൊതിയായിരുന്നു. അതിനാൽ തന്നെ ആഭരണമാകില്ല. പുസ്തകമായിരുന്നോ?"

"ഞാൻ പറയില്ല."

അടുക്കളയിൽ അപ്പോൾ രണ്ട് സ്ത്രീകൾ കൂടിയുണ്ടായിരുന്നു. ഞാൻ അവരെ അഭിവാദ്യം ചെയ്ത് സ്വയം പരിചയപ്പെടുത്തി. അവർ പഴങ്ങൾ മുറിച്ച് വയ്ക്കുകയായിരുന്നു. ഫെറൂസെ തണ്ണീർമത്തൻ വെട്ടിവയ്ക്കു ന്നത് അവസാനിപ്പിച്ചു. കത്തി അരികിലേക്ക് മാറ്റിവച്ചു.

"താങ്കൾ എന്ത് സമ്മാനമാണ് കൊണ്ടുവന്നത് എന്നെനിക്കറിയണം. ഞാനൊന്ന് എത്തിനോക്കി വരട്ടെ."

"എത്തി നോക്കുന്നത് ഒരു പാപമല്ലേ?"

അവൾ ചിരിച്ചു. "ഇപ്പോഴും മനസ്സിൽ ആ ചർച്ചയാണല്ലേ. താങ്കൾ എന്തായാലും ഒരു വലിയ പാപി തന്നെയാണ്." അവൾ പറഞ്ഞു.

അവളുടെ കൈ കത്തിയിൽ തട്ടി. അത് താഴെ വീണു. ഞങ്ങൾ രണ്ടുപേരും നിന്നിരുന്നതിന്റെ മദ്ധ്യത്തിൽ അത് നിശ്ചലമായി.

അവിടെയുണ്ടായിരുന്ന രണ്ട് സ്ത്രീകളിൽ ഒരാൾ വന്ന് ആ കത്തി യെടുത്തു. അവർ ഫെറൂസെയോട് ഫാർസിയിൽ എന്തോ പറഞ്ഞു.

"കുഴപ്പമൊന്നുമില്ലല്ലോ?" ഞാൻ ചോദിച്ചു.

"ഇല്ല." ഫെറൂസെ പറഞ്ഞു.

അത് പറയുമ്പോൾ അവൾ ദീർഘമായി ശ്വസിച്ചിരുന്നു.

ഞാൻ എന്റെ പ്ലേറ്റ് മേശപ്പുറത്ത് വച്ചുകൊണ്ട് പറഞ്ഞു. "എന്റെ കയ്യിൽ നിന്ന് അതിപ്പോൾ വീഴുമായിരുന്നു."

ഫെറൂസെ ഒരു ഗ്ലാസിൽ വീഞ്ഞ് പകർന്ന് അതൊന്ന് മൊത്തി. എന്നിട്ട് ഗ്ലാസ് എന്റെ നേരെ നീട്ടി. "കുടിച്ചുനോക്കൂ. ഒരു സുഖം തോന്നും"

"ശരി." എന്ന് പറഞ്ഞ് ഞാൻ അവളുടെ വീഞ്ഞ് വാങ്ങിക്കുടിച്ചു.

ഞാനൊരു മദ്യപാനിയല്ല. എന്നാൽ, ആയിരുന്നെങ്കിൽ, ഞാനും ചുവന്ന വീഞ്ഞ് തിരഞ്ഞെടുക്കുമായിരുന്നു.

"സ്റ്റെല്ല വന്നില്ലേ?" ഞാൻ ചോദിച്ചു.

"ഇപ്പോൾ വരും. പോയി എല്ലാവരേയും പരിചയപ്പെട്ടോളൂ" അവൾ പറഞ്ഞു.

വീണ്ടും ഞാൻ എന്റെ പ്ലേറ്റ് കയ്യിലെടുത്തു. സ്വീകരണമുറിയിലേക്ക് നടന്നു. ഫെറൂസ താമസിക്കുന്ന അതേ തെരുവിൽ താമസിക്കുന്ന ഒരു ഇംഗ്ലീഷ് ദമ്പതികളെ ഞാൻ കണ്ടു. ഭർത്താവ് സർക്കാർ സേവനത്തി ലാണ്. ഭാര്യ ലണ്ടനിലെ ഒരു പ്രസാധകനോടൊപ്പം എഡിറ്ററായി ജോലി ചെയ്യുന്നു. അവർ അടുത്തയാഴ്ച ആരംഭിക്കാനിരുന്ന കാംബ്രിഡ്ജ് വേഡ് ഫെസ്റ്റിനെക്കുറിച്ച് സംസാരിച്ചു. ഞങ്ങളുടെ സംസാരം കേട്ട ഒരു യുവതി സംഭാഷണത്തിൽ പങ്കുചേർന്നു. അവർ ആ ഫെസ്റ്റിന്റെ സംഘാടകരിൽ ഒരാളായിരുന്നു. ചർച്ച സാഹിത്യമായപ്പോൾ എഴുത്തു കാരുടെ ഭ്രാന്ത് ചർച്ചയിലേക്ക് കടന്ന് വന്നു. വെളുത്ത താടി വച്ച ഒരാൾ സംഭാഷണത്തിൽ പങ്കുചേരാനായെത്തി. ബി ബി സിയിൽ വാർത്ത വായിക്കുന്നതുപോലെ കൃത്യമായ ഉച്ചാരണവുമായി, ഓരോ വാക്കും വേർതിരിച്ച് അയാൾ സംസാരിച്ചു തുടങ്ങി. ദൈവം പോലും മനുഷ്യ രുടെ സ്നേഹം കാംക്ഷിക്കുന്ന ഈ ലോകത്തിൽ എഴുത്തുകാരുടെ ചെറിയ ചെറിയ കുറ്റങ്ങളും കുറവുകളും അധികരിച്ച് കാണരുത് എന്നദ്ദേഹം അഭിപ്രായപ്പെട്ടു. ഞങ്ങൾ എല്ലാം ചിരിച്ചുകൊണ്ട് അതംഗീ കരിച്ചു.

വിളക്കുകളണഞ്ഞു. അടുക്കളയിൽ നിന്നും ജന്മദിനാശംസകളോടെ കേക്കെത്തി. അസീത മെഴുതിരികൾ ഊതിക്കെടുത്തി. എല്ലാവരും "ജന്മദിനാശംസകൾ" പാടി. പിന്നെ കൂട്ടത്തിലുണ്ടായിരുന്ന ഇറാനി കളെല്ലാം കൂടി അവരുടെ ഭാഷയിലെ ഒരു ഗാനം പാടി. വിളക്കുകൾ വീണ്ടും തെളിഞ്ഞു.

ഞാൻ എന്റെ പ്ലേറ്റുമെടുത്ത് വീണ്ടും അടുക്കളയിലേക്ക് നീങ്ങി. കെറ്റിലിൽ വെള്ളം തിളച്ച് കിടക്കുന്നുണ്ടായിരുന്നു. ഒരു ചായ യുണ്ടാക്കി.

ഏതാനും പേരൊഴികെ എല്ലാവരും ഒരു വലിയ മേശയ്ക്ക് ചുറ്റിലു മിരിക്കുകയായിരുന്നു. ഫെറൂസെ എന്നെ അവിടേക്ക് മാടി വിളിച്ചു. ഞാൻ അവൾക്ക് സമീപം ഒരു വലിയ സോഫയിലിരുന്നു. അവൾ എനിക്ക് ഒരു തുണ്ട് കേക്ക് തന്നു.

ഏറ്റവും ഉച്ചത്തിൽ മുഴങ്ങിയിരുന്നത് ടീനയുടെ സ്വരമായിരുന്നു. അവിടെയുള്ള എല്ലാവരേയും അവർക്ക് പരിചയമുണ്ട് എന്ന് വ്യക്ത മായിരുന്നു. എല്ലാവരോടും അവർക്ക് എന്തെങ്കിലും കുശലം പറയുവാ നുണ്ടായിരുന്നു.

“ഇനി നമുക്ക് സമ്മാനങ്ങളൊക്കെ ഒന്ന് തുറന്ന് നോക്കിയാലോ” ടീന എല്ലാവരോടും ചോദിച്ചു. അത് അവരുടെ ജന്മദിനാഘോഷമാണോ എന്ന് തോന്നിപ്പോയി ആ ഉത്സാഹം കണ്ടപ്പോൾ.

ആദ്യത്തെ പൊതിയിൽ ഒരു ഷർട്ടായിരുന്നു. വേനൽക്കാലങ്ങളിൽ ഉപയോഗിക്കുന്ന തരം ഷർട്ട്. രണ്ടാമത്തേത് പിക്ചർസ്ക്യൂ സിനിമയിൽ രണ്ട് പേർക്കുള്ള ടിക്കറ്റായിരുന്നു.

അസീത മൂന്നാമത്തെ പൊതി തുറന്നു. അതിൽ ഒരു കുറിപ്പുണ്ടാ യിരുന്നു.

“ഇത് എന്നാണ് വന്നത്?” അവർ ചോദിച്ചു.

“കഴിഞ്ഞയാഴ്ച.” ഫെറൂസയാണ് മറുപടി പറഞ്ഞത്. “ഇന്ന് തുറ ന്നാൽ മതിയെന്ന് ഇളയമ്മയും ഞാനും കൂടി തീരുമാനിച്ചു.”

മാർക്വിസിന്റെ ഏറ്റവും പുതിയ നോവലിന്റെ ഫാർസി പരിഭാഷയുടെ കയ്യെഴുത്ത് പ്രതിയായിരുന്നു അത്. ടെഹ്റാനിൽ നിന്നുള്ള ഒരു പ്രസാ ധകൻ അത് സ്പാനിഷിൽ നിന്നും മൊഴിമാറ്റം ചെയ്യിച്ചിരിക്കുന്നു. അസീതയോട് അതൊന്ന് ഇംഗ്ലീഷ് പരിഭാഷയുമായി ഒത്തുനോക്കാൻ ആവശ്യപ്പെട്ട് അയാൾ എഴുതിയിരിക്കുന്നു. ആവശ്യമെങ്കിൽ ചില മാറ്റ ങ്ങൾ വരുത്തുവാനും അനുവാദം നൽകിയിട്ടുണ്ട്.

അസീത മുമ്പൊരിക്കൽ മാർക്വിസിനെ നേരിട്ട് കണ്ടിട്ടുണ്ട്. അദ്ദേഹ വുമായി സംസാരിച്ചിട്ടുണ്ട്. അദ്ദേഹമുമായി ചില കത്തിടപാടുകളുമുണ്ടാ യിട്ടുണ്ട്. അതിനാൽ അവർക്ക് ഈ സമ്മാനം ലഭിച്ചതിലുള്ള ആവേശം വ്യക്തമായിരുന്നു.

“ഈ നോവൽ സ്പാനിഷിൽ തന്നെ വായിക്കണം എന്നാണെന്റെ ആഗ്രഹം.” അസീത പറഞ്ഞു.

“മാർക്വിസിന്റെ ഇംഗ്ലീഷ് എങ്ങനെയുണ്ട്?” സർക്കാർ സേവനത്തി ലുള്ളയാൾ ചോദ്യവുമായെത്തി.

“ആദ്യതവണ കണ്ടപ്പോൾ അദ്ദേഹത്തിന്റെ ഭാഷ തന്നെ കവിതയാണോ എന്നെനിക്ക് തോന്നിപ്പോയി.” എന്നായിരുന്നു അസീതയുടെ മറുപടി.

അതുകേട്ട് എല്ലാവരും ചിരിച്ചു.

“ഇപ്പോഴും അങ്ങനെ തന്നെയെന്നാണ് ഞാൻ കരുതുന്നതും.” അവർ തുടർന്നു.

“നോബൽ സമ്മാനത്തിനർഹനായ ഒരാളുടെ പുസ്തകത്തിന് ഇറാനിൽ പ്രശ്നങ്ങളുണ്ടാകുമോ?” അയാൾ വീണ്ടും ചോദ്യവുമായെത്തി.

“സാദിയുടെ ഗുലിസ്താനിൽ കല്ലുകടികണ്ടവർ മാർകിസിന്റെ കാര്യത്തിൽ എന്തെങ്കിലും വ്യത്യസ്തമായി ചിന്തിക്കുമെന്ന് എനിക്ക് കരുതുവാനാകുന്നില്ല.”

“അപ്പോൾ താങ്കളെന്ത് ചെയ്യും” ഫെസ്റ്റ് സംഘാടകയായ യുവതിയുടേതായിരുന്നു ചോദ്യം.

മേശപ്പുറത്ത് കിടന്നിരുന്ന ഫയലിലെ ആദ്യ താളിലേക്ക് അസീതയെത്തി.

“ഇടുങ്ങിയ ഒരു ദ്വാരത്തിലൂടെ കടക്കുവാനായി പൂച്ച ചിലപ്പോൾ അതിന്റെ ശരീരത്തെ ചുരുക്കും. തലയുടെ അതേ ഘനമേ അപ്പോൾ അതിന്റെ ശരീരത്തിനുണ്ടാകുകയുള്ളു.” അവർ പറഞ്ഞു. “പ്രസാധകൻ ഇവിടെ ചെയ്തിരിക്കുന്നത് കാണൂ. തലക്കെട്ട് തന്നെ മാറ്റിയിരിക്കുന്നു: എന്റെ ദുഃഖ സുന്ദരികളുടെ ഓർമ്മക്കുറിപ്പുകൾ എന്നാക്കിയിരിക്കുന്നു.”

“എന്റെ വിഷണ്ണ വേശ്യകളുടെ ഓർമ്മക്കുറിപ്പുകൾ എന്നതിന് യോജിക്കുന്ന ഒരു പ്രയോഗം.” കറുത്ത ഫ്രെയിമുള്ള കണ്ണടവച്ച ഒരാൾ അഭിപ്രായപ്പെട്ടു.

ഞാനിയാളെ മുമ്പ് കണ്ടിട്ടുണ്ട്. അത് ഏതെങ്കിലും യോഗത്തിൽ വച്ചാണോ അതോ അങ്ങാടിയിൽ വച്ചാണോ എന്നെനിക്ക് ഓർമ്മയില്ല.

“താങ്കളിതിനെ എങ്ങനെ പരിഭാഷപ്പെടുത്തും?” എഡിറ്ററുടേതായിരുന്നു ചോദ്യം.

“മാർഗഭ്രംശം സംഭവിച്ച ഒരു വൃദ്ധന്റെ ജീവിതം” അസീത മറുപടി പറഞ്ഞു.

“സത്യമായും?”

“എന്റെ മനസ്സിൽ തോന്നുന്നത് ഞാൻ പറയാം. പ്രസാധകന് ഉചിതമെന്ന് തോന്നുന്ന തലക്കെട്ട് അയാൾക്ക് ഉപയോഗിക്കാൻ ഞാൻ അനുവാദം നൽകും. എന്നാൽ കഥയിലെ ഒരൊറ്റ വാക്കും വെട്ടാൻ ഞാൻ അനുവദിക്കില്ല.”

മേശയ്ക്ക് ചുറ്റിലുമിരുന്നവർ അതംഗീകരിച്ചു.

"ഞാനീ പുസ്തകം വായിച്ചിട്ടില്ല. നിന്റെ കയ്യിലുണ്ടോ?" ടീന ചോദിച്ചു.

"ഉവ്വ്." എന്ന് പറഞ്ഞ് അസീത ഫെറൂസയോട് പുസ്തകമെടുത്ത് കൊണ്ടുവരാൻ പറഞ്ഞു.

കയ്യിലിരുന്ന ഗ്ലാസ് മേശപ്പുറത്ത് വച്ച് ഫെറൂസ അടുത്ത മുറിയി ലേക്ക് പോയി. വാതിൽ തുറന്നപ്പോൾ ആ മുറിയിലെ പുസ്തക അല മാരകൾ ഞാൻ കണ്ടു. മുറി നിറയെ പുസ്തകമാണെന്ന് എനിക്ക് മന സ്സിലായി.

"ശേഷിച്ച സമ്മാനങ്ങൾ തുറക്കുന്നതിനു മുമ്പ് ഇത്തിരി കളിതമാശ യായാലോ? നമുക്ക് "മൂന്ന് വാക്ക്" എന്ന കളി കളിക്കാം." ടീനയുടേതാ യിരുന്നു അഭിപ്രായം.

ഞാൻ കാത്തിരുന്ന നിമിഷം ഇതാ വന്ന് ചേരുന്നു.

"ആരാണാദ്യം?" വെളുത്ത താടി വച്ചയാൾ ചോദിച്ചു.

ടീന വശം തിരിഞ്ഞ് എന്നെ നോക്കും എന്നെനിക്ക് അറിയാമായി രുന്നു.

"ബ്രാനി താവൊ" അവർ പറഞ്ഞു. "എന്നെ മൂന്ന് വാക്കുകളിൽ വിവരിക്കാമോ?"

"ഞാൻ താങ്കളെ ഇപ്പോൾ കണ്ടുമുട്ടിയതല്ലേയുള്ളു?"

"ഫസ്റ്റ് ഇമ്പ്രഷൻ...അതല്ലേ പ്രധാനം. അവ ഈ കളിയുടെ രസം വർദ്ധിപ്പിക്കും. കളിക്ക് കൂടുതൽ ജീവൻ വയ്പിക്കും." അവർ മറുപടി പറഞ്ഞു.

എല്ലാവരും എന്നെ തന്നെ നോക്കുകയായിരുന്നു. ഫെറൂസെ അ പ്പോൾ അടുത്ത മുറിയിൽ പുസ്തകം തിരയുകയായിരുന്നു.

"സ്നേഹമുള്ളവൾ" ഞാൻ പറഞ്ഞു.

അതംഗീകരിക്കുന്നു എന്ന നിലയിൽ ചുറ്റിലും മർമ്മരമുണ്ടായി. ഞാൻ അടുത്ത രണ്ട് വാക്കുകൾ പരതുകയായിരുന്നു.

"ലോലം, മനുഷ്യപറ്റുള്ളവൾ"

"ലോലം എന്നത് എവിടെ നിന്ന് കിട്ടി?" കറുത്ത കണ്ണടയുള്ളയാൾ ചോദിച്ചു. ഇയാൾക്ക് അങ്ങാടിയിൽ ഒരു കടയുണ്ടെന്ന് തന്നെയാണി പ്പോൾ എനിക്ക് തോന്നുന്നത്.

എല്ലാവരും ഒന്നിച്ച് ചിരിച്ചു.

"പറഞ്ഞത് ശരിയാണ്. ബ്രാനി ബുദ്ധിയുള്ളവനാണെന്ന് ആദ്യ നോട്ടത്തിലേ മനസ്സിലായിരുന്നു."

കാര്യം ലളിതമായി കഴിഞ്ഞുവല്ലോ എന്നായിരുന്നു അപ്പോൾ എന്റെ മനസ്സിലെ ആശ്വാസം.

"ഇനി തന്നെതന്നെ മൂന്ന് വാക്കുകളിൽ വിവരിക്കൂ" ടീനയുടേത് ആജ്ഞയായിരുന്നു.

"വ്യാകുലഭ്രാന്തൻ" ഞാൻ പെട്ടെന്ന് പറഞ്ഞു.

"സത്യമോ... താങ്കളോ?" ടീന ചോദിച്ചു.

"അതെ. തീർച്ചയായും അതെ." മറുപടി പറഞ്ഞത് അസീതയായിരുന്നു.

"ഉറക്കമില്ലാത്തവൻ" ഞാൻ രണ്ടാമത്തെ വാക്ക് പറഞ്ഞു.

"എതിർപ്പുണ്ട്" മേശയ്ക്ക് ചുറ്റിലുമിരുന്നവർ ഒന്നടക്കം പറഞ്ഞു. അത് എന്റെ ഒരു സ്വഭാവവിശേഷണമല്ലെന്നും എല്ലാ ദിവസവും ഞാൻ അഭിമുഖീകരിക്കുന്ന ഒരു പ്രശ്നം മാത്രമാണെന്നുമായിരുന്നു എതിർ പ്പിന്റെ കാരണം. ഈ കളി ഇന്നലെയാണ് ഞാൻ കളിച്ചിരുന്നതെങ്കിൽ ഇങ്ങനെയൊരു പ്രതികരണം ഞാനും നൽകില്ലായിരുന്നു. എന്നാൽ ഇന്ന്, ഉറക്കമില്ലായ്മ എന്നത് എന്റെ അടിസ്ഥാന സ്വഭാവങ്ങളിൽ ഒന്നായിരി ക്കുന്നു എന്ന് ഞാൻ അവരോട് പറഞ്ഞില്ല. അതെന്റെ ജീവിതത്തെ യാകെ മാറ്റിമറിച്ചിരിക്കുന്നുവെന്നും എന്റെ ബന്ധങ്ങളേയും സ്വഭാവ ത്തേയും തന്നെ മാറ്റിയിരിക്കുന്നു എന്നും പറഞ്ഞില്ല.

ഫെറൂസെ തീരിച്ചെത്തി. അവൾ പുസ്തകം അമ്മയെ ഏല്പിച്ചു. "സത്യമാണത്. ഇദ്ദേഹത്തിന് ഉറക്കമില്ലായ്മ എന്ന അസുഖമുണ്ട്." എന്നവൾ പറഞ്ഞു.

കൂടിനിന്നവരെല്ലാം പെട്ടെന്ന് നിശ്ശബ്ദരായി.

"തുടരൂ" ടീന പറഞ്ഞു.

ഞാനാലോചിച്ചു. മൂന്നാമതൊരു വാക്ക് എനിക്ക് ലഭിച്ചില്ല.

"പാപമില്ലാത്തവൻ" ഫെറൂസെ പറഞ്ഞു.

മനസ്സിൽ ആദ്യം തോന്നിയ വികാരം എതിർക്കണമെന്നായിരുന്നു. അങ്ങനെയല്ല എന്ന് പറയണമെന്ന്. എന്നാൽ ഈ കളിയിൽ നിന്നും ഒന്ന് മുക്തമാകണമെങ്കിൽ അത് അംഗീകരിച്ചേ പറ്റൂ എന്ന് എന്റെ മന സ്സെന്നോട് പറഞ്ഞു. അതുകൊണ്ട് "അതെ..പാപമില്ലാത്തവൻ" എന്ന് സ്വയം ഏറ്റ് പറഞ്ഞു.

കറുത്ത കണ്ണടക്കാരൻ എതിർത്തു. "ഞങ്ങൾക്കത് തെളിയിക്കുവാ നാകില്ല."

അന്ന് പള്ളിയിൽ വച്ച് ഫെറൂസെയെ കണ്ടപ്പോൾ അവിടെ പ്രസംഗി ച്ചിരുന്നത് ഇയാളായിരിക്കണം. അന്ന് കണ്ണട വയ്ക്കാൻ ഈ മനുഷ്യൻ മറന്ന് പോയതായിരിക്കണം.

മേശയ്ക്ക് ചുറ്റും ചില ചർച്ചകളുണ്ടായി. പിന്നെ എന്റെ വാദം ശരി യാണെന്ന് അവർ അംഗീകരിച്ചു.

രക്ഷപ്പെട്ടു എന്നൊന്ന് നിശ്വസിക്കുവാനൊരുങ്ങുകയായിരുന്നു ഞാൻ.

അപ്പോഴാണ് ഫെറൂസെ എന്റെയടുത്തെത്തി കാതിൽ "ആരോടെങ്കിലും നേരിട്ട് ഇതേ ചോദ്യം ചോദിക്ക്" എന്ന് മന്ത്രിച്ചത്.

എന്നാൽ എനിക്കെന്തെങ്കിലും ചിന്തിക്കുവാനോ ഉച്ചരിക്കുവാനോ ആകും മുമ്പ് സംഘാടക ചാടി വീണു.

"എന്നെപറ്റിയാണെങ്കിൽ ഏത് മൂന്ന് വാക്ക് പറയാനാകും?"

ഉറക്കമില്ലായ്മ എന്ന ശിക്ഷ മതിയായില്ല എന്ന മട്ടിലാണിവിടെ... ഈ ചോദ്യോത്തരങ്ങൾ.

എനിക്കുത്തരം പറയാൻ അവസരം തരാതെ അസീത തന്റെ സമീപത്തിരുന്നിരുന്നയാളോട് "ഇതാ..ഇതാണാ പുസ്തകം. മാർക്വി സിന്റെ പുസ്തകം" എന്ന് പറഞ്ഞു.

അതെന്നെ രക്ഷപ്പെടുത്തുവാനുള്ള ഒരു ശ്രമമായിരുന്നു എന്നെ നിക്ക് മനസ്സിലായി.

"കാണട്ടെ."

പിന്നെ പലയിടത്തുനിന്നും മാർക്വിസിനെക്കുറിച്ചുള്ള ചോദ്യ ങ്ങളായി. അസീത അതിനുത്തരം പറഞ്ഞുകൊണ്ടിരുന്നു. അത് കളി യുടെ അവസാനവുമായി.

മൂന്ന് വർഷം മുമ്പ് വിഷണ്ണ വേശ്യകളുടെ ഓർമ്മക്കുറിപ്പുകൾ പ്രസിദ്ധീകരിക്കുന്ന സമയത്തുണ്ടായ ചില സംഭവങ്ങൾ അസീത എല്ലാവരോടുമായി പറഞ്ഞു. പുസ്തകം അച്ചടിച്ച് തുടങ്ങുന്നതിനു മുമ്പു തന്നെ അത് ചില കള്ളക്കച്ചവടക്കാരുടെ കയ്യിൽ ചെന്ന് പെട്ടു. അത വർ പ്രസിദ്ധീകരിച്ചു. ലോകം മുഴുക്കെ ഈ പുസ്തകത്തിനായി കാത്തിരിക്കുകയായിരുന്നു. പത്ത് വർഷങ്ങൾക്ക് ശേഷമാണ് മാർക്വി സിന്റെ ഒരു നോവൽ വരുന്നത്. ഒരുപക്ഷേ ഇത് അദ്ദേഹത്തിന്റെ അവ സാന നോവലുമാകാം. അതിനിടയിലായിരുന്നു ഈ കള്ളക്കളി. മാർക്വിസ് പ്രസാധകനുനേരെ കോപിഷ്ഠനായി. പ്രസാധനം തടഞ്ഞു. നോവലിന്റെ അവസാനത്തിൽ ചില മാറ്റങ്ങൾ വരുത്തി. മാറ്റം വരുത്തിയ പുസ്തകമാണ് പിന്നീട് പ്രസിദ്ധീകരിച്ചത്.

"ഇത് രസകരമായിരിക്കുന്നു" പ്രതികരണം വെള്ളത്താടിക്കാരന്റേ തായിരുന്നു. "അതായത് യഥാർത്ഥ പ്രതി കള്ളക്കച്ചവടക്കാരിറക്കിയ താണെന്നാണോ പറഞ്ഞു വരുന്നത്?"

"അങ്ങനെയല്ല. യഥാർത്ഥ പ്രതി എപ്പോഴും എഴുത്തുകാരൻ അവ സാനമായി കൈ വച്ചതെന്തോ അതാണ്." എന്നായിരുന്നു അസീതയുടെ പ്രതികരണം.

"പുസ്തകത്തിന് പൂർണ്ണമായും യോജിച്ചതായിരുന്നില്ല വരുത്തിയ മാറ്റങ്ങൾ. കള്ളക്കച്ചവടക്കാർ പത്തിമടക്കുവാനായാണ് അദ്ദേഹം അത് ചെയ്തത്. എന്നാൽ ആദ്യമെഴുതിയതാണ് യഥാർത്ഥമായത്. അത് പ്രസിദ്ധീകരിച്ചതാകട്ടെ കള്ളക്കച്ചവടക്കാരും. എനിക്ക് അത്

വായിക്കണം. അത് വായിക്കാനാണെനിക്ക് താത്പര്യം." താടിക്കാരൻ തുടർന്നു.

"യഥാർത്ഥ പകർപ്പ് ഇതല്ലെങ്കിൽ പിന്നെ എനിക്കിത് വായിക്കാൻ താത്പര്യമില്ല" എന്നായിരുന്നു ടീനയുടെ മറുപടി.

"ഇങ്ങനെ ചപലയാകാതെ..." അസീത പ്രതിഷേധിച്ചു.

മേശയ്ക്ക് ചുറ്റിലും പെട്ടെന്ന് ചർച്ച അതിന്റെ പാരമ്യത്തിലെത്തി. എല്ലാവരും ഒന്നിച്ച് സംസാരിക്കുകയായിരുന്നു.

അഭിപ്രായങ്ങൾ പലതുണ്ടായിരുന്നു. ആദ്യ പകർപ്പ് ചെന്നുപെട്ടത് കള്ളക്കച്ചവടക്കാരുടെ കയ്യിലാണെന്നതിനാൽ യഥാർത്ഥ പ്രതി എന്ന് പറയുന്നത് അവരിറക്കിയതാണ്. അല്ല, കള്ളക്കച്ചവടക്കാർ ചെയ്തത് കള്ളത്തരമാണ്. അവർ കട്ടെടുക്കുകയായിരുന്നു. പിശാച് സത്യത്തെ വളച്ചൊടിക്കുന്നതുപോലെ ഒരു പ്രക്രിയ. അതുകൊണ്ടു തന്നെ എഴു ത്തുകാരന് ആദ്യ പകർപ്പിൽ മാറ്റങ്ങൾ വരുത്തേണ്ടത് ഒരാവശ്യമായി. അത് ചെയ്തല്ലേ പറ്റൂ. തുല്യതകളില്ലാത്തവനാണീശ്വരനെങ്കിലും, ഈശ്വരൻ തന്നെ മുന്നറിയിപ്പ് നൽകിയിരുന്നുവെങ്കിലും, ഇപ്പോൾ ചെകുത്താൻ ഈശ്വരനെ സംരക്ഷിച്ച് നിൽക്കുന്നത് പോലെയാണിത്. ഈശ്വരന് സ്വന്തം ഇഷ്ടത്തിനനുസരിച്ച് മനുഷ്യരെ സൃഷ്ടിക്കാനാകും. എന്നിട്ടും അതിനാകുന്നുണ്ടോ എന്ന് ഈശ്വരനിപ്പോൾ സംശയം തോന്നുന്നു എന്ന അവസ്ഥ. അതെ... ഇപ്പോൾ കള്ളക്കച്ചവടക്കാർ ഇതാണ് യഥാർത്ഥ പ്രതി എന്ന് പറഞ്ഞ് എഴുത്തുകാരനെതിരെ തിരി ഞ്ഞിരിക്കുന്നു.

"താങ്കളിത് വായിച്ചിട്ടുണ്ടോ?" ഫെറൂസെ ചോദിച്ചു.

"ഉവ്വ്." ഞാൻ പറഞ്ഞു.

"എന്താണഭിപ്രായം?"

"ബാച്ചി*ന്റെ വാദ്യോപകരണ സംഘത്തെ അയാൾ വീട്ടിൽ വച്ചു തന്നെ കേൾക്കുന്നുണ്ട്. ബാച്ചിനെ കേന്ദ്രകഥാപാത്രമാക്കി അദ്ദേഹ ത്തിന്റെ വാദ്യോപകരണങ്ങളെ ഉൾപ്പെടുത്തി ഒരു നോവൽ എഴുതുവാൻ ഞാൻ ആഗ്രഹിച്ചിരുന്നു. എന്നാൽ എനിക്കും മുമ്പ് അയാൾ അവിടെ യെത്തി എന്നറിഞ്ഞപ്പോൾ ഞാൻ വായന നിറുത്തി. പിന്നെ രണ്ട് ദിവസം എനിക്ക് ഈ പുസ്തകം കൈകൊണ്ടെടുക്കുവാനായില്ല."

മേശയ്ക്ക് ചുറ്റിലുമുള്ള വാഗ്വാദങ്ങൾ തുടരുന്നുണ്ടായിരുന്നു.

ജനം ത്രിശങ്കുസ്വർഗ്ഗത്തിലാണ്. അതുകൊണ്ട് മാത്രമാണ് ദൈവം സ്വന്തം ശ്വാസം അവരിലേക്ക് നയിച്ചത്. ദൈവമല്ല ത്രിശങ്കുസ്വർഗ്ഗം നിർമ്മിച്ചത്. മനുഷ്യരാണ്. സൃഷ്ടിയിൽ മനുഷ്യർക്ക് യാതൊരു പങ്കും വഹിക്കാനാകില്ല, വഹിക്കുന്നുമില്ല. എന്നാൽ സൃഷ്ടിക്കപ്പെട്ടതിനു ശേഷം എങ്ങനെ ജീവിക്കണം എന്നത് അവർക്ക് തിരഞ്ഞെടുക്കാവുന്നതാണ്.

* ജോഹൻ സെബാസ്റ്റ്യൻ ബാച്ച് എന്ന സംഗീതജ്ഞൻ.

അതുകൊണ്ട് മാത്രമാണ് ഈ ലോകത്തിൽ പിറന്ന ആദ്യസ്ത്രീ, മാനുഷ കുലത്തിന്റെയെല്ലാം അമ്മ, വിലക്കപ്പെട്ട കനി തിന്നത്. അങ്ങനെയാണ വർ മനുഷ്യരുടെ ഈ ത്രിശങ്കു സ്വർഗ്ഗത്തിലെത്തിച്ചേരുന്നത്.

“ഇത് ദൈവനീതിക്ക് നിരക്കാത്തതാണ്.” കണ്ണടക്കാരൻ പറഞ്ഞു. “ജനം ത്രിശങ്കു സ്വർഗ്ഗത്തിൽ എത്തുന്നത് എപ്പോഴും ലക്ഷ്മണരേഖ ലംഘിച്ചാണ്. എഴുത്തുകാരനും ഇവിടെ പ്രതിഷേധമുണ്ട്. എന്നാൽ യഥാർത്ഥ പുസ്തകത്തിന്മേൽ കള്ളക്കച്ചവടക്കാരുടെ കൈയ്യെത്തുന്നത് എല്ലാ വിലക്കുകളേയും ലംഘിച്ചുകൊണ്ട് മാത്രമാണ്.” ഇദ്ദേഹം ഒരു പക്ഷേ ഏതെങ്കിലും സർവകലാശാലയിൽ അദ്ധ്യാപകനാകണം.

ചർച്ചകൾ സംഗ്രഹിക്കുന്നതിനായി എല്ലാവരും അസീതയുടെ വാക്കു കൾ ചെവിയോർത്തു.

“എന്റെ മാർക്വിസ്നെ ബുദ്ധിമുട്ടിക്കുന്നവരെല്ലാം പാപികളാണ്!” അസീത പറഞ്ഞു.

മേശ നിശ്ശബ്ദമായി.

അപ്പോൾ ഫെറൂസെ എന്റെ കാതിൽ വീണ്ടും മന്ത്രിച്ചു “ഇനി താങ്കൾക്ക് ബാച്ചിന്റെ വാദ്യോപകരണങ്ങളെക്കുറിച്ച് സ്വന്തമായി ഒരു നോവലെഴുതാം.”

“കഥയിൽ അപൂർണ്ണമായി എന്തോ ഉണ്ടെന്ന് എനിക്കിപ്പോഴും തോന്നുന്നു.” ഞാൻ പറഞ്ഞു.

ഫെറൂസെ എന്റെ കയ്യിൽ നിന്നും പ്ലേറ്റ് വാങ്ങി.

“കുറച്ച് കേക്ക് കൂടി തരട്ടെ?”

“വേണ്ട. നന്ദി.” ഞാൻ പറഞ്ഞു. “വല്ലാതെ തലവേദനിക്കുന്നുണ്ട്. കണ്ണ് മിഴിക്കുവാനാകുന്നില്ല.”

“ഞാനൊരു കാപ്പി കൊണ്ടുവരാം.”

“വീട്ടിൽ പോയി ഒന്ന് കിടക്കണം.”

“സന്ധ്യമയങ്ങിയിട്ടല്ലേയുള്ളൂ...”

“ഇവിടെ ഇനി ഒരു നിമിഷമിരുന്നാൽ അവർ വീണ്ടും ആ ‘മൂന്ന് വാക്ക്’ കളിച്ചു തുടങ്ങും.”

“സംരക്ഷണത്തിന് ഞാനുണ്ടല്ലോ.”

ഞാനെഴുന്നേറ്റു. “ആ കറുത്ത കണ്ണടക്കാരനാരാ..” ഞാൻ ചോദിച്ചു.

“അയാൾ അയർലന്റുകാരനാണ്. ഒഹാര എന്നാണയാളുടെ പേര്. താങ്കളെപ്പോലെ വിപ്ലവകാരിയായി ജനിച്ചവനാണയാളും” ഫെറൂസെ പറഞ്ഞു.

“അയാൾ എന്ത് ചെയ്യുന്നു?”

“ഇപ്പോൾ പ്രധാന ജോലി എന്റെ ഇളയമ്മയ്ക്ക് പ്രണയകവിതകൾ എഴുതി അയയ്ക്കുക എന്നത് മാത്രം.”

"അയാൾക്ക് നന്മ നേരുന്നു" ഞാൻ പറഞ്ഞു.

"എന്നാൽ അത് എന്റെ പ്രിയ ഇളയമ്മയ്ക്ക് മനസ്സിലാകണ്ടേ?"

ഞങ്ങൾ വീണ്ടും അടുക്കളയിലേക്കെത്തി. ഫെറൂസെ കുറച്ച് കേയ്ക്കും ബിസ്കറ്റും പൊതിഞ്ഞ് തന്നു.

"നാളേക്ക് ഉപകാരപ്പെടും." അവൾ പറഞ്ഞു.

"നന്ദി."

"കുറച്ചും കൂടിയെടുക്കട്ടെ?"

"ഇത് തന്നെ ധാരാളം."

അസീത അടുക്കളയിലേക്ക് വന്നു.

"പോകുകയാണോ?" അവർ ചോദിച്ചു.

"ഇന്നലെ രാത്രി ഉറങ്ങാനായില്ല. വല്ലാത്ത ക്ഷീണം തോന്നുന്നു." ഞാൻ പറഞ്ഞു.

"അത് താങ്കളുടെ കണ്ണിൽ കാണാനുണ്ട്."

"താങ്കളെ സന്ദർശിക്കുവനായതിൽ വലിയ സന്തോഷം. ക്ഷണിച്ച തിനും നന്ദി."

"താങ്കളുടെ ഭാഗ്യനിധി എന്തുപറയുന്നു?"

"എന്ത് ഭാഗ്യം..എന്ത് നിധി?"

"ഫെറൂസെ ഒന്നും പറഞ്ഞില്ലേ?"

"ഇല്ല."

"ഇത് ഈ വീട്ടിലേക്കുള്ള താങ്കളുടെ ആദ്യ സന്ദർശനമല്ലേ. താങ്ക ളുടെ ഒരു പുസ്തകഭാഗ്യത്തെക്കുറിച്ച് അറിയാതെ പോകുന്നത് ശരി യല്ല."

ഫെറൂസെ പുസ്തകം തപ്പിയെടുക്കുവാൻ പോയി.

"ഞാനും ടീനയും കുട്ടികളായിരുന്നപ്പോൾ ഞങ്ങളിരുവരും എന്നും ഞങ്ങളുടെ ഭാഗ്യത്തെക്കുറിച്ച് പറയുമായിരുന്നു. ഞങ്ങൾ രണ്ടുപേരുടെ കയ്യിലും ഓരോ പുസ്തകങ്ങളുണ്ടാകും. അതിൽ ഒരു താള് തുറന്ന് നോക്കും. അതിലേത് കവിതയാണോ അതായിരിക്കും ഞങ്ങളുടെ ഭാഗ്യം." അസീത പറഞ്ഞു.

"ഇപ്പോഴും അങ്ങനെ പറയാറുണ്ടോ..."

"തീർച്ചയായും."

ഒരു താളിൽ റോസാപ്പൂവിന്റെ ചിത്രമുള്ള പുസ്തകവുമായി ഫെറൂസെ വന്നു. അത് ഇന്നലെ അവളെ കണ്ടപ്പോൾ കയ്യിലുണ്ടായിരു ന്നത് തന്നെയായിരുന്നു.

"നിന്റെ 'രഹസ്യങ്ങളുടെ പുസ്തകം' ഇതാണോ..." ഞാൻ ചോദിച്ചു.

"അതെ" ഫെറൂസെ പറഞ്ഞു.

അവൾ ആ പുസ്തകം എന്റെ കയ്യിൽ തന്നു. അതിൽ നിന്നും ഏതെങ്കിലും ഒരു താളൊന്ന് തുറക്കുവാൻ പറഞ്ഞു.

ഞാൻ പുസ്തകത്തിനിടയിൽ വിരൽ തിരുകി തുറന്നു. വായിക്കാൻ ശ്രമിച്ചു. അപ്പോൾ അമ്മയും മകളും ഒന്നിച്ച് എന്നോടൊപ്പം വായിക്കുന്നുണ്ടായിരുന്നു.

"ഇവിടെ വന്നതിനുശേഷം എപ്പോഴെങ്കിലും ഏതെങ്കിലും ശ്മശാനത്തിൽ പോയിട്ടുണ്ടോ?" അസീതയുടേതായിരുന്നു ചോദ്യം.

"ഇല്ല." ഞാൻ പറഞ്ഞു.

"എല്ലാ അനശ്വരതകൾക്കും മരിച്ച് പോയവർ നല്ലത് വരുത്തുന്നു. നിങ്ങൾ അവരെ സന്ദർശിക്കണം. സന്ദർശിച്ചാൽ നിങ്ങൾക്ക് നിങ്ങൾക്കുള്ളിലെ അനശ്വരതയെ കണ്ടെത്തുവാനാകും." അവർ പറഞ്ഞു.

അതു പറഞ്ഞ് അവർ എന്നെ ആലിംഗനം ചെയ്തു. എന്നിട്ട് സാവധാനത്തിൽ അടുക്കളയിൽ നിന്നും പുറത്തിറങ്ങി.

"ഫൊറോയെ അറിയുമോ? ഇത് അവരുടെ കവിതകളിൽ ഒന്നാണ്." ഫെറൂസെ പറഞ്ഞു.

"എനിക്കീ പേര് പരിചിതമല്ല." ഞാൻ പറഞ്ഞു.

"ഞങ്ങളുടെ കവയിത്രികളിൽ ഒരാളായിരുന്നു അവർ. ചെറുപ്പത്തിലേ മരിച്ചുപോയി."

"അതുകൊണ്ടാണോ അമ്മ ശ്മശാനത്തെക്കുറിച്ച് പറഞ്ഞത്?"

"ഈ കവിതയിൽ അത് ഏതെങ്കിലുമൊരു വരിയിലുണ്ടാകും."

"ഈ കവിത ഇഷ്ടമായോ?" ഞാൻ ചോദിച്ചു.

"എനിക്കിത് മനഃപാഠമറിയാം." ഫെറുസെ കവിതയിലെ വരികളിലൂടെ വിരലോടിച്ചു. ഒരു വരിയിൽ നിറുത്തി. അവൾ അത് എനിക്കായി പരിഭാഷപ്പെടുത്തി.

സ്വീകരണ മുറിയിൽ അപ്പോൾ മറ്റൊരു ഗാനം തുടങ്ങിയിട്ടുണ്ടായിരുന്നു.

അഞ്ച്

പഴഞ്ചൻ ഇസ്മായിൽ

ഇരുട്ടിൽ മാർഗ്ഗം തിരയുന്നവർ

താതർ എന്ന ഫോട്ടോഗ്രാഫർ ഗ്രാമത്തിലെത്തിയ അന്ന് രാത്രി നാട്ടുകാരുടെ അന്വേഷണം പുരാതന ഇസ്മായീൽ എന്നവർ ചെല്ലപ്പേരിട്ട് വിളിച്ചിരുന്നവനെക്കുറിച്ചായിരുന്നു. കെവെയുടെ വീട്ടിലിരുന്ന് താതർ സംസാരിക്കുമ്പോഴും നാട്ടുകാരന്വേഷിച്ചത് ഇയാളെയായിരുന്നു. അവർക്ക് അപ്പോൾ കഴുകന്റെ മുഖമുള്ള സ്ത്രീയുടെ രണ്ട് പുത്രിമാരെക്കുറിച്ച് അത്രയൊന്നും വേവലാതിയുണ്ടായിരുന്നില്ല. ആ കുട്ടികൾ അവസാനം തിരികെ വരിക തന്നെ ചെയ്യുമെന്ന് എല്ലാവർക്കും ഉറപ്പായിരുന്നു. പഴഞ്ചൻ ഇസ്മായീൽ ആട്ടിടയനാണ്. ഒരിക്കലുമയാൾ രാത്രികാലങ്ങളിൽ ആടുകളുമായി എവിടെയും തങ്ങാറില്ല. യുവാക്കളായ ആട്ടിടയന്മാർ അങ്ങനെ ചെയ്യുന്നുണ്ടാകാം. എന്നാൽ ഇസ്മായീൽ എന്നും രാത്രിയായാൽ വീട്ടിലെത്തും. അയാൾ എത്തിച്ചേരേണ്ട സമയം കഴിഞ്ഞിരിക്കുന്നു. മംഗള മലനിരകളിലൂടെ വരുന്ന സമയത്ത് ഒരു കൊച്ചുപയ്യൻ വന്ന് പഴഞ്ചൻ ഇസ്മായിലീനെ കണ്ടുവോ എന്ന് ചോദിച്ചിരുന്നു എന്ന് താതർ പറഞ്ഞു. ഇത് എല്ലാവരേയും കൂടുതൽ ആകാംക്ഷാഭരിതരാക്കി.

ഇരുപത് വർഷം മുമ്പ്, യുദ്ധം അവസാനിച്ച നാളുകളിൽ, ഈ ഗ്രാമത്തിൽ ആകെയുണ്ടായിരുന്നത് സ്ത്രീകളും കുട്ടികളും വൃദ്ധജനങ്ങളും മാത്രമായിരുന്നു. ചുറ്റും നിശ്ശബ്ദത മാത്രമായിരുന്നു. വീടുകളെല്ലാം ഒഴിഞ്ഞ് കിടന്നു. മിക്കവരും അവരുടെ വീടെല്ലാം ഉപേക്ഷിച്ചൊഴിവാക്കിയിരുന്നു. അന്ന് പഴഞ്ചൻ ഇസ്മായിലീന് പ്രായം അറുപത്. നിർബന്ധിച്ച് പട്ടാളത്തിൽ ചേർക്കപ്പെട്ടവരെല്ലാം അവരുടെ സ്വത്തുക്കളും മറ്റുള്ള വസ്തുക്കളുമെല്ലാം സുരക്ഷിതമായി സൂക്ഷിക്കുവാനേല്പിച്ചിരുന്നത് ഇസ്മായീലിനെയാണ് തുന്നൽ സൂചി മുതൽ ചിത്രപ്പണികളുള്ള കമ്പിളിപ്പുതപ്പ് വരെ അതിലുൾപ്പെടുന്നു. ഈ വസ്തുത ഒരു കൂട്ടം കൊള്ളക്കാർ മണത്തറിഞ്ഞു. മഞ്ഞുമലയിൽ അകപ്പെട്ട് വിശന്ന് വലഞ്ഞ ചെന്നായ്ക്കൾക്ക് ഭക്ഷണത്തിന്റെ മണമടിച്ചാലുണ്ടാകുന്ന ഉശിരോടെ അവർ പാഞ്ഞെത്തി. രാത്രിയേറെ വൈകിയാണവരെത്തിയത്. നല്ല

നിലാവുള്ള രാത്രിയായിരുന്നു. ഗ്രാമത്തിലുള്ളവരെല്ലാം ഉറക്കമായി രുന്നു. അവർ "ഓപൺ സിസേം" എന്ന മന്ത്രം ചൊല്ലി. കല്ലുകൾ ഉരുണ്ട് മാറി. വാതിലുകൾ തുറക്കപ്പെട്ടു. കൊള്ളക്കാർ ആദ്യം പ്രവേശിച്ചത് കള പ്പുരയിലായിരുന്നു. അവിടെ പെണ്ണാടുകളോടൊപ്പം ഒരു കൗമാരക്കാരൻ ഉറങ്ങുന്നുണ്ടായിരുന്നു. പ്രസവിക്കാറായ പെണ്ണാടുകളായിരുന്നു അവ. തലയിലേക്ക് തോക്കു ചൂണ്ടി കൊള്ളക്കാർ അവനെ അവന്റെ വീടിന്റെ മുൻവാതിലിലേക്ക് വലിച്ചിഴച്ചു. "അച്ഛാ...വാതിൽ തുറക്കൂ..."അവൻ നില വിളിച്ചു. "എന്തുപറ്റീ..." ഇസ്മായീൽ ചോദിച്ചു.

"ഒരാട് പ്രസവിച്ചു. അവിടെ ഭയങ്കര തണുപ്പ്. നമുക്കതിനെ അക ത്തേക്ക് കൊണ്ടുവരാം." അവൻ പറഞ്ഞു.

"സാരമില്ല. അതിനെ ആ വൈക്കോൽ കൊണ്ട് പൊതിഞ്ഞേക്കൂ." എന്നായിരുന്നു പഴഞ്ചൻ ഇസ്മായിലീന്റെ ഉത്തരം.

എന്നാൽ യുവാവ് കേട്ടില്ല. അയാൾ നിർബന്ധിച്ചുകൊണ്ടേയിരുന്നു. അപ്പോൾ ഇസ്മായീലിന്റെ ഭാര്യ "വാതിൽ അകത്തുനിന്നും പൂട്ടിയിട്ടില്ല. തുറന്ന് അകത്തേക്ക് പോരേ." എന്ന് വിളിച്ച് പറഞ്ഞു. ഇത് കേട്ടതും ഭൂമി കുലുങ്ങിയോ എന്ന് തോന്നുമാറ് കൊള്ളക്കാരുടെ സമുദ്രം അക ത്തേക്ക് ഇരച്ച് കയറി. മഞ്ഞ് നാലുപാടും ചിതറി. കാറ്റ് ഓരിയിട്ടു. ഭയം വീടിനെ പൊതിഞ്ഞു.

സ്ത്രീകളെ മാത്രം സ്പർശിക്കരുതെന്നും അല്ലാതെ എന്തുവേണമോ അതെല്ലാം എടുത്തുകൊള്ളൂ എന്നും ഇസ്മായീൽ അവരോട് അഭ്യർ ത്ഥിച്ചു. അതിലൊരാൾ ഒരു വിളക്ക് കൊളുത്തുവാൻ തുടങ്ങി. "അരുത്.. എനിക്ക് നിങ്ങളുടെ മുഖം കാണണ്ട" എന്ന് പറഞ്ഞ് ഇസ്മായീൽ വിലക്കി. അവർ ഇസ്മായീലിന്റെ കൈകൾ കെട്ടി. വീട്ടിൽ സ്വർണ്ണം വെള്ളി എന്നിവയുണ്ടോ എന്ന് പരതി. ഇരുട്ടിലാണവർ പരതിയത്. അവർക്ക് ഒന്നും ലഭിച്ചില്ല. തന്നെയേല്പിച്ച നിധിയെല്ലാം എവിടെ ഒളി പ്പിച്ചിരിക്കുന്നു എന്നവർ ഇസ്മായീലിനോട് ചോദിച്ചു. ഇസ്മായീലിൽ നിന്നും ഉത്തരമൊന്നും വന്നില്ല. കൊള്ളക്കാർ ഇസ്മായീലിന്റെ രണ്ടാം ഭാര്യയിൽ നിന്നും നാലുവയസ്സുകാരി മകളെ പിടിച്ച് വാങ്ങി. അവളെ പുറത്തെ മഞ്ഞിൽ കിടത്തി. അവളുടെ കഴുത്തിനു മേലെ കത്തി ചൂണ്ടി. നിലാവ് അപ്പോൾ ആ കുഞ്ഞിന്റെ മുഖത്ത് വെട്ടിത്തിളങ്ങുന്നുണ്ടായി രുന്നു. ഒരു ആട്ടിൻകുട്ടിയെപ്പോലെ അവളവിടെ കിടന്നു. അവളൊന്ന് കരഞ്ഞു. പിന്നെ ശബ്ദം പുറത്ത് വന്നില്ല. മകളുടെ വിധി എന്തെന്നറിഞ്ഞ ഇസ്മായീൽ തന്നെ സൂക്ഷിക്കാനേല്പിച്ചതെല്ലാം അടുത്തുള്ള ഒരു പൊട്ടക്കിണറ്റിലിട്ടിരിക്കുന്നു എന്ന് പറഞ്ഞു. കൊള്ളക്കാർ വീടിന്റെ പിറകു വശത്തേക്കോടി. അവിടെ കല്ലുകൊണ്ട് മൂടിയ ഒരു കിണർ കണ്ടു. അവർ കല്ലുകളെടുത്തു മാറ്റി. അതിനകം പിന്നേയും മരച്ചില്ലകൾ കൊണ്ടു മൂടിയിരിക്കുന്നത് അവർ കണ്ടു. അവർ അതും എടുത്ത് മാറ്റി. കിണറിനകത്തുനിന്ന് നിധിയുടെ ഓരോ ഭാണ്ഡക്കെട്ടും കയറുകെട്ടി

യെടുക്കുമ്പോൾ അവർ വായിൽ നിന്നും രക്തം തുളുമ്പുന്ന ചെന്നായ് ക്കളെപ്പോലെ കിതയ്ക്കുന്നുണ്ടായിരുന്നു.

ശബ്ദമില്ലാതെ ആ നാലുവയസ്സുകാരി രണ്ട് ദിവസം അവിടെ കിടന്നു. നിലാവിൽ തന്റെ കണ്ണിലേക്ക് തുറിച്ച് നോക്കിയിരുന്ന കത്തി കണ്ട് ഭയന്നു പോയിരുന്നു അവൾ. രണ്ടാം ദിവസം കഴിഞ്ഞപ്പോൾ മരണം അവളെ കൂട്ടിക്കൊണ്ടുപോയി. പഴഞ്ചൻ ഇസ്മായീൽ തന്റെ കുഞ്ഞിന്റെ ശരീരം മറവ് ചെയ്തു. എന്നിട്ട് മെലിഞ്ഞ് ശോഷിച്ച, രോഗിയായ തന്റെ കുതിരപ്പുറത്തേറി ഹയ്മാന പട്ടണത്തിലേക്ക് പുറപ്പെട്ടു. പട്ടാളത്തിലേക്ക് ആളെയെടുക്കുന്ന ഓഫീസിലേക്കയാൾ എത്തി. യുദ്ധം അവസാനിച്ചെ ങ്കിലും ഈ ഓഫീസ് അവർ വീണ്ടും തുറന്നിരുന്നു. ഇസ്മായീൽ അവിടെ യിരുന്ന് കൊള്ളക്കാർ തന്റെ വീടാക്രമിച്ചതും തന്റെ നാലുവയസ്സുകാരി മകൾ മരിച്ചുപോയതുമെല്ലാം പറഞ്ഞു. അവിടെയുണ്ടായിരുന്ന ഒരു ക്യാപ്റ്റൻ ഇസ്മായീലിനോട് കുറച്ച് ദിവസം കാത്തിരിക്കുവാൻ പറഞ്ഞു. അപ്പോഴേക്കും കൊള്ളക്കാരെ പിടികൂടി എന്ന വാർത്ത അവരെ തേടി യെത്തി.

ഇരുന്നൂറ് കൊല്ലം മുമ്പ് ജീവിച്ചിരുന്ന ഫ്രാൻസുകാരനായ സസ്യ ശാസ്ത്രജ്ഞൻ *തൗനെഫോർട്* തന്റെ ഡയറിക്കുറിപ്പുകളിൽ തുർക്കി കൊള്ളക്കാരെപ്പോലെ രാത്രികാലങ്ങളിൽ അക്രമിക്കുന്നവരല്ല കുർദ് കൊള്ളക്കാർ എന്നെഴുതിയിരിക്കുന്നു. എന്നാൽ യുദ്ധം, നികുതി, പരമ ദാരിദ്ര്യം എന്നിവ കൊടികുത്തി വാഴാൻ തുടങ്ങിയപ്പോൾ ഇരുട്ട് കൊള്ളക്കാരുടെയെല്ലാം ഏറ്റവും അടുത്ത ചങ്ങാതിയായി. ഇരുട്ട് ഒഴിച്ചു കൂടാനാകാതായി. പഴഞ്ചൻ ഇസ്മായീലിനെ ആക്രമിച്ചതിന്റെ രണ്ടാം ദിവസം, കൊള്ളക്കാർ അടുത്തുള്ള ഒരു ഗ്രാമത്തിലെത്തി അവിടത്തെ കളപ്പുര ആക്രമിച്ചിരുന്നു. ആ കളപ്പുരയിൽ കമ്പിളി നൂലുകളും, ചെമ്മ രിയാടുകളുമുണ്ടായിരുന്നു. കലവറയുടെ ഇഷ്ടികച്ചുമർ തകർത്താണവർ അകത്ത് കയറിയത്. പുറത്ത് കടക്കുമ്പോൾ തങ്ങളുടെ മാർഗ്ഗം മഞ്ഞി ലൂടെ ആരും പിന്തുടരാതിരിക്കുവാൻ മരച്ചില്ലകൊണ്ട് മഞ്ഞിലെ കാലടി പ്പാടുകൾ അവർ മായ്ച്ച് കളഞ്ഞിരുന്നു. എന്നാൽ അവരുടെ പക്കലു ണ്ടായിരുന്ന ധാന്യങ്ങളുടെ ചാക്കിലൊന്നിൽ ഒരു ദ്വാരമുണ്ടായിരുന്നത് അവരറിഞ്ഞില്ല. പിറ്റേന്ന് പ്രഭാതത്തിൽ എഴുന്നേറ്റ ഗ്രാമവാസികൾ അവർ കൊള്ളയടിക്കപ്പെട്ടിരിക്കുന്ന വിവരമറിഞ്ഞു. അവർ തോക്കു കളെടുത്തു. മഞ്ഞിൽ തിരഞ്ഞപ്പോൾ അവിടവിടെ വീണ് കിടക്കുന്ന ധാന്യം കണ്ടു. അവരതിനെ പിന്തുടർന്നു. ഉച്ചയോടെ അവർ മംഗള മല നിരകളിലെത്തി. അവിടെ ഏഴുപേർ ഉറങ്ങിക്കിടക്കുന്നത് കണ്ടു. അവർ തോക്ക് അരികിൽ വച്ചാണുറങ്ങിയിരുന്നത്. ഗ്രാമീണർ അവരറിയാതെ അവരുടെ തോക്കെടുത്ത് മാറ്റി. കമ്പിളിപ്പുതപ്പിനുള്ളിൽ സുഖമായുറങ്ങി യിരുന്ന അവരെ ഉണർത്തുവാനായി ആകാശത്തേക്ക് വെടിവച്ചു. കൊള്ള ക്കാരെ പിടിച്ച് കെട്ടി. ഏഴുകൊള്ളക്കാരുമായി ഗ്രാമീണർ പിറ്റേന്ന് ഹയ്മാന പട്ടണത്തിലെത്തി. ഒരുകൂട്ടം കുട്ടികൾ ഈ കാഴ്ച കണ്ട്

ബുറാൻ സോന്മെസ്

അവർക്ക് പിറകെകൂടി. അവരൊന്നിച്ച് പട്ടാളത്തിലേക്ക് ആളെയെടുക്കുന്ന ഓഫീസിനകത്തേക്ക് കയറി.

കൊള്ളക്കാരെ കണ്ടാൽ തിരിച്ചറിയാമോ എന്ന് കമാൻഡർ ചോദിച്ചു. ഇരുട്ടായിരുന്നതിനാൽ കൊള്ളക്കാരുടെ മുഖം താൻ കണ്ടിട്ടില്ലെന്നും എന്നാൽ തന്നെ പിടിച്ചുകെട്ടിയവനെ അയാളുടെ വിരലുകളിൽ സ്പർശിക്കുവാനായാൽ തനിക്ക് തിരിച്ചറിയുവാനാകുമെന്നും ഇസ്മായീൽ പറഞ്ഞു. അവർ കൊള്ളക്കാരെ ഒരു വരിയായി നിറുത്തി. ഇസ്മായീൽ അവരിൽ ഓരോരുത്തരുടേയും വിരലുകളിൽ സ്പർശിച്ചു. അവരിലൊരാൾ ഒരു കൗമാരക്കാരനായിരുന്നു. അയാളുടെ വിരലുകൾ വളരെ മൃദുവായിരുന്നു. തന്നെ പിടിച്ചുകെട്ടിയ കൊള്ളക്കാരന്റെ വിരലുകളിൽ സ്പർശിക്കുന്നതുപോലെ ഇസ്മായീൽ ആ വിരലുകളിൽ സ്പർശിച്ചു. എന്നിട്ട് “ഇതാണവൻ” എന്ന് പറഞ്ഞു. ലില്ലീ എന്നായിരുന്നു ആ കൊള്ളക്കാരന്റെ പേര്. പതിനേഴുവയസ്സായിരുന്നു അവന്റെ പ്രായം. റോസാപ്പൂവിന്റെ ഗന്ധമുണ്ടായിരുന്നു അവന്റെ നിശ്വാസത്തിന്. അവന്റെ മുഖത്ത് ഒരു അനാഥന്റെ നിഴലുണ്ടായിരുന്നു.

പട്ടാളക്കാർ ആ ഏഴ് കൊള്ളക്കാരെ ജയിലിലേക്കു കൊണ്ടുപോയപ്പോൾ ജയിലിനകത്തുണ്ടായിരുന്നവർ ബഹളം വയ്ക്കുവാൻ തുടങ്ങി. ഒരു പുരാതന ഗ്രീക്ക് പള്ളിയായിരുന്നു ജയിൽ. ബഹളം തുടങ്ങിയപ്പോൾ ലില്ലി അവസരം മുതലാക്കി രക്ഷപ്പെട്ടു. അവൻ ഒരു കുതിരയുടെ മുകളിലേക്ക് ചാടിക്കയറി. അവനെ ലക്ഷ്യമാക്കി വന്ന വെടിയുണ്ടകൾക്ക് പിടികൊടുക്കാതെ കുതിരയെ അതിവേഗമോടിച്ചു പോയി. ഇടയ്ക്ക് വച്ച് ആരോ അവനെ തള്ളിയിടുവാൻ ഒരു ശ്രമം നടത്തി, എന്നാൽ വിജയിച്ചില്ല. ഒരാഴ്ച ഏകനായി അവൻ യാത്ര ചെയ്തു. ഒറ്റപ്പെട്ട വഴികളിലൂടെ രാത്രികളിൽ മാത്രം യാത്ര ചെയ്തു. വിശപ്പും തണുപ്പും മൂലം അവശനായി അവൻ തന്റെ ഗ്രാമത്തിലെത്തി. വെൽവറ്റിന്റെ അരികുകളുള്ള കമ്പിളിപ്പുതപ്പിനുള്ളിൽ പിന്നെ രണ്ട് ദിവസം പനിപിടിച്ച് വിറച്ച് കിടന്നു. ഒരു ദിവസം സമതലത്തിലെവിടേയോ പട്ടാളക്കാർ കറങ്ങുന്നത് കണ്ടു എന്നൊരു വാർത്തയെത്തി. ഇത് കേട്ടയുടൻ ഗ്രാമത്തിലെ സ്ത്രീകൾ കൊള്ളയടിച്ച് ലഭിച്ച സ്വർണ്ണവും വെള്ളിയും വീട്ടിലെ അടുപ്പിനകത്തിട്ടു. അതിനു മുകളിൽ ഒരു വരി കല്ല് പാകി, അതിനുമുകളിൽ തീ കത്തിച്ചു. അവർ ആട്ട പരത്തി, ചുട്ടെടുക്കുവാൻ തുടങ്ങി. ലില്ലീ ഒരു പെണ്ണിന്റെ വേഷം കെട്ടി, തൈര് കടയുവാൻ തുടങ്ങി. കണ്ണിൽ സുറുമയെഴുതി, തുന്നലുകളുള്ള സുന്ദര വസ്ത്രം ധരിച്ചു. അവനെക്കണ്ടാൽ ഗ്രാമത്തിലെ സുന്ദരിമാരിൽ ഒരാളല്ലെന്ന് ആരുമപ്പോൾ പറയില്ലായിരുന്നു.

പട്ടാളക്കാർ ഗ്രാമം മുഴുക്കെ അരിച്ച് പെറുക്കി. അവർക്കവിടെ കൊള്ളമുതലോ ലില്ലിയേയോ കണ്ടെത്തുവാനായില്ല. അതിലൊരു പട്ടാളക്കാരൻ യുവാവ് ഒളികണ്ണിട്ട് സുന്ദരികളെ കടാക്ഷിച്ചുകൊണ്ടിരുന്നു. എത്ര കണ്ടിട്ടും മതിവരാത്ത സുന്ദരികളിൽ നിന്നും അയാൾക്ക് കണ്ണെടുക്കുവാനാകുന്നുണ്ടായിരുന്നില്ല. സുന്ദരികളെല്ലാം സുറുമയെഴുതിയിരിക്കുന്നു,

കൈയ്യിലും കാലിലും മൈലാഞ്ചിയണിഞ്ഞിരിക്കുന്നു. എന്നാൽ പെട്ടെന്ന്
അയാളുടെ കണ്ണുകൾ ഒരു സുന്ദരിയിൽ ഉടക്കി നിന്നു. അവൾ മാത്രം
മൈലാഞ്ചിയിട്ടിട്ടില്ല. പട്ടാളക്കാരൻ മൈലാഞ്ചിയിടാത്ത ആ കയ്യിൽ
കയറിപ്പിടിച്ചു. പട്ടാളക്കാരൻ കൈ വച്ചപ്പോൾ ലില്ലിയുടെ ഹൃദയം നൊ
ന്തു. ഒരു ഉഷ്ണക്കാറ്റ് അതുവഴികടന്ന് പോകുന്നതിനു മുമ്പ് അവനെ
യൊന്ന് തലോടി. ചുറ്റിലും സ്ത്രീകളുടെ കരച്ചിലുയർന്നു. അത് നാലു
പാടുനിന്നും പ്രതിധ്വനിക്കുവാൻ തുടങ്ങി.

ഹയ്മാനയിൽ വച്ച് ലില്ലിയെ വധശിക്ഷയ്ക്ക് വിധിച്ചു. ഒരു കൊച്ചു
കുഞ്ഞിനെ ഭയപ്പെടുത്തി വധിച്ചു എന്നായിരുന്നു കുറ്റം. മരണം വരെ
തൂക്കിലേറ്റാൻ വിധിയായി. ലില്ലിയുടെ സഹോദരിമാരും അമ്മായിമാരും
ഒളിച്ചുവച്ചിരുന്ന സ്വർണ്ണമെല്ലാമെടുത്ത് പഴഞ്ചൻ ഇസ്മായീലിന്റെ കാൽ
ക്കൽ വച്ചു. കരഞ്ഞ് കാലുപിടിച്ചു. ഇസ്മായീൽ മാപ്പ് കൊടുക്കുക
യാണെങ്കിൽ പട്ടാളക്കാർ വധശിക്ഷ റദ്ദാക്കും. അങ്ങനെയെങ്കിൽ യുദ്ധ
ത്തിനുശേഷവും ജീവനോടെയിരിക്കുവാൻ ഭാഗ്യമുണ്ടായ തങ്ങളുടെ
കുടുംബത്തിലെ ഏക പുരുഷ സന്തതിയുടെ ജീവൻ രക്ഷിക്കുവാ
നാകും. എന്നാൽ ഇസ്മായീൽ തന്റെ കുഞ്ഞിന്റെ അവസാന കരച്ചിൽ
മറന്നിട്ടുണ്ടായിരുന്നില്ല. അന്നത്തെ നിലാവുള്ള ആ രാത്രി മറന്നിട്ടുണ്ടാ
യിരുന്നില്ല. അയാളുടെ ഹൃദയം അന്ന് മരവിച്ചതാണ്. അതിപ്പോളും
മഞ്ഞുരുകുന്നതുപോലെ ഉരുകിയിട്ടില്ല, ഉരുകുന്നില്ല.

തല മൂടികെട്ടി ലില്ലിയെ ശിക്ഷയ്ക്ക് തയ്യാറാക്കി. പാരമ്പര്യമനുസ
രിച്ച് അവസാന ആഗ്രഹമെന്തെന്ന ചോദ്യമുണ്ടായി. ലില്ലി ആവശ്യ
പ്പെട്ടത് വിശുദ്ധ ഖുർആനല്ല. പകരം ഒരു ഓടക്കുഴലായിരുന്നു. അയാൾ
ഓടക്കുഴലൂതി. അവിടെ കൂടി നിന്നിരുന്നവർക്കായി അയാൾ തന്റെ
അവസാന ഗാനം പാടി. കുട്ടികൾ ദൂരെനിന്ന് ആ കാഴ്ച കാണുന്നു
ണ്ടായിരുന്നു.

ശബ്ദമുണ്ടാക്കാതെ ശ്രദ്ധിക്കൂ,
കാറ്റ് നിങ്ങളോട് പറയും
അതിവേഗം തകർന്നുപോയ മനുഷ്യസ്വപ്നമേതെന്നും
അവ തിരികെ വരുന്നത് ഏത് സ്വപ്നത്തിലൂടെയെന്നും.
കാറ്റ് നിങ്ങളോട് പറയും
അനുരക്തരായ യൗവനങ്ങൾക്കുവേണ്ടി
റോസാപൂക്കൾ വിരിയുന്നതും
കാറ്റ് മൃദുവായി വീശുന്നതുമെന്തിനെന്ന്.
ഒടിഞ്ഞ പക്ഷിച്ചിറകിലേറി
ഒരു ജീവിതം ഹോമിച്ചിട്ടും
അവസാന ശ്വാസത്തിൽ
മനുഷ്യർ കാംക്ഷിക്കുന്നതെന്ത്?
ശബ്ദമുണ്ടാക്കാതെ ശ്രദ്ധിക്കൂ
കാറ്റ് എല്ലാം നിങ്ങളോടു പറയും.

പട്ടാളത്തിൽ നിന്നും തിരിച്ചെത്തിയവരെയാണ് ലില്ലിയുടെ സഹോദരി മാർ വിവാഹം കഴിച്ചത്. അവർ പ്രതിജ്ഞ ചെയ്തത് അനേകം കുട്ടി കളെ തരാം എന്നല്ല, പകരം ചോദിക്കാം എന്നായിരുന്നു. വീട്ടിൽ ജനിച്ച ആദ്യ ആൺതരിക്ക് അവർ ലില്ലി എന്ന് തന്നെ പേരിട്ടു. അത് തങ്ങ ളുടെ സഹോദരന്റെ ഓർമ്മയ്ക്കായിട്ടായിരുന്നു. പുതിയ ലില്ലിക്ക് പതി നേഴ് തികഞ്ഞപ്പോൾ അവർ അവന്റെ അരയിൽ ഒരു തോക്ക് കെട്ടി ക്കൊടുത്തു. പഴഞ്ചൻ ഇസ്മായീലിനെ തേടാൻ അവനെ അയച്ചു.

ലില്ലീ യാത്ര തുടർന്നു. വഴിപോക്കരോടും ആട്ടിടയന്മാരോടും താതറി നോടും വഴി ചോദിച്ചു. ഉച്ചയോടടുത്ത നേരത്ത് അയാൾ പഴഞ്ചൻ ഇസ്മായീലിനെ കണ്ടുമുട്ടി. അയാൾ നിന്നു. അകാശത്തേക്ക് നോക്കി. ഉച്ചവെയിലിൽ പൊട്ടിപ്പൊളിഞ്ഞ അയാളുടെ ചുണ്ടിൽ നിന്നും ഒരു തുള്ളി രക്തം പൊടിഞ്ഞു. പരിശുദ്ധമായ ഒരു പ്രതിജ്ഞ ചൊല്ലും പോലെ ലില്ലി സ്വന്തം പേര് പറഞ്ഞു. തോക്കെടുത്ത് കാഞ്ചി വലിച്ചു. എന്നാൽ ഹയ്മാന സമതലത്തിൽ വിധിക്ക് അതിന്റേതായ ഭാഗധേയങ്ങളുണ്ട്. ഇവിടെ എല്ലാ ലില്ലിമാരുടേയും ജീവിതം ഒരേ വഴിക്കാണൊഴുകുന്നത്. തോക്കിന്റെ കാഞ്ചി പ്രവർത്തിച്ചില്ല. "കടന്ന് പോ.." പഴഞ്ചൻ ഇസ്മായീൽ പറഞ്ഞു. "ഒരു ജീവിതം തകർക്കാൻ ഒരു മരണം മതി. രണ്ടാമതൊന്ന് വേണ്ട." എന്നാൽ ലില്ലി കേട്ടതായി നടിച്ചില്ല. അയാൾ കത്തിയൂരി. മല മുകളിൽ നിന്നെത്തിയ ഒരു ചെന്നായയെപ്പോലെ അയാൾ ആക്രമിച്ചു. പ്രായമിത്രയായെങ്കിലും പഴഞ്ചൻ ഇസ്മായീൽ കരുത്തനായിരുന്നു. അയാൾ ആടിനെ മേയ്ക്കാൻ പോകുമ്പോൾ കൂടെ കൊണ്ടു നടക്കുന്ന കത്തി ആ യുവാവിന്റെ ഹൃദയത്തിലാഴ്ത്തി. നായ്ക്കൾ കുരച്ചു. കഴുക ന്മാർ ആകാശത്ത് വട്ടമിട്ടു. മറിച്ചാണ് സംഭവിച്ചിരുന്നതെങ്കിൽ ഇസ്മാ യീലിന്റെ ആത്മാവിന് മറ്റൊരു മരണത്തിന്റെ ഉത്തരവാദിത്വത്തിൽ നിന്നും, അതിന്റെ വേദനയിൽ നിന്നും മുക്തി ലഭിക്കുമായിരുന്നു. ഇസ്മായീലിന്റെ മനസ്സിൽ അപ്പോൾ ആ ചിന്ത മാത്രമേ ഉണ്ടായിരുന്നുള്ളു. അയാൾ അപ്പോൾ ആ ചാക്കുകെട്ടിന് കാവലിരിക്കുകയായിരുന്നു. രാവേറെ കഴിയും വരേക്കും അയാളങ്ങിനെ കാത്തിരുന്നു. അപ്പോൾ അയാളുടെ കണ്ണുകൾ നിറഞ്ഞ് തുളുമ്പി. അയാൾ പനിച്ച് വിറച്ചു. അപസ്മാരം ബാധിച്ചതുപോലെ തുള്ളി.

നേരം വെളുക്കുമ്പോഴേക്കും ഈ ശവം ഒഴിവാക്കണമെന്ന് അയാൾ ക്കറിയാമായിരുന്നു. ഉൾക്കടലിന്റെ തെക്കുഭാഗത്തെവിടെയെങ്കിലും കൊണ്ടിടണം. ഇരുട്ട് ചുറ്റിലും ആധിപത്യമുറപ്പിച്ചപ്പോൾ ഇസ്മായീൽ ശവം തോളിലേറ്റി. മംഗള മലനിരകളിലെത്തിയപ്പോൾ ആദ്യമായി കിഴ ക്കോട്ട് തിരിഞ്ഞു, പിന്നെ തെക്കോട്ടും. രാത്രിയിലും അവിടെ തങ്ങുന്ന ആട്ടിടയന്മാർ കാണാതിരിക്കുവാൻ ഒറ്റപ്പെട്ട വഴികളാണയാൾ തിരഞ്ഞെടു ത്തത്. പലപ്പോഴും അരുവികൾ മുറിച്ചാണയാൾ പോയത്. ക്ഷീണം തീർ ക്കാനായി, എപ്പോഴോ ഒന്ന് ശ്വാസമെടുക്കാൻ ശവം പാറപ്പുറത്ത് കിടത്തി യപ്പോൾ എവിടെ നിന്നെന്നറിയാതെ ഒരു ചിരി അയാൾക്കരികിലെത്തി.

73

അവിടെ ഒരു ശവക്കുഴി കുത്തി ഫെർമാനിരിക്കുന്നു. അയാൾക്കരികിൽ രണ്ട് പെൺകുട്ടികളുമുണ്ട്. അവർ ചിരിക്കുകയും പാടുകയും നൃത്തം ചെയ്യുകയും തുടർന്നുകൊണ്ടിരുന്നു. അവിടെ തീ കത്തിച്ച് വച്ചിരിക്കുന്നു. യുവാവിന്റെ അകാലചരമത്തിൽ ദുഃഖിതനായിരുന്നെങ്കിലും ഇസ്മായീ ലിന് ഫെർമാനെ തിരിച്ചറിയുവാനായി. എന്നാൽ കൂടെയുണ്ടായിരുന്ന രണ്ട് പെൺകുട്ടികൾ കഴുകന്റെ മുഖമുള്ള സ്ത്രീയുടെ മക്കളാണെന്ന് അയാൾക്ക് മനസ്സിലായില്ല. അത് രണ്ട് യക്ഷികളാണെന്നാണയാൾ കരുതിയത്. അവിടെ ഒരു ശവക്കുഴി കുത്തിയിരിക്കുന്നതിനാൽ അവർ ഈ യുവാവിന്റെ ശവം കാത്തിരിക്കുകയാണെന്നും അയാൾ കരുതി. ഒരുപക്ഷേ ഈ യുവാവിനെ കൊന്നത് പഴഞ്ചൻ ഇസ്മായീലാണെന്ന് അവരറിഞ്ഞുകാണണമെന്നും അയാൾ ചിന്തിച്ചു. അയാൾ യാത്ര തുടർന്നു.

ഉൾക്കടലിനു സമീപം പഴഞ്ചൻ ഇസ്മായീൽ എത്തിയപ്പോൾ അർദ്ധ രാത്രി കഴിഞ്ഞിരുന്നു. അയാൾ വല്ലാതെ വിയർക്കുന്നുണ്ടായിരുന്നു. ശവം അയാൾ ഒരിടത്തൊളിപ്പിച്ചു. കൈ കുമ്പിളാക്കി വെള്ളമെടുത്ത് തലയും മുഖവും കഴുകി. വർഷങ്ങളായി അയാൾ രണ്ട് തവണ പ്രാർത്ഥിക്കാ റുണ്ടായിരുന്നു. ആദ്യം സ്വയം തനിക്ക് വേണ്ടിയും പിന്നെ വധശിക്ഷ യ്ക്കു വിധിക്കപ്പെട്ട ലില്ലിക്ക് വേണ്ടിയും. എന്നാൽ ഈ പുതിയ മരണം ഉൾക്കൊള്ളാൻ മാത്രം കരുത്തുള്ള പ്രാർത്ഥന ഇപ്പോൾ അയാളിൽ നിന്നും വന്നില്ല. തന്റെ മരണാനന്തരജീവിതത്തിൽ ഈ പാപത്തിനുള്ള ശിക്ഷ എന്തായാലും തന്നെ കാത്തിരിക്കുന്നുണ്ടാകും എന്നയാൾക്ക് ഉറപ്പായിരുന്നു. ഈ വൃദ്ധന്റെ മനസ്സിലെ മുറിവുണക്കാൻ ഈ മണ്ണിനോ ഈ ആകാശത്തിനോ ആകില്ല. തിരികെ ആട്ടിൻ കൂട്ടത്തിലെക്കെത്തു ന്നതിനു മുമ്പ് അയാൾ നിലത്ത് മലർന്നു കിടന്നു. ദീർഘമായി ശ്വസിച്ചു. ആകാശത്തേക്ക് തുറിച്ചു നോക്കി. അവിടെ നക്ഷത്രങ്ങൾ സാവധാനത്തിൽ, തിരയിൽ പെട്ടതുപോലെ, ഇളകിയാടുന്നു. ചന്ദ്രന്റെ ശോഭ വെള്ളത്തുള്ളികൾ പോലെ ഇറ്റു വീഴുന്നു. മലമുകളിൽ നിന്നും ആട്ടിടയന്മാരുടെ പുല്ലാങ്കുഴലും ആടുകളുടെ കഴുത്തിൽ കെട്ടിയിരിക്കുന്ന മണിയുടെ കിലുക്കവും കേട്ടു.

പെട്ടെന്ന് ഒരു ഇടിമിന്നി. ഇരുട്ടിനെ കീറി മുറിച്ച് അത് അപ്രത്യക്ഷ മായി. കുന്നിൻ മുകളിൽ നിന്നും ഒരു കരച്ചിൽ കേട്ടു. ഇസ്മായീൽ എഴു ന്നേറ്റ് നിന്നു. കിഴക്ക് മുതൽ പടിഞ്ഞാറ് വരെയുള്ള ആകാശം അയാൾ തിരഞ്ഞു. ഈ വേനലിൽ ഇങ്ങനെയൊരു മിന്നൽപിണർ എവിടെ നിന്ന് വന്നുവെന്ന് അയാൾക്ക് മനസിലായില്ല. അയാൾ കിതച്ചുകൊണ്ടു തന്നെ കുന്നുകയറി. അവിടെയെത്തിയപ്പോൾ ആടുകളെല്ലാം അപ്രത്യക്ഷമായി രിക്കുന്നു എന്നയാൾ കണ്ടു. ഒരാട്ടിടയൻ നിലത്ത് കിടക്കുന്നു. അയാൾക്ക് കാവലെന്നവണ്ണം ഒരു നായ സമീപത്തുണ്ട്. ആട്ടിടയന് ഇടിമിന്നലേറ്റി രിക്കുന്നു. അയാളുടെ ഒരു വശം മുഴുക്കെ കറുത്ത നിറമായിരിക്കുന്നു. കരിഞ്ഞ മാംസത്തിന്റെ മണം അന്തരീക്ഷത്തിൽ നിറഞ്ഞിരിക്കുന്നു.

ഗ്രാമത്തിലും പലപ്പൊഴും മിന്നൽപിണർ പതിക്കാറുണ്ടെന്ന് കേട്ടിട്ടുണ്ട്. എന്നാൽ അതുവഴി ഒരു അപകടമുണ്ടാകുമെന്ന് ഗ്രാമവാസികൾ കരുതിയിട്ടില്ല. കഴുകന്റെ മുഖമുള്ള സ്ത്രീയുടെ മക്കളെ തിരഞ്ഞ് ഒരു കൂട്ടമാളുകൾ ഗ്രാമത്തിലലയുന്നുണ്ടായിരുന്നു. കെവെയുടെ അയൽക്കാർ, താതറിനോട് പഴഞ്ചൻ ഇസ്മായീലിനെ അറിയുമോ എന്ന് ചോദിച്ച മരണപ്പെട്ട ആ യുവാവ് ആരായിരിക്കും എന്ന ചർച്ചയിലായിരുന്നു. താതർ താൻ ആ യുവാവിന്റെ ഫോട്ടോ എടുത്തിട്ടുണ്ടെന്നും, അയാളുടെ പല്ലുകൾ ഒന്ന് വളഞ്ഞിട്ടായിരുന്നെന്നും, കാത് കുത്തിയിട്ടുണ്ടെന്നും കണ്ണുകളിൽ തീക്ഷ്ണമായ ഒരു നോട്ടം പതിഞ്ഞിരിപ്പുണ്ടായിരുന്നു എന്നു പറഞ്ഞു. തിരികെ പട്ടണത്തിലെത്തിയാൽ ആ ഫോട്ടോയുടെ ജോലികൾ പൂർത്തീകരിക്കാമെന്നേറ്റു. എന്നാൽ ഇനി അടുത്ത വർഷമേ അയാൾ വരികയുള്ളു. എന്നിട്ടേ പഴഞ്ചൻ ഇസ്മായീലിന് ആ മുഖം തിരിച്ചറിയുവാനാകൂ. ഒരു വർഷത്തിനു ശേഷം താൻ വധിച്ച ആ യുവാവിന്റെ മുഖം വീണ്ടും കണ്ടപ്പോൾ അശ്രായേൽ എന്ന മരണദൂതൻ തന്നെ കളിയാക്കുകയാണെന്ന് പുരാതന ഇസ്മായേൽ കരുതി. അന്നയാൾക്ക് ഉറക്കം വന്നില്ല. നേരം വെളുക്കുന്നതിനു മുമ്പ് അയാൾ ജീവിതത്തിനോട് വിടപറയുകയും ചെയ്തു.

ആറ്

വിറ്റ്ജെൻസ്റ്റീൻ

എല്ലാ ആത്മാക്കളുടെയും തെരുവ്

ഞാൻ കണ്ണ് പാതി തുറന്നു.

കഴിഞ്ഞ രാത്രി ഫെറൂസെ വായിച്ച് കേൾപ്പിച്ച കവിതയിലെ വരികൾ ഓർമ്മവന്നു. "തണുപ്പ് കാലത്തിന്റെ ആരംഭത്തിൽ നമുക്ക് വിശ്വാസമർപ്പിക്കാം".

തലവേദനിക്കുന്നുണ്ടായിരുന്നു. അതിനാൽ മെത്തയിൽ നിന്നും എഴുന്നേൽക്കാനാകുന്നില്ല. ഞാൻ വീണ്ടും ഉറക്കത്തിലേക്ക് വഴുതി വീണു.

നേരമെത്ര കഴിഞ്ഞിട്ടുണ്ടാകുമെന്നറിയില്ല. എവിടേയോ ആരോ ശക്തമായി ഇടിക്കുന്ന ശബ്ദം കേട്ടാണുണർന്നത്. അപ്പോൾ ഉച്ചകഴിഞ്ഞിരുന്നു.

ഈ നീണ്ട ക്ഷീണിതമായ ഉറക്കവും സ്വപ്നരഹിതമായിരുന്നു.

ഞാൻ ഒന്ന് കുളിച്ചു.

ചായയും വെണ്ണതേച്ച ബ്രഡ്ഡും കഴിച്ചു. അതിനോടൊപ്പം ചീസുമുണ്ടായിരുന്നു. പ്രാതൽ കഴിഞ്ഞു.

ജനലിലൂടെ പുറത്തേക്കു നോക്കി. ഇന്നലത്തെ വസന്തം ഇന്ന് കാണാനില്ല. ആകാശത്ത് മഴമേഘങ്ങൾ തങ്ങി നിൽക്കുന്നു.

പുറത്തേക്കിറങ്ങുന്നതിനിടയിൽ ചുവരിൽ തൂക്കിയിരുന്ന ഫോട്ടോയിലേക്കൊന്ന് നോക്കി. ജൂലിയറ്റ് ബിനോഷെ എന്നെ നിഷ്കളങ്കമായി നോക്കി, യാത്രയാക്കി. വീട്ടിൽ ആരോ കാത്തിരിക്കുന്നുണ്ട് എന്ന് ചിന്തിക്കുന്നത് തന്നെ ഒരാശ്വാസമാണ്.

ഞാൻ സൈക്കിളെടുത്തില്ല. നടക്കാനാണപ്പോൾ തോന്നിയത്.

നദിക്കരയിലൂടെ നടന്നു. തണുത്ത കാറ്റ് എനിക്ക് ഉന്മേഷം നൽകി. നദിക്കരയിൽ ചിലർ ഓടുന്നുണ്ടായിരുന്നു, ചിലർ വ്യായാമത്തിനായി വഞ്ചി തുഴയുന്നുണ്ടായിരുന്നു. അവർക്ക് എന്നേക്കാൾ വളരെ മുന്നേ നേരം പുലർന്നിരുന്നുവല്ലോ.

ബ്രിഡ്ജ് തെരുവ് വരെ കുറച്ച് വേഗത്തിൽ തന്നെയാണ് ഞാൻ നടന്നത്. എന്നാൽ കയറ്റം കയറിയപ്പോഴേക്കും കിതച്ച് തുടങ്ങി. ഹണ്ടിങ്ങ്ഡൗൺ തെരുവിന്റെ പാതിയെത്തിയപ്പോൾ ഞാൻ നിന്നു.

അവിടെ ഒരു ചുവരിൽ 'ആത്മാക്കളുടെ തെരുവ്' എന്നെഴുതിവച്ചിരിക്കുന്നു. ശ്മശാനമുള്ള തെരുവിന് യോജിച്ച പേരുതന്നെ.

ഈ തെരുവിൽ ഒരു പള്ളിയുണ്ടെന്നും അതിനോട് ചേർന്ന് ഒരു ശ്മശാനമുണ്ടെന്നും എനിക്കറിയാമായിരുന്നു. എന്നാൽ ഇതുവരേക്കും അവിടേക്കൊന്ന് പോകണമെന്ന് എനിക്ക് തോന്നിയിട്ടില്ല.

വഴിയുടെ ഇടതുവശത്ത് നിറയെ മരങ്ങളായിരുന്നു. ഞാൻ മെല്ലെ മുന്നോട്ട് നടന്നു.

ഒരു വീട്ടിലെ ക്ലോക്കിൽ നാലടിക്കുന്നത് ഞാൻ കേട്ടു.

ആ വീടിന്റെ ജനലിൽ ഒരാളിരിക്കുന്നുണ്ടായിരുന്നു. കാലങ്ങളുടെ ഗതിയറിയാവുന്ന വൃദ്ധരെപ്പോലെ അയാൾ എന്നെ തുറിച്ചു നോക്കി. അയാളുടെ നീളമുള്ള മുടി തോളും കഴിഞ്ഞ് കീഴോട്ടുവീണ് കിടന്നിരുന്നു. ചത്ത ഇലകൾ കൊഴിഞ്ഞ് വീണതുപോലെ എന്നാണെനിക്കപ്പോൾ തോന്നിയത്.

ഞാൻ പള്ളിയെ ലക്ഷ്യമാക്കി നടന്നു. കുഴിമാടങ്ങൾക്കരികിലാണാദ്യമെത്തിയത്.

വിറ്റ്ജെൻസ്റ്റീനെ ഇവിടെയാണ് മറവ് ചെയ്തത് എന്നെനിക്കറിയാമായിരുന്നു.

മരണത്തെ തന്റെ നെറുകയിൽ പേറിയാണ് വിറ്റ്ജെൻസ്റ്റീൻ ജീവിച്ചത്. കോപാകുലമായ അടയാളംപോലെ അത് എന്നും അയാളുടെ നെറ്റിയിലുണ്ടായിരുന്നു. എന്നാൽ തന്റെ സഹോദരങ്ങളെപ്പോലെ അയാൾ ആത്മഹത്യ ചെയ്തില്ല. മറുലോകവുമായി എന്നും ചങ്ങാത്തത്തിലായിരുന്നു. എങ്കിലും തന്റെ സമയം വന്നു ചേരുന്നത് വരേക്കും അയാൾ കാത്തിരുന്നു.

വലതുഭാഗത്ത് രണ്ടുപേർ ചേർന്ന് ഒരു കുഴിമാടം കുഴിച്ചെടുക്കുന്നത് കണ്ടു. ഞാനവരെ അഭിവാദ്യം ചെയ്തു.

"വിറ്റ്ജെൻസ്റ്റീന്റെ കുഴിമാടമേതെന്ന് അറിയാമോ?" അവരിലൊരാളോട് ചോദിച്ചു.

"അയാൾ മരിച്ചിട്ട് വർഷം അമ്പതായി."

മറുപടി പറഞ്ഞയാളുടെ കൂട്ടുകാരന്റെ കയ്യിലായിരുന്നു അപ്പോൾ മമ്മട്ടി. അയാളുടെ കൈകൾ തണുപ്പടിച്ച് ചുവന്നിരുന്നു. അയാളുടെ അസ്ഥികൾ എണ്ണിയെടുക്കാനാകുന്നതുപോലെ പുറത്തേക്ക് തള്ളി നിന്നു.

"അയാളെന്താ വല്ല തത്ത്വശാസ്ത്രവും പറയുന്നയാളായിരുന്നോ?" സുഹൃത്ത് ചോദിച്ചു.

“അതെ.”

എന്നാൽ വിറ്റ്ജെൻസ്റ്റീൻ അങ്ങനെ അറിയപ്പെടാനല്ല ആഗ്രഹിച്ചത്. ചിലപ്പോഴൊക്കെ അയാൾ ഒരു കമ്മ്യൂണിസ്റ്റുകാരനായിരുന്നു. ചിലപ്പോൾ വർഗ്ഗീയവാദിയും ചിലപ്പോൾ ഒരു ഇറ്റാലിയൻ യുദ്ധത്തടവുകാരനും. ദൈവം ഒരു വൃത്തികെട്ട ജഡ്ജിയാണെന്ന് അദ്ദേഹം പറയുമായിരുന്നു. താനൊരു മഹാപാപിയാണെന്നും പറയും. അതിനാൽ ദൈവം തന്നെ ഒരിക്കലും വെറുതെവിടുകയില്ലെന്ന് കുട്ടിച്ചേർക്കുകയും ചെയ്യും.

ഇതൊന്നും ഈ കുഴിവെട്ടുന്നവർക്ക് അറിയില്ല. എല്ലാവരും അവസാനം എത്തിച്ചേരുന്നിടത്ത് ആർക്കോ വേണ്ടി കുഴിയെടുത്തുകൊണ്ടിരിക്കുകയാണവർ.

“അതെ, അയാളൊരു ചിന്തകനായിരുന്നു.” ഞാൻ ഒന്നുകൂടി ഉറപ്പിച്ച് പറഞ്ഞു.

കുഴിവെട്ടുന്നവർ ഒരു നിമിഷത്തേക്ക് ജോലി നിറുത്തി. അവരുടെ മമ്മട്ടി അപ്പോഴും മണ്ണിലുടക്കിക്കിടക്കുകയായിരുന്നു.

“ഇന്ന് കാലത്ത് ഒരു സ്ത്രീ വന്ന് ഇതേ ചോദ്യം ചോദിക്കുകയുണ്ടായി.” അതിൽ പ്രായം കൂടിയയാൾ പറഞ്ഞു.

അത് ഫെറൂസെയായിരിക്കുമോ എന്ന് ഞാൻ അദ്ഭുതപ്പെട്ടു. ഇന്നലെ രാത്രി ‘പോയി ഏതെങ്കിലും ശ്മശാനം സന്ദർശിക്കൂ’ എന്ന് അസീത ഉപദേശിച്ചപ്പോൾ എന്റെ മനസ്സിലെത്തിയ ശ്മശാനം ഇതായിരുന്നു. എന്നാൽ അതിനെക്കുറിച്ച് ഞാൻ ഫെറൂസെയോട് പറഞ്ഞതായി ഓർക്കുന്നില്ല.

“അവരെ കാണാൻ എങ്ങനെയുണ്ടായിരുന്നു?” ഞാൻ ചോദിച്ചു.

“മദ്ധ്യവയസ്കയായിരുന്നു. വെള്ള കോട്ട് ധരിച്ചിരുന്നു. കയ്യിൽ റോസാപ്പൂക്കളുണ്ടായിരുന്നു.”

ഞാൻ ചുറ്റിലും കണ്ണോടിച്ചു. പുതുതായി കുഴിച്ച കുറച്ച് കുഴികൾ കാണാം. വിശന്നിരിക്കുന്ന കുട്ടികളെപ്പോലെ തന്റെ ഇരകളേയും നോക്കിയിരിക്കുകയാണവർ എന്നെനിക്ക് തോന്നി.

“താങ്കളും അതുപോലെ തത്ത്വശാസ്ത്രം പറയുന്നയാളാണോ?” രണ്ടാമത്തെയാൾ ചോദിച്ചു.

ചോദ്യം കേട്ടതും എന്റെ കാലൊന്ന് വഴുതി. കുഴിയിലേക്ക് വീഴാതെ കഷ്ടിച്ച് രക്ഷപ്പെട്ടു. അവരിരുവരും വന്ന് എഴുന്നേൽക്കാൻ എന്നെ സഹായിച്ചു.

“കുഴിയിലെത്താൻ ഇത്ര തിടുക്കം കാട്ടാതെ.” അവർ കളിയാക്കി.

ഞങ്ങൾ ഒന്നിച്ച് ചിരിച്ചു. ഇത് ഒരു ശ്മശാനമാണെന്ന് ഒരു നിമിഷത്തേക്ക് മറന്നു.

ഒരു സുഹൃത്തിനെ മറവ് ചെയ്യുവാനാണ് ഞാൻ ഇതിനു മുമ്പ് അവസാനമായി ശ്മശാനത്തിലെത്തിയത്. പ്രായമായവർ അന്ന് മഴയത്ത്

നിന്ന് കരയുന്നുണ്ടായിരുന്നു. ചെറുപ്പക്കാർ മന്ത്രങ്ങൾ ചൊല്ലുന്നുണ്ടായിരുന്നു. ആ കാഴ്ച എതോ ഒരു ബ്ലാക്ക് ആന്റ് വൈറ്റ് സിനിമ പോലെ ഇപ്പോൾ ഞാൻ ഓർക്കുന്നു. അന്ന് മോർച്ചറിയിൽ നിന്നും അയാളുടെ മൃതദേഹം വാങ്ങാൻ ഞങ്ങൾ പോയപ്പോൾ, അയാൾ പ്രണയിച്ചിരുന്ന പെൺകുട്ടികളെക്കുറിച്ച് ഞാൻ ഓർത്തുപോയി. എന്നാൽ ആ പ്രണയം നൽകിയ സുന്ദര രൂപം അപ്പോൾ അയാളുടെ മുഖത്തു നിന്നും വാർന്ന് പോയിരുന്നു. മുറിവുകൾ എത്രയെന്ന് എണ്ണിത്തിട്ടപ്പെടുത്തുക അസാധ്യമായിരുന്നു. ശരീരമാസകലം ആരോ ഉമ്മവച്ചതുപോലെ വെടിയുണ്ട തുളച്ചുകയറിയ പാടുണ്ടായിരുന്നു. നെറ്റിത്തടം മുതൽ കാൽപാദം വരെ പാടുകൾ നിറഞ്ഞ് കിടന്നു.

"കുറച്ച് കാലം കൂടി ജീവിക്കണമെന്നുണ്ടെനിക്ക്" ഞാൻ പറഞ്ഞു.

"ആർക്കുവേണ്ടി? നിങ്ങൾക്ക് തന്നെയോ അതോ കുട്ടികൾക്കായോ?" പ്രായമുള്ളയാൾ ചോദിച്ചു.

"എനിക്ക് കുട്ടികളില്ല."

"അപ്പോൾ നിങ്ങൾ സ്വയം നിങ്ങൾക്കുവേണ്ടി ജീവിക്കാനാഗ്രഹിക്കുന്നു അല്ലേ?"

"എന്റെ ചില സുഹൃത്തുക്കൾ ചെറുപ്പത്തിലേ മരിച്ചു. അവർക്ക് വേണ്ടി ജീവിക്കുവാനാഗ്രഹിക്കുന്നു."

"തത്ത്വം പറയുന്നവർ ഇങ്ങനെ സംസാരിക്കാറില്ല." ചെറുപ്പക്കാരൻ പറഞ്ഞു. "നിങ്ങളൊരു ചിന്തകനൊന്നുമല്ല എന്ന് എനിക്ക് പറയുവാനാകും."

"ചിന്തകരുടെ സുഹൃത്തുക്കളെന്താ മരിക്കില്ലേ, മരിച്ചവരുമായി സൗഹൃദമായിക്കൂടേ?" ആദ്യത്തെയാൾ പ്രതിഷേധിച്ചു.

"മരിച്ചവരെ അവർ സ്വന്തം ജീവിതത്തിന്റെ ഭാഗമായി കാണാറില്ല."

"എന്നുവച്ചാൽ ചിന്തകർ മരണത്തെക്കുറിച്ചല്ലാതെ മറ്റെല്ലാതിനെക്കുറിച്ചും ചിന്തിക്കും എന്നാണോ നീ പറഞ്ഞുവരുന്നത്?"

"മരണത്തെക്കുറിച്ച് ആവലാതിയുണ്ട്, എന്നാൽ അവർ മരിച്ചവരെ പിന്നെ ഗൗനിക്കാറില്ല." രണ്ടാമൻ തുടർന്നു.

"ഒരു ബിയർ പോലും കഴിക്കാതെ നിനക്കെങ്ങനെ ഇങ്ങനെയൊക്കെ സംസാരിക്കുവാനാകുന്നു?"

"ഇന്ന് രാത്രിയിലെ ബിയർ വാങ്ങിച്ച് തരാമെങ്കിൽ ശേഷിച്ചത് ഞാൻ അപ്പോൾ കാണിച്ചുതരാം."

"താങ്കളും ഇന്ന് ഞങ്ങളോടൊപ്പം ചേരൂ സുഹൃത്തേ. ഇന്ന് ഞങ്ങൾ ദ ഈഗിളിൽ പോകുന്നു." പ്രായമായയാൾ എന്നോട് പറഞ്ഞു.

"വരാം. പക്ഷേ ബിയർ ഞാൻ കഴിക്കില്ല. മറ്റെന്തെങ്കിലും കഴിക്കാം."

"കാരണം?"

"നിനക്ക് മനസ്സിലായില്ല അല്ലേ? ഇയാളൊരു മുസ്ലീമാണ്." ചെറുപ്പ ക്കാരൻ പറഞ്ഞു.

"എനിക്കും ധാരാളം മുസ്ലീം സുഹൃത്തുക്കളുണ്ട്. ഞാൻ കുടിക്കു ന്നതിലും കൂടുതൽ അവർ കുടിക്കും." പ്രായമായയാൾ തുടർന്നു.

"എങ്കിൽ അവർ രാത്രി മുഴുക്കെ ഉണർന്നിരുന്ന് പ്രാർത്ഥിക്കുന്നു ണ്ടാകും."

ഞങ്ങൾ മൂന്നുപേരും ചിരിച്ചു.

കഴിഞ്ഞ രാത്രിയിൽ വീഞ്ഞ് കുടിച്ചു എന്ന് ഞാൻ അവരോട് പറ ഞ്ഞില്ല. എനിക്കും ദൈവത്തിനും മദ്ധ്യേയുള്ള പാലത്തിൽ മഞ്ഞുമൂടി യിരിക്കുന്നുവെന്നും അതിനാൽ അപ്പുറമിപ്പുറം കാണാൻ ബുദ്ധിമുട്ടു ണ്ടെന്നും ഞാനവരോട് പറഞ്ഞില്ല. നമുക്ക് സംസാരിക്കുവാനാകാത്ത വിഷയങ്ങൾ നിശ്ശബ്ദമായി സംവേദിക്കണം എന്നാണ് വിറ്റ്ജെൻസ്റ്റീൻ പറഞ്ഞിരിക്കുന്നത്. പ്രായം ചെന്നയാൾ എനിക്ക് ഒരു സിഗരറ്റ് നീട്ടി. ഞാനത് സ്വീകരിച്ചു. തണുപ്പുകയറിയ എന്റെ ശ്വാസകോശത്തിലേക്ക് സിഗരറ്റിന്റെ പുക ഇരച്ചുകയറുന്നത് ഞാൻ ആസ്വദിച്ചു. ഈ ശ്മശാന ത്തിലിരുന്ന് പുകവലിക്കുന്നത് ആസ്വദിച്ചു. ഞാൻ ചുമച്ചു.

"നിങ്ങൾ പറഞ്ഞ ഈ ചിന്തകനും മുസ്ലീമായിരുന്നോ?" പ്രായമുള്ള യാൾ ചോദിച്ചു.

"ഒരു മുസ്ലീമിന് എങ്ങനെ ചിന്തകനാകാൻ പറ്റും?" ചെറുപ്പക്കാരന് സംശയം.

ഇത് കേട്ടപ്പോൾ പ്രായമുള്ളയാൾക്ക് ഗൗരവം വന്നു. "നിനക്ക് തമാശ പറഞ്ഞാൽ മനസ്സിലാകില്ല അല്ലേ?" എന്നായി.

"ഞാൻ തമാശയായി ചോദിച്ചതല്ല, സത്യം പറഞ്ഞതാണ്. ഒരു മുസ്ലീം ചിന്തകനെക്കുറിച്ച് ഇതിനു മുമ്പ് എപ്പോഴെങ്കിലും കേട്ടിട്ടുണ്ടോ?"

പ്രായമായയാൾ ഒരു നിമിഷം ശങ്കിച്ചു. ചിന്തിച്ചു.

ഞാൻ ചെറുപ്പക്കാരനു നേരെ നോക്കി.

"ഒരു ക്രിസ്ത്യൻ ചിന്തകന്റെ പേരു പറയൂ, അപ്പോൾ ഞാൻ ഒരു മുസ്ലീം ചിന്തകന്റേത് പറയാം" ഞാൻ പറഞ്ഞു.

ഞങ്ങൾ വീണ്ടും സിഗരറ്റിൽ നിന്നും പുകയെടുത്തു.

മഴ പൊടിയുവാൻ തുടങ്ങി.

"മഴ നമ്മെ നനയ്ക്കില്ല എന്ന് വിശ്വസിക്കാം" ചെറുപ്പക്കാരനാണത് പറഞ്ഞത്.

"വിഷയം മാറ്റല്ലേ" പ്രായമായയാൾ ഇടപെട്ടു.

"എനിക്ക് ഒരു ചിന്തകന്റേയും പേരോർമ്മവരുന്നില്ല." ചെറുപ്പ ക്കാരൻ പറഞ്ഞു. "നിങ്ങളും ഒരു ക്രിസ്ത്യാനിയല്ലേ. എന്നെയൊന്ന് സഹായിക്കൂ."

പ്രായമായയാൾ തലചൊറിഞ്ഞു. അയാൾ പുതുതായി കുഴിച്ച കുഴികളിലേക്ക് നോക്കി. "ഒരാളെ എനിക്കറിയാം" അയാൾ പറഞ്ഞു. "മാർപ്പാപ്പ."

എന്നിട്ട് അവരിരുവരും ഒന്നിച്ച് കുട്ടികളെപ്പോലെ ചിരിച്ചു. സിഗരറ്റ് തന്നതിന് ഞാൻ അവരോട് നന്ദി പറഞ്ഞു.

"ഞാൻ വിറ്റ്ജെൻസ്റ്റീനെ തിരയട്ടെ."

"പഴയ ശവകുടീരങ്ങൾ പള്ളിയുടെ മറ്റേ വശത്താണ്" പ്രായമായ യാൾ പറഞ്ഞു.

"അയാളെ എന്തിനാണിപ്പോൾ താങ്കൾ കാണുന്നത്?" ചോദ്യം ചെറുപ്പക്കാരന്റേതായിരുന്നു. "ശവക്കുഴികളെല്ലാം ഒരുപോലെയിരിക്കും."

"എന്ന് വച്ചാൽ എന്താ ഉദ്ദേശിച്ചത്?" പ്രായമായയാൾ ചോദിച്ചു.

"ഓരോ ശവശരീരവും വ്യത്യസ്തമാണ്. എന്നാൽ ഇവരുടെയെല്ലാം ആത്മാവ് ഒന്നിച്ച് ചേരുന്നു."

"ശരി. അത് നന്നായി. എനിക്ക് ഇഷ്ടമായി. ഇന്നത്തെ ബിയർ എന്റെ വക."

"ചിയേഴ്സ്."

"ഒരു കാര്യമുണ്ട്. നമ്മൾ രണ്ടാളുടെയും ആത്മാവ് ഒന്നായി തീർന്നി രിക്കുന്നതിനാൽ നിന്റെ ബിയർ കൂടി എനിക്ക് കുടിക്കുവാനാകും."

"ജീവിച്ചിരിക്കുമ്പോഴാകില്ല" ചെറുപ്പക്കാരൻ അറഞ്ഞു. "നമ്മുടെ ശരീരം മരിച്ച് പോകുന്നതിനു മുമ്പ് ആത്മാവിന് ഒന്നാകാൻ കഴിയില്ല."

"ഇതൊക്കെ നിനക്ക് എവിടെ നിന്ന് കിട്ടി?"

"എന്റെ മുത്തച്ഛന് ഡിംനേഷ്യ വന്നപ്പോൾ ഇങ്ങനെയൊക്കെയാണ് സംസാരിച്ചിരുന്നത്."

"അദ്ദേഹം മരിക്കാൻ തയ്യാറെടുക്കുകയായിരുന്നു അല്ലേ." പ്രായമായ യാൾ സംശയം തീർത്തു.

സർവകലാശാലയിൽ പഠിച്ചിരുന്ന കാലത്ത് ഞാനും സുഹൃത്തുക്കളും കൂടി 'മരിച്ചവരിൽ ഏറ്റവും നല്ലവരാര്' എന്നൊരു കളി കളിക്കാറുണ്ടാ യിരുന്നു. ഞങ്ങൾ മൂന്ന് കഥാപാത്രങ്ങളുടെ പേരുപറയും. ഒരു സിനിമ, യാത്രപറയുന്ന ഒരു കത്ത്, അല്ലെങ്കിൽ തെരുവിൽ വച്ച് കേട്ട ഒരു വാക്ക്, ഇങ്ങനെ എന്തിൽ നിന്നെങ്കിലുമാകും തുടക്കം. കഥാപാത്രങ്ങൾ എന്നും മാറും. അതിനനുയോജ്യമായ മരിച്ച ഒരാളെ ഞങ്ങൾ കണ്ടെ ത്തണം. *ഡെ്ന്നീസ്, സ്പാർടകസ്, ലൈല, എന്നൊക്കെ ഞങ്ങൾ

* ഡെന്നീസ് : ഒരു ടർക്കി വിപ്ലവകാരിയും രാഷ്ട്രീയ പ്രവർത്തകനും. 1972ൽ കൊല്ല പ്പെട്ടു. അന്നയാൾക്ക് ഇരുപത്തിയഞ്ച് വയസ്സ്. "ഭരണഘടനാ സംവിധാനത്തെ അട്ടിമറിക്കുവാൻ ശ്രമിച്ചു" എന്ന കുറ്റം ചുമത്തി പട്ടാളക്കോടതിയാണ് വധ ശിക്ഷ പ്രഖ്യാപിച്ചത്. (ടർക്കിഷ് ഭാഷയിൽ ഡെനീസ് എന്നതിന്റെ അർത്ഥം കടൽ എന്നാണ്.)

പറയും. ഇവരെല്ലാം മരണമെന്ന വിധിയുടെ അനന്തത പങ്കിട്ടെടുത്തിരിക്കുന്നു. ഞങ്ങളും മരിക്കാൻ തയ്യാറെടുത്തുകൊണ്ടിരിക്കുകയാണ്. എന്നാൽ ആ വണ്ടിയിൽ ഞങ്ങളിൽ ആദ്യം കയറുക ആരായിരിക്കും എന്ന് ഞങ്ങൾക്കറിയില്ലല്ലോ. “സാരമില്ല, താങ്കൾക്കുള്ള ബിയർ ഇന്ന് ഞാൻ വാങ്ങിച്ച് തരാം” ഞാൻ ചെറുപ്പക്കാരനോട് പറഞ്ഞു.

“അതിനു പകരമായി ഞാൻ താങ്കൾക്ക് ഒരു ഉപകാരം ചെയ്യാം.”

“ഏതെങ്കിലും ഒരു തത്ത്വചിന്തകന്റെ പേര് പഠിച്ചാൽ മാത്രം മതി. അത്ര മാത്രം ചെയ്താൽ മതി.” ഞാൻ പറഞ്ഞു.

“ശരി. ഞാൻ പഠിക്കാം. ഉറപ്പ്.”

ഈ കുഴിവെട്ടുകാർ ശവം മറവ് ചെയ്യുവാനുള്ള കുഴികളല്ല എടുക്കുന്നത് ചെടി നടാനുള്ളവയാണെന്ന് കാണുന്നവർ കരുതിയേക്കും. എത്ര സമയം വേണമെങ്കിലും ഇങ്ങനെ മണ്ണിൽ കുഴിയെടുത്തുകൊണ്ടേയിരിക്കുവാൻ അവർ തയ്യാറാണെന്നും തോന്നിപ്പോയി. മണ്ണുമായുള്ള ബന്ധം അവരിൽ പുതിയ ഊർജ്ജം നിറയ്ക്കുന്നുണ്ടെന്ന് തോന്നി. ആ ബന്ധം പുതിയ ഉണർവ്വും ഊർജ്ജവും നൽകുമെന്നറിയാമായിരുന്ന വിറ്റ്ജെൻസ്റ്റീൻ അദ്ധ്യാപകവൃത്തി ഉപേക്ഷിക്കുകയും പള്ളിയിൽ തോട്ടപ്പണിക്കാരനാകുകയും ചെയ്തു.

കല്ലുകളിലും കുഴിമാടങ്ങളിലും ചുറ്റിലുമുള്ള മരങ്ങളിലും ശാന്തത നിറഞ്ഞു നിന്നു. അതിൽ ലയിച്ച് ഞങ്ങളില്ലാതായി. നിശ്ശബ്ദമായിരുന്നു അവിടം. എവിടെനിന്നോ ഒരു കാറ്റ് വന്നെത്തി. അത് ഞങ്ങളെ കടന്ന് പോയി.

കുഴിവെട്ടുന്നവർ അവരുടെ പേരു പറഞ്ഞു. ഞാൻ എന്നെ പരിചയപ്പെടുത്തി. സായാഹ്നത്തിൽ വീണ്ടും കാണാം എന്ന് പറഞ്ഞ് ഞങ്ങൾ പിരിഞ്ഞു.

“എല്ലാ അനശ്വരതകൾക്കും മരിച്ചവർ കാരണഭൂതരാകുന്നു.” നടന്ന് നീങ്ങുന്നതിനിടയിൽ ഞാൻ പറഞ്ഞു. അവർക്കിടയിലേക്ക് എത്തുമ്പോൾ നമ്മുടെ ഉള്ളിലുള്ള അനശ്വരത നമുക്ക് കാണാനാകുന്നു.“

“താങ്കൾ സത്യമായും ഒരു ചിന്തകനാണോ?” ചെറുപ്പക്കാരന്റേതായിരുന്നു ചോദ്യം.

“സായാഹ്നത്തിൽ ബിയർ കഴിച്ചിരിക്കുമ്പോൾ നിങ്ങൾക്ക് തന്നെ തീരുമാനിക്കാമത്.”

“പാപം ചെയ്യുന്നതിനെക്കുറിച്ച് ബേജാറാകണ്ട. നിങ്ങളും ഒരു ബിയർ കഴിക്കണം. മദ്യം മരിച്ചവരെപ്പോലെ തന്നെ നിഷ്കളങ്കമാണ്.”

ഇന്നലെ രാത്രി ഫെറുസെയുടെ വീട്ടിൽ നിന്നും കഴിച്ച വീഞ്ഞിന്റെ സ്വാദ് നശിപ്പിക്കുവാൻ എനിക്ക് യാതൊരു ഉദ്ദേശ്യവുമില്ലായിരുന്നു.

മഴയുടെ ശക്തി വർദ്ധിച്ചു തുടങ്ങി.

ഞാൻ എന്റെ കുട തുറന്നു.

ഞാൻ പള്ളിക്ക് പിറക് വശത്തുള്ള ഓരോ കുഴിമാടവും പരിശോധി ക്കുവാൻ തുടങ്ങി. മാർബിളിൽ കൊത്തിവച്ചിരുന്നതെല്ലാം വായിക്കുവാൻ തുടങ്ങി. മാർബിളിൽ മാത്രമല്ല, സാധാരണ കല്ലിലും കുരിശിലും എഴു തിയിരിക്കുന്നതും വായിച്ചു.

വൃദ്ധരുടെ ശവക്കല്ലറകൾക്ക് തൊട്ടുരുമ്മി കുട്ടികളുടേയും ചെറുപ്പ ക്കാരുടേയും കല്ലറകൾ കണ്ടു. മരണം എല്ലാവരുടെ സമീപത്തു നിന്നും തുല്യ ദൂരത്തിലുണ്ടെന്നർത്ഥം.

ചില കുഴിമാടങ്ങൾ തകർന്നിരിക്കുന്നു. ചിലവയിലെ കല്ലുകൾ ഇളകി പ്പോയിരിക്കുന്നു. ചിലവയിൽ എഴുതിവച്ചിരിക്കുന്നത് മാഞ്ഞുപോയിരി ക്കുന്നു.

പലയിടത്തും പുല്ലുമൂടി, കാടുപിടിച്ച് കിടക്കുന്നു. ഞാൻ ബുദ്ധിമുട്ടി ശ്മശാനത്തിന്റെ പടിഞ്ഞാറെ അതിരുവരെയെത്തി.

അവിടെ നിന്ന് പള്ളി നോക്കിക്കാണുന്നതിനിടയിൽ വെള്ള കോട്ട് ധരിച്ച ഒരു സ്ത്രീ കുഴിമാടങ്ങൾക്ക് നടുക്ക് നിൽക്കുന്നു. ഒരു കുഴിമാട ത്തിനരികിൽ മുട്ടുകുത്തിയാണ് നിൽക്കുന്നത്. നല്ല മഴയുണ്ടായിരുന്നു. അവരത് വകവയ്ക്കുന്നില്ല.

ഞാൻ വിറ്റ്ജെൻസ്റ്റീനെ കണ്ടെത്തി എന്നെനിക്ക് ഉറപ്പായി.

ഞാൻ ചുമച്ചു.

അവർ തലയുയർത്തി നോക്കി.

"നിങ്ങൾ മരിച്ചവനാണോ അതോ ജീവിച്ചിരിപ്പുള്ളവനോ?" അവർ ചോദിച്ചു.

"ജീവനുണ്ട്."

"ഞാൻ എങ്ങനെ വിശ്വസിക്കും?"

"മരിച്ചവർ ചുമയ്ക്കുമോ?"

"നിങ്ങളുടെ ശബ്ദത്തിന് വല്ലാത്ത കനം; പരുപരുപ്പ്."

"അത് ജലദോഷം മൂലമാണ്. മാത്രമല്ല മരിച്ചവർ കുടയും കൊണ്ട് നടക്കാറില്ലെന്നാണെന്റെ വിശ്വാസം."

മഴ അവരുടെ മുടി മുഴുക്കെ നനച്ചിരിക്കുന്നു. കോട്ടിന്റെ അടിഭാഗം മണ്ണിൽ കുതിർന്നാടുന്നു.

ഞാൻ അവർക്ക് സമീപത്തിരുന്നു. എന്റെ കയ്യിലെ കുട അവരുടെ തലയ്ക്ക് മുകളിൽ ചൂടിക്കൊടുത്തു.

"താങ്കൾ മരിച്ചിട്ടില്ല എന്ന് എനിക്കുറപ്പുണ്ട്." ഞാൻ പറഞ്ഞു.

"എങ്ങനെ?"

"നിങ്ങൾക്ക് തണുക്കുന്നുണ്ട്. നിങ്ങളുടെ കൈകൾ തണുപ്പുകൊണ്ട് വിറയ്ക്കുന്നു."

"ഈ കല്ലറ കണ്ടെത്തുക എളുപ്പമായിരുന്നില്ല."

സത്യമായും അതെളുപ്പമായിരുന്നില്ല. അതിനുമുകളിൽ പേരെഴുതിയ ഒരു കല്ലുണ്ടായിരുന്നില്ല. ഒരു കല്ല് അതിനു മുകളിൽ പരത്തിയിട്ടിരിക്കുന്നു. അതിനുമുകളിൽ നിറയെ മണ്ണായിരുന്നു. പിന്നെ നിറയെ പുല്ലും.

അതിനിടയിലും നിറയെ ചുവന്ന റോസാച്ചെടികളുണ്ടായിരുന്നു. അവയും ആ സ്ത്രീയുടെ തലമുടി പോലെ നനഞ്ഞ് കുതിർന്നിരിക്കുന്നു.

കല്ലറയുടെ തലഭാഗത്ത് ഒരു ചെറിയ ഏണി വച്ചിരിക്കുന്നു. ഒരു കയ്യിന്റെ നീളമുള്ള ഒരു ഏണി. ഏതോ അജ്ഞാത പണ്ഡിതനാണത് അവിടെ വച്ചത് എന്ന് വ്യക്തം. അതിനു ചുറ്റിലും കുറച്ച് നാണയം ചിതറിക്കിടപ്പുണ്ട്.

"താങ്കൾ ആകെ നനഞ്ഞിരിക്കുന്നു. ഇനിയും ഇവിടെയിരുന്നാൽ അസുഖം പിടിക്കും." ഞാൻ പറഞ്ഞു.

ആകാശത്ത് മേഘങ്ങൾക്ക് കറുപ്പ് വർദ്ധിച്ചുകൊണ്ടേയിരുന്നു.

"എന്റെ വേദന ശമിച്ചിട്ടില്ല." അവർ പറഞ്ഞു.

"വേദന ശമിക്കാൻ എന്ത് വേണം? മഴയോ അതോ വിറ്റ്ജെൻസ്റ്റീനോ?"

അവർ കുഴിമാടത്തിൽ നിന്നും ഒരു റോസാപ്പൂ പറിച്ചെടുത്തു.

മഴത്തുള്ളികളോടൊപ്പം അലിഞ്ഞ് ആ കവിളുകളിലൂടെ കണ്ണുനീരും ഒഴുകുന്നുണ്ടെന്ന് ഞാനറിഞ്ഞു.

"എന്റെ ഭർത്താവ് ഇന്നലെ എന്നെ വിട്ടുപോയി."

എന്ത് മറുപടി പറയണമെന്ന് എനിക്കറിയില്ലായിരുന്നു.

"വിറ്റ്ജെൻസ്റ്റീന്റെ കുഴിമാടത്തിലിരുന്ന് ജലദോഷം പിടിച്ചാൽ അതു കൊണ്ടൊരു ഗുണവുമുണ്ടാകില്ല." ഞാൻ പറഞ്ഞു.

"വിധിയിൽ വിശ്വാസമുണ്ടോ?" അവൾ ചോദിച്ചു.

"പ്രണയത്തിന്റെ കാര്യത്തിൽ മാത്രം."

"താങ്കൾ പറഞ്ഞതിൽ സത്യമുണ്ട് എന്നെനിക്കറിയാം."

"വിറ്റ്ജെൻസ്റ്റീൻ വിധിയിൽ വിശ്വസിച്ചിരുന്നോ?" ഞാൻ ചോദിച്ചു.

"എനിക്കറിയില്ല." അവർ പറഞ്ഞു.

"പിന്നെ താങ്കളെന്തിന് ഇവിടെയെത്തി?"

"ഇന്നിനെക്കുറിച്ച് അറിയാമായിരുന്ന വിറ്റ്ജെൻസ്റ്റീന് നാളെയെക്കുറിച്ചും അറിയാമായിരിക്കും എന്ന് കരുതി."

"അത് സാധ്യമാണോ?"

"ഇന്നലെ ഞങ്ങളുടെ വിവാഹ വാർഷികമായിരുന്നു. ഞാൻ ഷെൽഫിൽ നിന്നും ചില പുസ്തകങ്ങൾ എടുക്കുകയായിരുന്നു. ഒരു കവിത അന്വേഷിക്കുകയായിരുന്നു. അപ്പോൾ കയ്യിൽ നിന്നും ഒരു പുസ്തകം താഴെവീണു. ഒരു താള് തുറന്ന നിലയിലാണത് വീണത്. അതിലെ

ഒരു വരി ഞാൻ വായിച്ചു. 'നാളെ സൂര്യനുദിക്കും എന്നത് ഒരു സങ്കല്പ സിദ്ധാന്തം മാത്രമാണ്. എന്നുവച്ചാൽ നാളെ അത് ഉദിക്കുമോ എന്ന് നമുക്കറിയില്ല എന്നർത്ഥം' ഞാനതിന്റെ പുറം ചട്ട പരിശോധിച്ചു. അത് വിറ്റ്ജെൻസ്റ്റീന്റെ തത്ത്വശാസ്ത്രമായിരുന്നു. ഞാൻ എന്റെ ഭർത്താവിനു സമ്മാനിക്കാനായി സുന്ദരമായ ഒരു ആശംസാ കാർഡ് വാങ്ങിയിരുന്നു. അതിൽ ഞാൻ 'സൂര്യനെക്കുറിച്ച് എനിക്കുറപ്പില്ല, എന്നാൽ നമ്മുടെ സ് നേഹത്തെക്കുറിച്ച് എനിക്കുണ്ട്' എന്നെഴുതി."

അപ്പോൾ അവരുടെ ശബ്ദം വിറയ്ക്കുന്നുണ്ടായിരുന്നു.

"ഇന്നലെ രാത്രി എന്റെ ഭർത്താവ് തിരികെയെത്തിയില്ല." അവർ തുടർന്നു. "അദ്ദേഹത്തിന്റെ ഫോൺ ഓഫ് ചെയ്ത് വച്ചിരുന്നു. അദ്ദേഹം മേശപ്പുറത്ത് ഒരു കത്തെഴുതിവച്ചാണ് പോയത് എന്ന് പിന്നീടാണ് ഞാൻ കണ്ടത്. അദ്ദേഹം മറ്റാരേയോ സ്നേഹിക്കുന്നു എന്നതിൽ എഴുതി യിട്ടുണ്ടായിരുന്നു. വർഷങ്ങളായി അതൊന്ന് തുറന്ന് പറയണമെന്നും എന്നാൽ അതെങ്ങനെ ചെയ്യണമെന്നറിയില്ലായിരുന്നുവെന്നും അതിൽ എഴുതിയിരുന്നു. ഞാൻ അലമാര തുറന്ന് നോക്കി. അദ്ദേഹം തന്റെ വസ്ത്രമെല്ലാമെടുത്തുകൊണ്ടുപോയിരിക്കുന്നു."

കയ്യിലിരുന്ന റോസാപ്പൂ അവർ ഞെരിച്ചു. അവർ തേങ്ങിക്കരയുവാൻ തുടങ്ങി.

"വേദനയുടെ കാലദൈർഘ്യവും അത്ര വലുതല്ല. പ്രിയ സഹോ ദരീ, നിങ്ങളുടെ ഈ ദുഃഖവും അധികം താമസിയാതെ മാറും." ഞാൻ പറഞ്ഞു.

അവർ എന്റെ കയ്യെടുത്ത് അവരുടെ തോളിൽ വച്ചു.

എല്ലാ അനശ്വരതകൾക്കും മരണം, മരിച്ചവർ, ഗുണം ചെയ്യും എന്ന് അസീത പറഞ്ഞതിൽ വാസ്തവമുണ്ട്.

മരിച്ചവർക്ക് പാപമെന്തെന്ന് അറിയില്ല. അവർ ആരേയും ദ്രോഹി ക്കുന്നില്ല. എന്നാൽ പ്രണയിക്കുന്നവർ അത് ചെയ്യുന്നു.

"ഞാനും മരിച്ചിരിക്കുന്നു. എന്റെ ജീവിതവും അവസാനിച്ചിരിക്കുന്നു." അവർ പറഞ്ഞു.

"ഞാൻ കുഞ്ഞായിരുന്നപ്പോളൊരിക്കൽ എന്റെ അമ്മായി രോഗി യായി." ഞാൻ പറഞ്ഞു തുടങ്ങി. "താൻ അധികം താമസിയാതെ മരിച്ചു പോകുമെന്ന് അവരെ കാണാൻ ചെന്ന കുട്ടികളോടെല്ലാം അവർ പറഞ്ഞു. പിറ്റേന്ന് കൊടുങ്കാറ്റും പേമാരിയുമുണ്ടായി. വെള്ളപ്പൊക്ക ത്തിൽ അതിലൊരു കുട്ടി ഒലിച്ചുപോയി. എന്റെ അമ്മായി ഇന്നും ജീവി ച്ചിരിക്കുന്നു."

"വെള്ളപ്പൊക്കത്തിൽ ഒലിച്ചുപോയ ആ കുട്ടിയാണ് ഞാൻ."

"നാളെ സൂര്യനുദിക്കുമോ എന്നുപോലുമറിയാതിരിക്കേ താങ്കൾ ഇങ്ങനെ താങ്കളെക്കുറിച്ച് അസന്ദിഗ്ധമായ വാക്കുകൾ ഉച്ചരിക്കരുത്."

85

അവർ തലയുയർത്തി എന്നെ നോക്കി.

ഞാൻ പുഞ്ചിരിച്ചു. അവരും പുഞ്ചിരിക്കുവാൻ ഒരു ശ്രമം നടത്തി. എന്നാൽ കരഞ്ഞുകലങ്ങിയ അവരുടെ കണ്ണുകൾ അവരെ അതിനനുവദിച്ചില്ല.

"ഞാൻ ഒരു കവിത വായിച്ചു തരട്ടെ?" ഞാൻ ചോദിച്ചു.

"ഞാനെപ്പോഴും എന്റെ പുസ്തകം കൈവശം വയ്ക്കുന്നു." അവർ വിറ്റ്ജെൻസ്റ്റീനിന്റെ ട്രാക്റ്റാടസ് എന്ന പുസ്തകം കോട്ടിന്റെ കീശയിൽ നിന്നെടുത്തു. "ഇതിൽ നിന്ന് എന്തെങ്കിലും വായിച്ച് തരൂ."

"താങ്കളും വിറ്റ്ജെൻസ്റ്റീനിനെ പോലെയാണ്," ഞാൻ പറഞ്ഞു.

"സത്യമായും?"

അത് കേട്ടപ്പോൾ ആദ്യമായി അവരുടെ കണ്ണ് തിളങ്ങി. ഞാനത് ശ്രദ്ധിച്ചു.

"യുദ്ധത്തിലായിരുന്നപ്പോൾ അദ്ദേഹത്തിനൊരു പുസ്തകം ലഭിച്ചു. പിന്നെ എവിടെ പോകുമ്പോഴും അത് കൈവശം വയ്ക്കുക എന്നത് അദ്ദേഹം സ്വഭാവമാക്കി."

"കവിതയായിരുന്നോ?"

"അല്ല. ടോൾസ്റ്റോയിയുടെ 'സുവിശേഷം ചുരുക്കത്തിൽ'"

"ഞാനതിനെക്കുറിച്ച് കേട്ടിട്ടേയില്ല."

"ഒന്നാം ലോകമഹായുദ്ധകാലത്ത് ഒരിക്കൽ ഒരു പുസ്തകക്കടയിൽ വച്ചാണ് വിറ്റ്ജെൻസ്റ്റീൻ ആ പുസ്തകം കാണുന്നത്. യുദ്ധം നടക്കുന്നതിനിടയിലായതിനാൽ ആ കടയിൽ ആ പുസ്തകം മാത്രമേ ഉണ്ടായിരുന്നുള്ളു. ഇത് വിധിയാണെന്ന് വിറ്റ്ജെൻസ്റ്റീൻ തീരുമാനിച്ചു. പിന്നെ ആ പുസ്തകത്തിൽ നിന്നും അദ്ദേഹത്തെ വേർപെടുത്തുവാനായില്ല. അതിലെ വാക്കുകളിൽ ദൈവം ഉറങ്ങിക്കിടക്കുന്നതുപോലെയായിരുന്നു പിന്നെയങ്ങോട്ട്."

"അദ്ദേഹം ഒരു യുക്തിവാദി ആയിരുന്നു എന്നാണ് ഞാൻ കരുതിയത്."

"യുദ്ധത്തിൽ പങ്കെടുത്തുകൊണ്ടിരുന്ന കാലത്ത് അങ്ങനെയായിരുന്നു."

"അപ്പോൾ യുദ്ധത്തിനിടയിലാണോ മാറ്റം സംഭവിച്ചത്?"

"ദൈവത്തിൽ വിശ്വാസമില്ലാതിരുന്ന ഒരു പട്ടാളക്കാരന്റെ കഥ ഞാൻ പറയാം." ഞാൻ തുടർന്നു. "ഏകദേശം നൂറ് വർഷങ്ങൾക്ക് മുമ്പ് ഗ്രീക്ക് സൈന്യം ഞങ്ങളുടെ നാടാക്രമിച്ചു. യുദ്ധത്തിൽ അനേകം പേർ കൊല്ലപ്പെട്ടു. ഞങ്ങളുടെ ആൾക്കാരിൽ വളരെയധികം പേരെ യുദ്ധത്തടവുകാരായി അവർ പിടികൂടി. തങ്ങൾക്കു വേണ്ട സൗകര്യങ്ങൾ ചെയ്തുകൊടുത്താൽ അവിടെയുള്ളവരെ യുദ്ധത്തടവുകാരായി പിടിക്കുകയില്ലെന്ന് ചില

ഗ്രാമങ്ങളിലെ ജനങ്ങൾക്ക് ഗ്രീക്ക് പട്ടാളം ഉറപ്പ് കൊടുത്തു. അതിലൊരു പട്ടാളക്കാരൻ ഞങ്ങളുടെ ഗ്രാമത്തിൽ തന്നെ താമസമാക്കി. അയാൾ പേരുമാറ്റി. ഞങ്ങളുടേത് ഒരു മുസ്ലീം ഗ്രാമമായിരുന്നു. അവർ അദ്ദേഹത്തെ സ്വീകരിച്ചുവെങ്കിലും ഒരു ക്രിസ്ത്യാനി എന്ന നിലയിൽ അദ്ദേഹത്തെ എപ്പോഴും കളിയാക്കിക്കൊണ്ടിരുന്നു. എന്നാൽ അതധികമാകുന്നോ എന്നൊരു ദിവസം അയാൾക്ക് സംശയം തോന്നി. 'ഇനി എന്നെ കളി യാക്കല്ലേ' അയാൾ പറഞ്ഞു. 'ഞാനൊരു ക്രിസ്ത്യാനിയല്ല. ദൈവത്തിൽ വിശ്വാസവുമില്ല'. ഇത് കേട്ടപ്പോൾ ഗ്രാമം ഒന്നാകെ ഭയന്നു. ഗ്രാമവാസി കൾ അതുവരേക്കും അങ്ങനെയൊരു ഭയം അറിഞ്ഞിട്ടില്ല. നൂറ്റാണ്ടുകളായി അറിഞ്ഞിട്ടില്ല. മുമ്പ് പല ശത്രുക്കളും ഗ്രാമത്തെ ആക്രമിക്കാനെത്തിയ പ്പോഴൊന്നും അവരിങ്ങനെ ഭയന്നിട്ടില്ല. അവർ വീടിനു വെളിയിലിറങ്ങാ തായി. വീടിന്റെ മുൻവാതിൽ തുറക്കാതായി. അവസാനം ഒരു ദിവസം അവരെല്ലാം കൂടി അയാളുടെ അടുത്തെത്തി 'ക്രിസ്തുമതവും അത്ര മോശമൊന്നുമല്ല. ഒന്നേ പറയാനുള്ളു ദൈവമില്ലാത്തവനാകരുത്." അവർ പറഞ്ഞു.

മഴ പെട്ടെന്ന് നിലച്ചു.

"ഞാൻ ദൈവത്തിൽ വിശ്വസിക്കുന്നു." അവർ പറഞ്ഞു.

"അങ്ങനെയെങ്കിൽ അവൻ നിങ്ങളെ സഹായിക്കും."

"താങ്കൾ വലിയ ശുഭാപ്തിവിശ്വാസക്കാരനാണ്."

"നോക്കൂ..മഴ നിന്നു. അതൊരു നല്ല അടയാളമല്ലേ" ഞാൻ ചോദിച്ചു.

ഞാൻ കുട മടക്കി. മേലെ, നീലാകാശം വലിയൊരു ജനൽ തുറ ന്നതുപോലെ തുറന്ന് വന്നു.

"വിറ്റ്ജെൻസ്റ്റീനിന്റെ പുസ്തകം എന്ത് പറഞ്ഞു?" അവൾ ചോദിച്ചു.

ഞാൻ ഒരു പേജ് തുറന്നു. എന്റെ കണ്ണിൽ പെട്ട ആദ്യ വാചകം വായിച്ചു.

"സന്തോഷവാനായ ഒരു മനുഷ്യന്റെ ലോകം അസന്തുഷ്ടിയുള്ള ഒരുവന്റേതിൽ നിന്നും വ്യത്യസ്തമാണ്."

മഴ ഞങ്ങളെ ക്ഷീണിപ്പിച്ചിരുന്നു. ഞങ്ങൾ കിതയ്ക്കുന്നുണ്ടായിരുന്നു.

"ഇന്ന് കാലത്ത് എന്റെ മനസ്സിലുണ്ടായിരുന്നത് ഇവിടെ വന്ന് മരി ക്കണം എന്നായിരുന്നു. എന്നാൽ ഇപ്പോൾ ചിന്ത മാറിയിരിക്കുന്നു. എനിക്ക് ജീവിതത്തിലേക്ക് തിരിച്ച് പോണം." അവർ പറഞ്ഞു.

"നിങ്ങൾ തിരിച്ചെത്തിയിരിക്കും."

ഞാൻ എന്റെ കീശയിൽ നിന്നും ഉറുമാൽ പുറത്തെടുത്തു. അതു കൊണ്ട് ആ സ്ത്രീയുടെ മുഖം തുടച്ചു. അവർ കൊച്ചുകുട്ടിയെപ്പോലെ യിരുന്ന് തന്നു. നിസ്സാഹയത മാത്രം കൂട്ടുള്ള കുട്ടിയെപ്പോലെ. അവ രുടെ കൈകൾ വിറയ്ക്കുന്നുണ്ടായിരുന്നു.

87

"താങ്കളെന്തുകൊണ്ടാണിവിടെ വന്നത്? താങ്കളും അസന്തുഷ്ട നാണോ?"

"മരിച്ചവരുടെ അനശ്വരമായ നിശ്വാസമറിയാൻ വന്നതാണ്" ഞാൻ പറഞ്ഞു.

"കാരണം?"

ഏതാനും നിമിഷം മുമ്പ് കാർമേഘം നിറഞ്ഞ് നിന്ന ആകാശം ഇപ്പോൾ നീലിക്കാൻ തുടങ്ങിയിരിക്കുന്നു.

"മേഘങ്ങൾ ഒഴിഞ്ഞ് പോയി തുടങ്ങി," ഞാൻ പറഞ്ഞു.

"കാരണം?"

"മഴ ക്ഷീണിച്ചിരിക്കും."

"അതല്ല. താങ്കൾ എന്തുകൊണ്ടാണീ ശ്മശാനത്തിലെത്തിയതെന്നായിരുന്നു എന്റെ ചോദ്യം."

"താങ്കൾ ഏതെങ്കിലും ഒരു അവസ്ഥയ്ക്കുള്ളിൽ അകപ്പെട്ട് കഴിഞ്ഞാൽ ഒരുപക്ഷേ അതിനെ മുഴുവൻ മനസ്സിലാക്കുവാനാകില്ല. പൂർണ്ണമായും കാണണമെങ്കിൽ അതിൽ നിന്നും പുറത്ത് കടക്കണം."

"അപ്പോൾ ഇതാണോ അതിന്റെ പുറത്ത് എന്ന് പറയുന്നത്..."

"അങ്ങനെ ഞാൻ കരുതുന്നു."

"മരിച്ചവർ ജീവിതത്തിനു പുറത്താണ്. അതിനാൽ ജീവിതമെന്തെന്നറിയാൻ താങ്കൾ ഇവിടെ എത്തി, അല്ലേ?"

"മരിച്ചവരോടൊപ്പമാകുമ്പോൾ നമുക്ക് ജീവിതമെന്തെന്ന് കൂടുതല റിയുവാനാകും. അല്ലാതെ മരണത്തെയല്ല നമ്മളപ്പോൾ അറിയുന്നത്." ഞാൻ പറഞ്ഞു. "നിലനില്പിന്റെ അർത്ഥം എന്തെന്നറിയണമെങ്കിൽ അങ്ങനെയൊന്ന് ഇല്ലാത്ത അവസ്ഥയുടെ അടുത്തെത്തണം."

"മരിച്ചവർക്കും നേടാനാകുമോ?"

"അങ്ങനെ ഞാൻ പ്രതീക്ഷിക്കുന്നു."

"അവർക്കതിനായില്ലെങ്കിൽ?"

"അപ്പോൾ നമുക്ക് നമ്മുടെ ഈ ലോകം എന്തെന്ന് മനസ്സിലാക്കുവാനുള്ള അവസരം നഷ്ടപ്പെടുന്നു."

"അതുകൊണ്ടാണോ നമുക്കെല്ലാം മറ്റുള്ളവരെക്കുറിച്ച് കൂടുതലും നമ്മെക്കുറിച്ച് കുറവും അറിവുണ്ടാകുന്നത്?" അവൾ ചോദിച്ചു. "നമുക്ക് നമ്മെ പുറത്തുനിന്ന് നോക്കിക്കാണുവാനാകാത്തതുകൊണ്ട്?"

"നമ്മൾ മറ്റുള്ളവരെക്കുറിച്ച് കൂടുതലറിയുവാൻ ശ്രമിക്കുന്നു, നമ്മെക്കുറിച്ച് നമ്മളറിയുന്നതിലും കൂടുതൽ. നമ്മെ അറിയുവാൻ നമുക്ക് എന്തായാലും മറ്റുള്ളവരുടെ കണ്ണുകൾ വേണ്ടിവരും. അങ്ങനെയേ അത് സാധ്യമാകൂ. മറ്റുള്ളവർ നമ്മുടെ കണ്ണാടിയായി മാറുന്നു." ഞാൻ പറഞ്ഞു.

"അതായത് നമ്മളിരുവരും പരസ്പരം ഇപ്പോൾ കണ്ണാടികളായിരി ക്കുന്നു, അല്ലേ?"

"എന്നാൽ നമ്മളിവിടെ വന്നത് നമ്മളിരുവർക്കും ഒന്നിച്ച് നോക്കാ വുന്ന ഒരുമിച്ച് നമ്മളിരുവരേയും കാണാവുന്ന ആ കണ്ണാടി തിരഞ്ഞാണ്."

"ഏത് കണ്ണാടി?"

"ഈ കുഴിമാടത്തിൽ കിടക്കുന്നവൻ തന്നെ."

ഞങ്ങളിരുവരും ഒന്നിച്ച് ആ കുഴിമാടത്തിലേക്ക് നോക്കി.

"മരണം എത്ര മാന്ത്രികമായ ഒരു വസ്തുവാണ്." അവർ പറഞ്ഞു.

എനിക്ക് തല കറങ്ങുന്നത് പോലെ തോന്നി. കാഴ്ച മങ്ങി.

"മരണം എന്നത് ജീവിതം എന്നതിന്റെ വിപരീത പദമല്ല. അതൊരു കണ്ണാടി മാത്രമാണ്." ഞാൻ പറഞ്ഞു.

"എനിക്ക് മനസ്സിലാകുന്നു." അവർ ശാന്തമായി പറഞ്ഞു.

"എല്ലാവരും അത് മനസ്സിലാക്കുന്നുണ്ട്. എന്നാൽ ആർക്കും അതൊരു ആശയമായി കൊണ്ട് നടക്കുവാനാകുന്നില്ല."

"അങ്ങനെയല്ല. താങ്കൾ ഇവിടെ വന്നപ്പോൾ അങ്ങ് മരിച്ചയാളാ ണെന്ന് ഞാൻ മനസ്സിലാക്കി. താങ്കൾ സംസാരിക്കുന്നത് മറ്റേതോ ലോ കത്തിന്റെ ഭാഗമെന്ന നിലയിലാണ്."

ഞാൻ ചിരിച്ചു.

"ഞാൻ അങ്ങേലോകത്തുനിന്ന് താങ്കളെ സഹായിക്കുവാനെത്തിയ താണ്," ഞാൻ പറഞ്ഞു.

"ഇന്നേക്ക് ഒരാഴ്ച കഴിഞ്ഞാൽ വിറ്റ്ജെൻസ്റ്റീനിന്റെ ചരമദിനമായി. അന്ന് ഇവിടേക്ക് തിരികെ വരുമോ?"

"വിറ്റ്ജെൻസ്റ്റീൻ എപ്പോൾ വിളിക്കുന്നോ അപ്പോഴൊക്കെ വരും."

"അങ്ങനെയാണോ?"

"താങ്കൾക്കിനിയും എന്നെ ആവശ്യമില്ല. താങ്കളുടെ വേദന അധികം താമസിയാതെ ശമിക്കും." ഞാൻ പറഞ്ഞു.

"ഞാനിപ്പോൾ താങ്കളെ വിശ്വസിക്കുവാൻ തുടങ്ങിയിരിക്കുന്നു" അവർ പറഞ്ഞു.

"ഞാനും."

"എന്നെ വിശ്വസിക്കാൻ തുടങ്ങിയെന്നോ....?"

"ഞാനുദ്ദേശിച്ചത്..ഞാൻ എന്നെ വിശ്വസിക്കുവാൻ തുടങ്ങിയിരി ക്കുന്നു എന്നാണ്."

അവർ പുഞ്ചിരിച്ചുകൊണ്ട് എന്റെ കൈ പിടിച്ചു.

"നിങ്ങളൊരു നല്ല മനുഷ്യൻ, മരിച്ച മനുഷ്യൻ," അവർ പറഞ്ഞു.

"നിങ്ങൾ, ഒരു നല്ല സ്ത്രീ, ജീവിച്ചിരിക്കുന്ന സ്ത്രീ" ഞാൻ പറഞ്ഞു.

"അങ്ങേലോകത്തു നിന്ന് എനിക്കായി എന്തെങ്കിലും വാർത്ത യുണ്ടോ?" അവർ ചോദിച്ചു.

ഞാൻ അവരെ നോക്കി. അവർ അത് വളരെ ഗൗരവത്തിലാണ് പറ ഞ്ഞത്.

"ഞാനിതാ ഇപ്പോൾ വിറ്റ്ജെൻസ്റ്റീനിന്റെ കൂടെയായിരുന്നു" ഞാൻ പറഞ്ഞു. "താങ്കൾക്കായി അദ്ദേഹം നൽകിയിരിക്കുന്ന സന്ദേശം ഇതാണ്: 'ജീവിതത്തിന് രണ്ട് ഭാഗങ്ങളുണ്ട്. അതിൽ ആദ്യത്തേത് ജീവിച്ച് തീർത്ത താണ്. മറ്റേത് ഇനിയും ജീവിക്കുവാനുള്ളതും. ഇതിൽ പ്രാധാന്യമുള്ളത് ഇനിയും ജീവിക്കുവാനുള്ളതാണ്, അതായത് ഇതുവരേക്കും ജീവിച്ചിട്ടി ല്ലാത്തത്'"

"അതേയോ.."

"അതെ."

"ഞാൻ താങ്കളുടെ കവിളിൽ ഒരുമ്മ തരട്ടെ?" അവർ ചോദിച്ചു.

"മരിച്ചവരെ ചുംബിച്ചാൽ അത് ദൗർഭാഗ്യത്തിനു കാരണമാക്കു മെന്നാണ്," ഞാൻ പറഞ്ഞു.

അവർ ചുംബിക്കുവാനായി എന്റെ കവിൾത്തടത്തിലേക്കെത്തി. "ഞാൻ എന്തായാലും ഭാഗ്യമില്ലാത്തവളാണ്" എന്ന് പറഞ്ഞ് ചുംബിച്ചു.

വടക്ക്, മേഘങ്ങൾ അതിവേഗം മാഞ്ഞുപോകുന്നുണ്ടായിരുന്നു. ആകാശത്തിപ്പോൾ കാർമേഘങ്ങളില്ല. ലോകം പ്രകാശമാനമായിരിക്കുന്നു.

എഴുന്നേൽക്കുന്നതിനു മുമ്പ് ഞങ്ങളിരുവരും കുഴിമാടത്തിൽ കൈ വച്ചു. വിറ്റ്ജെൻസ്റ്റീനിനെ മൂടിയ ചളിമണ്ണ് ഞങ്ങളിരുവരുടേയും കയ്യിൽ പുരണ്ടു.

വെള്ള കോട്ടിട്ട സ്ത്രീ എന്റെ കൈ പിടിച്ചു.

ഞങ്ങൾ സാവധാനത്തിൽ നടന്ന് തുടങ്ങി. പള്ളിക്ക് സമീപമെത്തി യപ്പോൾ തിരിഞ്ഞ് നോക്കി. അപ്പോൾ കുഴിമാടങ്ങളിൽ കിളികൾ ഇര തേടുന്നുണ്ടായിരുന്നു.

അവർ എന്റെ കൈ മുറുകെ പിടിച്ചു.

കുഴിമാടത്തിനരികിലെത്തിയവരാരും വന്ന അതേ മാനസികാവസ്ഥ യിൽ തിരികെ പോകുന്നില്ല.

ഞങ്ങൾ ഒറ്റയ്ക്ക് വന്ന വഴിയിലൂടെ ഇപ്പോൾ ഒറ്റയ്ക്കല്ലാതെ തിരികെ നടന്നു.

ആത്മാക്കളുടെ തെരുവിലൂടെ തിരികെ നടക്കുമ്പോൾ ഒരു ക്ലോക്കിൽ ആറടിക്കുന്നത് ഞങ്ങൾ കേട്ടു.

ആ മനുഷ്യൻ അപ്പോഴും ജനലിനരികിലിരുന്ന് ലോകം കാണുന്നു ണ്ടായിരുന്നു. അയാളുടെ നീളൻ മുടി അപ്പോഴും തോളും കഴിഞ്ഞ് കീഴോട്ട് വീണ് കിടക്കുന്നുണ്ടായിരുന്നു, വാടി വീണ ഇലകളെപ്പോലെ.

ഏഴ്

കുഞ്ഞ് മെഹ്മത്

റോസാപുഷ്പം ആലേഖനം ചെയ്ത കണ്ണാടി

കെവെയുടെ അയൽക്കാർ കടുപ്പമുള്ള കട്ടൻ ചായ കുടിച്ച് കഥയും പറഞ്ഞിരിക്കുകയായിരുന്നു. പെട്ടെന്ന് കഴുകന്റെ മുഖമുള്ള സ്ത്രീ ഒച്ച വയ്ക്കുവാൻ തുടങ്ങി. "എന്റെ മക്കളെവിടെ? അവരെ കണ്ടുപിടിക്കൂ!" അവർ ആർത്ത് വിളിച്ചു. രാവിനിരുട്ട് ഇത്തിരി കുറവായിരുന്നു. ഒരു കാള വണ്ടിപോലെ ഇഴഞ്ഞിഴഞ്ഞാണ് ആ രാത്രി നീങ്ങിയിരുന്നത്. വിളക്കിന്റെ നാളം ആടിക്കളിക്കുന്നുണ്ടായിരുന്നു. പുകയിലയുടെ പുകയ്ക്കിടയിൽ സ്വന്തം സ്വരം വേച്ചുവേച്ചു മാത്രമേ പുറത്ത് വരുന്നുള്ളു എന്ന് അപ്പോൾ എല്ലാവർക്കും സംശയം തോന്നി. വികാരങ്ങൾ തണുത്ത് മരവിച്ചു. പുറത്ത് എമിർ ഹാലിതിന്റെ സ്വരം കരഞ്ഞാർക്കുന്നത് അവർ കേട്ടിരുന്നു. എമിർ ഹാലിത് കരഞ്ഞുകൊണ്ട് മുട്ടുകാലിൽ വീണു. "അവന് ഇടിമിന്നലേറ്റു, അവന് ഇടിമിന്നലേറ്റു" എന്നയാൾ ഉച്ചത്തിൽ കരയുന്നുണ്ടായിരുന്നു.

ഇരുട്ട് നിങ്ങളെ രാവിലേക്ക് വലിച്ചടുപ്പിക്കുന്നു. എമിർ ഹാലിതും എന്റെ അച്ഛനും ഒന്നിച്ചാണ് ആടിനെ മേയ്ക്കാനിറങ്ങാറുള്ളത്. രാവു മുഴുക്കെ അവർ ആട്ടിൻ കൂട്ടത്തെ നോക്കിയിരിക്കും. കൂടെ നക്ഷത്രങ്ങൾ തിങ്ങിനിറഞ്ഞ ആകാശത്തേക്ക് നോക്കിയിരിക്കും. അവിടെയിരുന്ന് 72000 ബ്രഹ്മാണ്ഡങ്ങളുടെ മുക്കും മൂലയും, കുന്നും കുഴിയും പര്യവേക്ഷണം നടത്തും. അതിനിടയിൽ എമീർ ഹാലിത് കണ്ണടച്ച് പുല്ലാങ്കുഴലൂതുവാൻ തുടങ്ങും. അപ്പോഴും എന്റെ അച്ഛൻ നിലത്ത് മലർന്നു കിടന്ന് പര്യവേക്ഷണം തുടരുന്നുണ്ടാകും. എന്റെ അച്ഛന് അന്ന് പതിന്നാലു വയസ്സ്. അവർക്ക് മീതെ ഒരു കാറ്റു വീശി. അച്ഛൻ വായുവിൽ വൃത്തം വരച്ച് വാൽനക്ഷത്രങ്ങളെ പിടിക്കുവാൻ ശ്രമിച്ചുകൊണ്ടിരുന്നു. ഓരോ തവണ ശ്രമിക്കുമ്പോഴും തന്റെ മനസ്സിലെ ഇച്ഛ ആവർത്തിച്ചുകൊണ്ടിരുന്നു. തന്റെ ആഗ്രഹം എന്നെങ്കിലും പൂർത്തീകരിക്കപ്പെട്ടാൽ അത് താൻ പിടിച്ച വാൽനക്ഷത്രത്തിന്റെ കൃപകൊണ്ടാണെന്ന് അച്ഛൻ

കരുതി. രാവ് അവർക്ക് സ്നേഹത്തണലുള്ള വീടായി. അവരുടെ നായ്ക്കൾ നിലത്ത് നിവർന്ന് കിടക്കും. ആടുകളുടെ കഴുത്തിലെ മണി കളുണ്ടാക്കുന്ന ഒച്ച സാവധാനത്തിൽ നിലയ്ക്കും.

എമീർ ഹാലിതിന്റെ പുല്ലാങ്കുഴലിന്റെ താളത്തിനൊത്ത് ചന്ദ്രിക തെളിഞ്ഞ ജലം പോലെ ഇറ്റിറ്റുവീഴുന്നുണ്ടായിരുന്നു.

അന്ന് രാത്രി നക്ഷത്രങ്ങൾ സാവധാനത്തിൽ ചാഞ്ചാടുന്നുണ്ടായി രുന്നു. അപ്പോഴാണ് ഒരു ഇടിമിന്നൽ ആകാശത്തെ രണ്ടായി പിളർത്തി യത്. ഒരു കഠാരപോലെ മിന്നൽ ഇരുട്ടിൽ നിന്നും അച്ഛനുമേൽ പതിച്ചു. അച്ഛനു ചുറ്റിലും പൊടിപടലവും പുകയും നിറച്ചു. അച്ഛൻ ഉറക്കെ നില വിളിച്ചു. പിന്നെ അനക്കമില്ലാതെ നിലത്ത് വീണു. ആട്ടിൻ കൂട്ടം ചിതറി പ്പോയി. നായ്ക്കൾക്ക് ഏത് ദിശയിലേക്കോടണമെന്നറിയില്ലായിരുന്നു. ലോകം ഒന്നാകെ ഇരുളടഞ്ഞ ഒരു കിണറ്റിലേക്ക് വീണു. അച്ഛന്റെ ഒരു വശം മുഴുക്കെ കത്തിപ്പോയി. കത്തിയ മനുഷ്യമാംസത്തിന്റെ ഗന്ധം ചുറ്റിലും പരന്നു. എമീർ ഹാലിത് അപ്പോൾ ഏതാനും വാര ദൂരെ തന്റെ പുല്ലാങ്കുഴലൂതുകയായിരുന്നു. അയാൾ അടുത്തെത്തി, എന്താണ് സംഭ വിച്ചത് എന്ന് പരതുവാൻ തുടങ്ങി. കരിഞ്ഞ മാംസത്തിന്റെ മണമുള്ള അച്ഛന്റെ ശരീരവും പൊടിപടലവും കണ്ടപ്പോൾ അയാൾ തളർന്ന് മുട്ടു കാലിൽ വീണു. കരയാൻ പോലും വയ്യാത്തത്ര ഭയന്നിരുന്നു അയാള പ്പോൾ. തനിക്കൊറ്റയ്ക്ക് ഒന്നും ചെയ്യാനാകില്ലെന്ന് അയാൾക്ക് മനസ്സി ലായി. നായ്ക്കളോട് അച്ഛന് കാവലിരിക്കുവാൻ പറഞ്ഞ് അയാൾ ഗ്രാമ ത്തിലേക്കോടി. കുത്തനെയുള്ള ഇറക്കം ഗൗനിക്കാതെ, കാറ്റിനെതിരെ, മന്ദമൊഴുകിയ അരുവിയെ സ്നേഹിക്കാതെ, രാവിൽ വട്ടമിട്ടിരുന്ന കഴുക ന്മാരെ വകവയ്ക്കാതെ അയാളോടി.

വാർത്ത കേട്ട് ഗ്രാമത്തിലുള്ളവർ അവരുടെ കുതിരപ്പുറത്തേറി കുന്നിൻമുകളിലെത്തി. അപ്പോൾ പഴഞ്ചൻ ഇസ്മായീൽ അച്ഛന്റെ യടുത്ത് നിൽക്കുന്നത് അവർ കണ്ടു. സാധാരണ നിലയിൽ ആട്ടിടയ ന്മാർ ആട്ടിൻകൂട്ടത്തെ ശ്രദ്ധിക്കാതെ, തനിച്ച് വിടില്ല. പഴഞ്ചൻ ഇസ്മാ യീൽ അച്ഛന്റെ ശരീരം ഒരു കമ്പിളിപുതപ്പിൽ പൊതിഞ്ഞു. “ചാരനിറ മുള്ള ഒരു കരടി എന്റെയൊരു ആട്ടിൻ കുട്ടിയെ വലിച്ചുകൊണ്ടുപോയി. ഞാനതിനെ പിന്തുടർന്നെത്തിയതാണ്” അയാൾ പറഞ്ഞു. കൂട്ടത്തി ലൊരാൾ പഴഞ്ചൻ ഇസ്മായീലിന് തന്റെ കുതിരയെ കടം നൽകി. മംഗള മലനിരകളിലുള്ള അയാളുടെ ആട്ടിൻപറ്റത്തിനു സമീപമെത്തുവാൻ അയാളെ സഹായിച്ചു. അവർ എന്റെ അച്ഛനെ ഒരു വണ്ടിയിൽ തിരികെ ഗ്രാമത്തിലേക്കെടുത്തു.

രണ്ട് ദിവസം കഴിഞ്ഞാണച്ഛൻ കണ്ണു തുറന്നത്. അപ്പോൾ നക്ഷത്ര ങ്ങൾ നിറഞ്ഞ ആകാശമുള്ള ആ കുന്നിൻ മുകളിൽ നിന്നും താനെ ങ്ങനെ ഈ മുറിക്കകത്തെത്തി എന്ന് അച്ഛനറിയില്ലായിരുന്നു. അച്ഛനെ ശുശ്രൂഷിക്കുവാൻ അടുത്തിരുന്നത് ഓസ് എന്ന വൃദ്ധനായിരുന്നു. അയാൾ

കരയുകയായിരുന്നു. "എന്തു പറ്റി?" കണ്ണു തുറന്ന അച്ഛൻ ഓസിനോട് ചോദിച്ചു. "നീ നിന്റെ ആട്ടിൻപറ്റത്തെ അടുത്ത ഗ്രാമത്തിലേക്ക് തെളിച്ചു. അവിടത്തെ മുഖ്യൻ നിന്നെ വെടിവച്ചു" അയാൾ അച്ഛനോട് പറഞ്ഞു. ആകാശമോ ഭൂമിയോ ചെയ്യുന്ന അപരാധങ്ങളോട് പകരം ചോദിക്കു വാൻ ധൈര്യമാർക്കുമില്ല, എന്നാൽ ആ ക്രൂരത ചെയ്യുന്നത് മനുഷ്യനാ ണെങ്കിൽ അതിനോട് മനുഷ്യൻ പകരം ചോദിക്കുക തന്നെ ചെയ്യും. അച്ഛൻ ഭയക്കരുത് എന്ന് കരുതിയാണ് വൃദ്ധനായ ഓസ് അങ്ങനെ പറ ഞ്ഞത്. ഈ കള്ളം പറഞ്ഞതിനു പ്രായശ്ചിത്തമായി ഓസ് പല തവണ ദൈവത്തെവിളിച്ച് പ്രാർത്ഥിച്ചു. മന്ത്രങ്ങൾ അനേകം തവണ ഉരുവിട്ടു. അച്ഛൻ വീണ്ടും ഉറക്കമായി. പിറ്റേന്ന് പുലർച്ചെ പൊള്ളിയ കയ്യിൽ കൈ വച്ച് അച്ഛന്റെ മരുമകൻ നാലുവയസ്സുകാരൻ മെഹ്മത് അച്ഛനെ ഉണർത്തി. അപ്പോൾ അച്ഛന് സത്യം മനസ്സിലായി. കൂടെയിരുന്നവർ നടന്നതെല്ലാം അച്ഛനോട് പറഞ്ഞു. അച്ഛൻ മാസങ്ങളോളം മെത്തയിൽ നിന്നും എഴുന്നേൽക്കാനാകാതെ കിടന്നു. ഒന്ന് കണ്ണടച്ചാൽ ഭൂമിയും ആകാശവും തീയിൽ വെന്തുരുകുന്നതായി സ്വപ്നം കണ്ടു.

ഒരു കൗമാരക്കാരന് ഇടിമിന്നലേറ്റുവെന്നും എന്നാൽ ഒരു മാലാഖ തന്റെ ചിറകു വിരിച്ച് അവനെ രക്ഷപ്പെടുത്തിയെന്നുമുള്ള കഥ അങ്ങ് അറേബ്യയിൽ വരെയെത്തി. മെക്കയിൽ നിന്നും മടങ്ങുന്ന വഴിയിൽ ഒരു ധനികൻ അച്ഛനെ കാണാനെത്തി. ഈ ധനികന്റെ പക്കലപ്പോൾ നാലു കുതിരകൾ നിറയെ ചരക്കുകളും രണ്ട് വേലക്കാരുമുണ്ടായിരുന്നു. അദ്ദേഹം ഹയ്മാന പട്ടണത്തിലെ തന്റെ വീട്ടിലേക്ക് മടങ്ങുകയായി രുന്നു. അച്ഛനെ സന്ദർശിച്ച അയാൾ അച്ഛന് സംസം വെള്ളവും, ഈന്ത പ്പഴവും, റോസാപ്പുഷ്പം ആലേഖനം ചെയ്ത ഒരു കണ്ണാടിയും സമ്മാ നിച്ചു. സംസം വെള്ളം അച്ഛന്റെ ആരോഗ്യം വീണ്ടെടുക്കുന്നതിന് അച്ഛനെ സഹായിച്ചു. റോസാപുഷ്പം ആലേഖനം ചെയ്ത കണ്ണാടി, പൂർണ്ണ ആരോഗ്യം വീണ്ടെടുത്താൽ താനെങ്ങനെയിരിക്കും എന്ന് അച്ഛന് കാണിച്ചുകൊടുത്തു. ഈന്തപ്പഴമാകട്ടെ മറ്റാരേക്കാളും കൂടുതൽ കുഞ്ഞ് മെഹ്മതിന് ഇഷ്ടമായി. ടർക്കിയിലെ ജനങ്ങൾക്ക് മെക്കയിലേക്ക് തീർത്ഥാടനം ചെയ്യാൻ ഔദ്യോഗികമായി അനുമതിയില്ല. അതിനാൽ പലരും രഹസ്യമായത് ചെയ്തു. ഇരുട്ടിന്റെ മറവിലാണ് പലരും ഈ യാത്രയിൽ അതിർത്തി മുറിച്ച് കടന്നത്. അമൂല്യമായ ഒരു കുതിരയെ കാണുംപോലെ ഗ്രാമീണർ ഈ ധനിക തീർത്ഥാടകരെ കൺകുളിർക്കെ നോക്കികണ്ടു. തീർത്ഥാടകരാകട്ടെ ഗ്രാമീണരിൽ നിന്ന് പുകയില വാങ്ങു കയും യാത്രയുടെ കഥകൾ പങ്കുവയ്ക്കുകയും ചെയ്തു. ഞങ്ങളുടെ ഗ്രാമത്തിൽ ധനികരേയില്ല. ആകെയുള്ള പ്രതീക്ഷ വൃദ്ധനായ ഓസ് വർഷങ്ങളായി തിരഞ്ഞുകൊണ്ടിരിക്കുന്ന നിധി ഒരു ദിവസം അയാൾ കണ്ടെത്തും എന്നത് മാത്രമാണ്.

ഏതാനും വർഷങ്ങൾക്ക് ശേഷം കുഞ്ഞ് മെഹ്മത് ഹയ്മാനയിൽ പഠിക്കുവാൻ പോയി. ഒരു ദിവസം കയ്യിൽ ഒരു വിദേശ ദിനപത്രവുമായി

അദ്ധ്യാപിക ക്ലാസിലെത്തി. പത്രം കയ്യിലേന്തിയ അദ്ധ്യാപിക അമേരിക്ക എന്നൊരു രാജ്യത്തെക്കുറിച്ച് പറഞ്ഞു. കഴിഞ്ഞ തണുപ്പുകാലത്ത് ഹയ്മാന സമതലത്തിൽ മഞ്ഞിലുറഞ്ഞ് മരിച്ചുപോയ രണ്ട് ആട്ടിടയന്മാരുടേയും 400 ചെമ്മരിയാടുകളുടേയും കഥ ആ പത്രത്തിലുണ്ടായിരുന്നു. കഥ കേട്ട് കുട്ടികൾ സന്തോഷം കൊണ്ട് കയ്യടിച്ചു. കഥ പറഞ്ഞ അദ്ധ്യാപിക സംതൃപ്തിയാൽ പുഞ്ചിരിച്ചു.

അത് ചിക്കാഗൊ ഡെയ്‌ലി മിറർ എന്ന പത്രമായിരുന്നു. 1953 നവംബർ 26 ലെ പത്രം. കഥ കേട്ട കുഞ്ഞ് മെഹ്മത് ഒരു ചോദ്യവുമായി എഴുന്നേറ്റു. “ഇതെല്ലാം അറേബ്യയിലുള്ളവരും കേട്ടിരിക്കുമോ മിസ്?”

“മരുഭൂമിയിൽ വസിക്കുന്ന അറബികളെക്കുറിച്ച് ചിന്തിക്കണ്ട. അവർക്ക് ഈ പത്രത്തിലെഴുതിയിരിക്കുന്നതൊന്നും വായിക്കാനാകില്ല. നമ്മളും അറബി അക്ഷരങ്ങളെ തള്ളിക്കളഞ്ഞിരിക്കുന്നു. അതിനാൽ നമ്മളുടെയും അവരുടേയും പാതകൾ ഇനി വ്യത്യസ്തങ്ങളാണ്.” എന്നായിരുന്നു അദ്ധ്യാപികയുടെ മറുപടി. കുഞ്ഞ് മെഹ്മതിന്റെ ശബ്ദമടഞ്ഞു. മുമ്പൊരിക്കലും അവന് ഇതേ അനുഭവമുണ്ടായിട്ടുണ്ട്. അന്ന് ഇതേ അദ്ധ്യാപിക ഇടിമിന്നലേറ്റ എന്റെ അച്ഛനെക്കുറിച്ചറിയില്ല എന്ന് പറഞ്ഞതായിരുന്നു കാരണം. പ്രായമധികമാകും മുമ്പ് അവൻ രക്താർബുദം വന്ന് മരിച്ചു. മരണ ദിവസം വരേക്കും അവന് അവനാദ്യം അമേരിക്കയിലേക്ക് പോകണോ അതോ അറേബ്യയിലേക്ക് പോകണോ എന്നത് ഉറപ്പിക്കുവാനായില്ല.

എന്നും ഒരു വിദേശി മണവുമായാണ് അദ്ധ്യാപിക ക്ലാസിലെത്തിയിരുന്നത്. സത്യമായും ആ മണം ഈ നാടിന്റേതല്ല, വിദേശത്തിന്റേത് തന്നെയായിരുന്നു. മോഹിപ്പിക്കുന്ന ഏതോ വിദേശനാടിന്റെ. എന്നും അവർ കുട്ടികൾക്കായി ഓരോ പുതിയ വിവരവുമായെത്തും. “അജ്ഞത എന്നാൽ അറിവില്ലായ്മയല്ല, തെറ്റായ വിവരങ്ങൾ അറിയുക എന്നതാണ്, നമ്മൾ അതിനെ മറികടക്കും,” എന്നവർ പറയും. തന്റെ അദ്ധ്യാപകരെ അമിതമായി സ്തുതിക്കുവാൻ മറ്റ് 400 കുട്ടികളെയും പോലെ കുഞ്ഞ് മെഹ്മതും തയ്യാറായിരുന്നു. എന്നാൽ ചില വാക്കുകൾ അവനും മനസ്സിലായില്ല. എങ്കിലും താനെവിടേക്ക് പോകണമെന്ന് അദ്ധ്യാപികക്കറിയാം എന്നവനുറപ്പായിരുന്നു. ഒരു ദിവസം അവന്റെ അമ്മ സ്കൂളിൽ വന്നു. അമ്മയോടും അവൻ ഇതു തന്നെ പറഞ്ഞു. അമ്മയുടെ അയഞ്ഞ കുപ്പായവും, തലമറയ്ക്കുന്ന തുണിയും, തുർക്കി ഭാഷയിലെ അറിവില്ലായ്മയും അവനിൽ ലജ്ജയുണ്ടാക്കി. അവൻ കളിക്കളത്തിൽ നിന്നും ഓടിയകന്നു. അവന്റെ കാലുകൾക്ക് അവനെ എത്ര വേഗത്തിലോടിക്കുവാനാകുമോ അത്രയും വേഗത്തിൽ അവനോടി. അപ്പോൾ അമ്മ അവനു പുറകെയെത്തി. അമ്മ അടുത്തെത്തിയപ്പോൾ അവൻ അമ്മയെ വാരിപ്പുണർന്നു. ആരും ഒരിക്കലും കാണുകയോ അനുഭവിക്കുകയോ ചെയ്തിട്ടില്ലാത്തത്ര സ്നേഹം ആ ആലിംഗനത്തിലുണ്ടായിരുന്നു. ഏതൊരു കുഞ്ഞും അവനോടൊപ്പം അവന്റെ അമ്മയുടെ മണം

കൊണ്ടുനടക്കുന്നുണ്ട്. അതവൻ തന്റെ ശവശയ്യവരെ കൊണ്ടുനടക്കും. അവസാന ശ്വാസമെടുക്കുമ്പോഴും ആ മണം അവനോടൊപ്പമുണ്ടാകും. എന്നാൽ താൻ ഒരു പട്ടണവാസിയോ തുർക്കിക്കാരനോ അല്ല എന്നൊരു വൈക്ലബ്യം അപ്പോൾ കുഞ്ഞ് മെഹ്മതിന്റെ മനസ്സിലുണ്ടായിരുന്നു. അതിനാലവൻ അവന്റെ അമ്മയോട് കുർദിഷ് ഭാഷയിൽ സംസാരിച്ചില്ല. ആ ഭാഷ സംസാരിക്കുന്നത് ആരെങ്കിലും കേട്ട് അത് അദ്ധ്യാപികയോട് പറയും എന്നവൻ ഭയന്നു. അമ്മയ്ക്കാകട്ടെ ഇത് തന്റെ മകന്റെ നന്മ ക്കാണെന്ന് കരുതുകയല്ലാതെ മറ്റ് മാർഗ്ഗവുമില്ലായിരുന്നു. അവർ ദരിദ്ര രായിരുന്നു. ഫെർമാന്റെ രണ്ട് സഹോദരങ്ങൾ ഗ്രാമം വിട്ട് വിദ്യാഭ്യാസ ത്തിനായി പട്ടണത്തിലേക്ക് പോയതിനു ശേഷം ഇതാദ്യമായാണ് ഗ്രാമ ത്തിൽ നിന്നും ആരെങ്കിലും പട്ടണത്തിലേക്ക് വിദ്യാഭ്യാസത്തിനായി പോകുന്നത്. അതിനാൽ കുഞ്ഞ് മെഹ്മതിന്റെ ഈ സന്തോഷത്തിൽ കടിച്ചുതൂങ്ങി നിൽക്കുവാൻ അവർ എന്തുവിലയും നൽകുമായിരുന്നു. എന്നാൽ വിധിക്ക് ഹയ്മാന സമതലത്തിലെ മറ്റുള്ളവർക്കറിയാത്ത ചില കാര്യങ്ങൾ അറിയാമായിരുന്നു. പഠിക്കുക എന്നതും ദീർഘായുസ്സുണ്ടാ കുക എന്നതും അവന്റെ വിധിയായിരുന്നില്ല എന്നത്.

അർബുദം എന്ന പദം രോഗികളിൽ നിന്നും ഡോക്ടർമാർ മറച്ച് പിടി ച്ചിരുന്ന കാലമായിരുന്നു അത്. ആ വാക്ക് കേട്ടാൽ രോഗിയുടെ മനം കൂടുതൽ ദുഃഖിക്കും എന്ന് കരുതിയിരുന്ന കാലം. തന്നെ വല്ലാതെ കൊതിപ്പിച്ച രാജ്യത്തിന്റെ തലവൻ ഐസൻഹോവർ അങ്കാറയിലെ ത്തിയ അന്ന് കുഞ്ഞ് മെഹത് ചോര ഛർദ്ദിക്കുവാൻ തുടങ്ങി. അവന്റെ സർവകലാശാലാ പഠനത്തിന്റെ ആദ്യവർഷമായിരുന്നു അത്. അഞ്ചു ലക്ഷം ജനസംഖ്യയുള്ള അങ്കാറയിലെ 70,000 പേർ അന്ന് അവിടെ ഒത്തു കൂടിയിരുന്നു. അവർ ഒറ്റ നക്ഷത്രമുള്ള ടർക്കി പതാകയും നാല്പത്തി യൊമ്പത് നക്ഷത്രങ്ങളുള്ള അമേരിക്കയുടെ പതാകയും വീശി അവ രുടെ ആഹ്ലാദമറിയിക്കുന്നുണ്ടായിരുന്നു. മലനിരകൾ നിറഞ്ഞ, തരിശായ, തവിട്ട് മണ്ണ് മാത്രമുള്ള ഒരിടത്ത് വ്യവസായാഭിവൃദ്ധിയുള്ള, ആധുനിക, അഭിവൃദ്ധിയിലേക്ക് അതിവേഗം ഗമിച്ചുകൊണ്ടിരിക്കുന്ന രാജ്യം വളരു ന്നത് വിദേശ മാധ്യമ പ്രവർത്തകർ വാർത്താ ഏജൻസികളെ അറിയിച്ചു കൊണ്ടിരുന്നു. അതാതുർക്കിൽ നിന്നും നീങ്ങിയ ഒരു തുറന്ന ലിങ്കൺ കാറിൽ നിന്ന്, തന്നെ സ്വീകരിക്കുവാനെത്തിയ ജനതയ്ക്ക് നേരെ കൈ വീശി ഐസൻഹോവർ മുന്നോട്ട് നീങ്ങി. അത് കണ്ടപ്പോൾ കൂടിനിന്ന വരുടെ ആവേശം എത്രമടങ്ങ് വർദ്ധിച്ചു എന്നത് വിശദീകരിക്കുവാനാ കില്ല.

അതിനു മുമ്പ് ഒരാഴ്ചയായി അങ്കാറയിലെ ജനങ്ങൾ നഗരം വൃത്തി യാക്കുകയായിരുന്നു. തലേന്ന് പെയ്ത മഴ അവരെ ആശങ്കാകുലരാക്കി യിരുന്നു. എന്നാൽ പ്രഭാതത്തിൽ മഴ ശമിച്ചപ്പോൾ ജനം അതാതുർ ക്കിലെ പ്രധാന വീഥികളിൽ തടിച്ച് കൂടി. ഐസൻഹോവറുടെ നിറഞ്ഞ ചിരി ഒരു നോക്ക് കാണണമെന്ന ഒരൊറ്റ ആഗ്രഹമേ അപ്പോൾ

അവർക്കുണ്ടായിരുന്നുള്ളു. ഐസൻഹോവർ മൂന്ന് ഭൂഖണ്ഡങ്ങളിലുള്ള പതിനൊന്ന് തലസ്ഥാനങ്ങളിലേക്കുള്ള യാത്രയിലായിരുന്നു. ആ യാത്രയിൽ റോമും തെഹ്റാനും കറാച്ചിയും ഉൾപ്പെടുന്നു. ആ യാത്രക്കിടയിൽ പാക്കിസ്താനിലെ ഒരു സ്ത്രീ തന്റെ കുഞ്ഞിന് ഐസൻഹോവറിന്റെ ബഹുമാനാർത്ഥം ഐക് ഖാൻ എന്ന് പേരിടുകയുണ്ടായി. ഈ കുഞ്ഞ് ആദ്യ ചുവട് വയ്ക്കുവാൻ കുഞ്ഞ് മെഹ്മത് കാത്തിരുന്നില്ല. അതിനു മുമ്പേ അവന്റെ ജീവൻ പൊലിഞ്ഞുപോയി. കുഞ്ഞ് മെഹതിന്റെ അമ്മ ആ ദുഃഖം കരഞ്ഞ് തീർത്തത് കുർദിഷിൽ തന്നെയായിരുന്നു. അവനെ അവർ "എന്റെ സിംഹം" എന്ന് തുർക്കി ഭാഷയിൽ വിളിച്ചു. പിന്നെ ഒരു സുന്ദരിയുടെ പ്രണയം അനുഭവിക്കുവാനുള്ള ഭാഗ്യമുണ്ടാകും മുമ്പ് എന്റെ മകൻ മരിച്ചുപോയല്ലോ എന്ന് കരഞ്ഞു.

നരകത്തിന്റെ അന്ധവാതിലുകളേ, വഴിതെറ്റിക്കുന്ന സാത്താനേ,
കൊടിയ പാപങ്ങളിൽനിന്നും ഞങ്ങളെ രക്ഷിക്കേണമേ,
യാതനയും മരണവും ഒഴിവാക്കാനാകില്ലെങ്കിലും
ജീവന്റെ നിലനില്പ് സ്നേഹം മാത്രമാകട്ടെ.

എന്നാണിതിനെക്കുറിച്ചുള്ള കവിവചനം.

അർബുദം എന്ന് പറയുവാൻ ആരും ധൈര്യപ്പെട്ടില്ല. പകരം അവർ "അത്" എന്നു മാത്രം പറഞ്ഞു. അതൊരു രക്തദാഹിയായ ചെന്നായയായിരുന്നു എന്ന മട്ടിലായിരുന്നു സംസാരം. അതിന്റെ പേരെടുത്ത് പറഞ്ഞാൽ അത് ഉടൻ ചാടി വീഴുമെന്ന മട്ടിൽ.

ഇടിമിന്നൽ ബാക്കിവച്ചുപോയ തന്റെ ജീവനു പകരമായാണ് കുഞ്ഞ് മെഹ്മതിന്റെ ജീവൻ 'അത്'ഇപ്പോഴെടുക്കുന്നതെന്ന് അച്ഛനും ഉറപ്പിച്ചു. അതുകൊണ്ട് തന്നെ അച്ഛനും ആ "അതി"നെ ശപിക്കുന്നതിൽ പങ്കു ചേർന്നു.

മരണം ശേഷിച്ചവരുടെ എണ്ണത്തെ കുറയ്ക്കുന്നു. റോസാപ്പുഷ്പം ആലേഖനം ചെയ്ത കണ്ണാടി കുഞ്ഞ് മെഹ്മതിന്റെ ശേഖരത്തിൽ നിന്നും ലഭിച്ചപ്പോൾ അച്ഛനും ഇത് കൂടുതൽ ശരിയെന്ന തോന്നലുണ്ടായി. ആശുപത്രിയിൽ വച്ച് കുഞ്ഞ് മെഹ്മതിന്റെ ശേഖരം പരിശോധിച്ചപ്പോഴാണത് ലഭിച്ചത്. അച്ഛൻ അതിലേക്ക് തുറിച്ച് നോക്കി. അങ്ങനെ നോക്കിയാൽ അതിൽ കുഞ്ഞ് മെഹ്മതിനെ കാണാനാകും എന്ന് അച്ഛൻ കരുതിയിരിക്കണം. എന്നാൽ അതിൽ അച്ഛൻ കണ്ടത് തന്റെ സ്വന്തം കണ്ണുകൾ മാത്രം. ചുവന്ന കണ്ണുകൾ. ഇടിമിന്നലേറ്റ് കിടപ്പായിരുന്ന നാളുകളിൽ താനും കുഞ്ഞ് മെഹ്മതും കൂടി വഴക്കിട്ട് കളിച്ചിരുന്ന ദിനങ്ങൾ അച്ഛന്റെ ഓർമ്മയിലെത്തി. അങ്ങനെയുള്ള കുട്ടികൾ ബന്ധങ്ങളെല്ലാം അറുത്ത് പോകുകയില്ല. അവർ സംസാരിച്ചുകൊണ്ടേയിരിക്കും. സംസാരിക്കുവാൻ അവർക്ക് മാധ്യമങ്ങളുണ്ടാകും. " റോസാപ്പൂവുള്ള പ്രിയ കണ്ണാടിയേ, കുഞ്ഞ് മെഹ്മതിനോട് നമുക്ക് അരുവിയിലേക്ക് പോകാം എന്ന് പറയൂ..." അച്ഛൻ പറഞ്ഞു.

അപ്പോൾ കുഞ്ഞ് മെഫ്മതിന്റെ മറുപടി വരും, "റോസാപ്പൂവുള്ള കണ്ണാടിയേ, എനിക്ക് സുഖമായാലുടൻ അമ്മാവൻ എവിടേക്ക് വിളിക്കുന്നുവോ അവിടേക്ക് വരാമെന്ന് അമ്മാവനോട് പറയൂ."

റോസാപ്പൂ ആലേഖനം ചെയ്ത കണ്ണാടി അച്ഛന്റേയും കുഞ്ഞ് മെഫ്മതിന്റേയും സംസാരമാധ്യമമാകുകയും അവർ അതിൽ ലയിച്ചു ചേരുകയും ചെയ്ത അന്നാണ് താതർ എന്ന ഫോട്ടോഗ്രാഫർ അവരുടെ ചിത്രമെടുക്കാൻ എത്തിയത്. താതർ എന്ത് ചെയ്യുവാൻ പോകുന്നു എന്നറിഞ്ഞ വൃദ്ധൻ ഓസ് അയാളെ തടഞ്ഞു. "ഈ കുട്ടികളുടെ ചിത്രമെടുക്കാൻ ഞാൻ നിങ്ങളെ അനുവദിക്കില്ല." അയാൾ പറഞ്ഞു. അന്ന് ഓസ് അനുവദിച്ചിരുന്നുവെങ്കിൽ ഇന്ന് എന്റെ പക്കൽ കുഞ്ഞ് മെഫ്മതിന്റേയും എന്റെ അച്ഛന്റേയും ഫോട്ടോയുണ്ടാകുമായിരുന്നു. എന്നാൽ ഇപ്പോൾ അവരുടെ കണ്ണാടി മാത്രമേയുള്ളു. ഇടിമിന്നലേറ്റ് അച്ഛൻ കിടപ്പിലായ നാളുകളിലൊന്നിൽ ധനികനായ ആ തീർത്ഥാടകൻ എന്റെ അച്ഛനു സമ്മാനിച്ച ആ കണ്ണാടി. ആ കണ്ണാടി പിന്നെ അച്ഛൻ കുഞ്ഞ് മെഹ്മതിനു സമ്മാനിച്ചു. അവനന്ന് സർവകലാശാലയിൽ പഠിക്കുകയായിരുന്നു. ഇന്ന് മരണത്തിന്റെ കയ്യാൽ അവനത് തിരികെ തന്നിരിക്കുന്നു.

എട്ട്

ബ്രൂക്ക്

കായ്കനി തോട്ടം

നഗരത്തിന്റെ തെക്ക് ഭാഗത്തെ അവസാന തെരുവിൽ വച്ച് ഞാനും ഫെറൂസെയും കണ്ടുമുട്ടി. ഗ്രാന്റ് ചെസ്റ്ററിലേക്ക് ചൂണ്ടി നിൽക്കുന്ന വയലുകൾക്കഭിമുഖമായിരുന്നു ആ തെരുവ്.

"പ്രാതൽ കഴിഞ്ഞുവല്ലോ അല്ലേ?" ഞാൻ ചോദിച്ചു.

"ഇല്ല" ഫെറൂസെ പറഞ്ഞു.

ഞങ്ങൾ ഞങ്ങളുടെ സൈക്കിളുകൾ ഒന്നിച്ച് ലോക്ക് ചെയ്തു. അവ അരികിലുള്ള വേലിയിൽ ചാരിവച്ചു. ഫെറൂസെ ഒരു ജീൻസും കാപ്പി കലർന്ന ചുവപ്പ് നിറമുള്ള ടി-ഷർട്ടുമാണ് ധരിച്ചിരുന്നത്.

"ഈ തണുപ്പുകാലത്ത് ഗ്രാന്റ് ചെസ്റ്ററിന് എന്തെങ്കിലും വ്യത്യാസം വന്നിട്ടുണ്ടോ എന്ന് നമുക്കൊന്ന് നോക്കാം." അവൾ പറഞ്ഞു.

"കഴിഞ്ഞ ശരത്കാലത്ത് എന്റെ സഹോദരി എന്നെ സന്ദർശിക്കാനെത്തിയിരുന്നു. അവളോടൊപ്പമാണ് അവസാനമായി ഞാനവിടേക്ക് പോയത്." ഞാൻ പറഞ്ഞു.

"സഹോദരി എവിടെയാണ് താമസിക്കുന്നത്?"

"ടർക്കിയിൽ. അവൾ എന്നെ കാണാൻ വന്നു. എനിക്ക് അങ്ങോട്ട് പോകാനായില്ല."

"ഇടക്കിടെ വരാറുണ്ടോ?"

"ഏഴു വർഷത്തിനുശേഷം ഞങ്ങൾ ആദ്യമായി കാണുകയായിരുന്നു."

"താങ്കൾക്കിനി അവിടേക്ക് എന്ന് പോകാനാകും?"

"അറിയില്ല. ചില നിയമ പ്രശ്നങ്ങളുണ്ട്." ഞാൻ പറഞ്ഞു.

ഞങ്ങളിരുവരും ഞങ്ങളുടെ സൺഗ്ലാസ് ധരിച്ചു. സാവധാനത്തിൽ പുല്ലുകൾക്കിടയിലെ വഴിയിലൂടെ നടന്നു.

ഇന്നലെ മേഘങ്ങൾ നീങ്ങിപ്പോയതിനു ശേഷം ആകാശത്ത് ഇതു

വരേക്കും ഒരു കറുത്ത കുത്തുപോലും വീണിട്ടില്ല. നല്ല വെയിലുണ്ടാ യിരുന്നു.

"ഇന്നലെ നന്നായി ഉറങ്ങാനായി എന്ന് കരുതുന്നു." ഫെറൂസെ പറഞ്ഞു.

"വളരെ നന്നായി."

"പുറത്തിറങ്ങിയിട്ടേയുണ്ടാകില്ല അല്ലേ?"

"ഞാൻ നിന്റെ അമ്മ പറഞ്ഞത് അനുസരിച്ചു. ഇന്നലെ ഞാൻ സെമി ത്തേരി സന്ദർശിച്ചു."

"ഇത്ര പെട്ടെന്നോ?" അവൾ ചോദിച്ചു.

"ഇതിനു മുമ്പ് ഞാൻ അവിടെപോയിട്ടില്ലെന്നതിൽ അദ്ഭുതമില്ലെന്ന് തോന്നി."

"പക്ഷേ ഇന്നലെ നല്ല മഴയായിരുന്നല്ലോ?"

"ഞാൻ കുടയെടുത്തിരുന്നു. ഭർത്താവ് ഉപേക്ഷിച്ച് പോയ ഒരു സ്ത്രീയെ അവിടെ വച്ച് പരിചയപ്പെട്ടു. ഒന്നോ രണ്ടോ ദിവസമേ ആയി ട്ടുള്ളു ഭർത്താവിനെ അവർക്ക് നഷ്ടപ്പെട്ടിട്ട്. അവർ സെമിത്തേരിയിലി രുന്ന് കരയുന്നുണ്ടായിരുന്നു."

"സെമിത്തേരിയിലിരുന്ന് കരയുന്ന സ്ത്രീയോ..." ഫെറൂസെയ്ക്ക് അദ്ഭുതം.

ഞങ്ങൾ നിശ്ശബ്ദരായി മുന്നോട്ട് നടന്നു.

പുൽത്തകിടിയിൽ ചുവപ്പും മഞ്ഞയും പൂക്കൾ പരവതാനി വിരിച്ചി രിക്കുന്നു.

പുല്ലിനിടയിൽ നിന്നും ഒരു മുയൽ എടുത്ത് ചാടി. ഇത്തിരി പ്രായ മായ ഒരു ദമ്പതികൾ ഞങ്ങൾക്കെതിരെ വരുന്നുണ്ടായിരുന്നു. അവർക്ക് മുന്നിലെത്തിയപ്പോൾ മുയൽ പകച്ച് നിന്നു.

സ്ത്രീ ഒന്ന് മുന്നോട്ടാഞ്ഞ്, വളഞ്ഞ്, തന്റെ മുഖം മുയലിനോടടുപ്പി ക്കുവാൻ ശ്രമിച്ചു.

അവർക്ക് സമീപമെത്തിയപ്പോൾ ഞാനും ഒന്ന് കുമ്പിട്ടു. ആ സ്ത്രീ ചിരിച്ചു.

ആ സ്ത്രീയ്ക്കൊപ്പമുണ്ടായിരുന്ന വൃദ്ധൻ ഇതെല്ലാം കണ്ട് നിൽ ക്കുന്നുണ്ടായിരുന്നു. അയാൾ ഫെറൂസെയോട് "സുന്ദരമായ ദിവസം, അല്ലേ?" എന്ന് പറഞ്ഞു.

"അതെ സുന്ദരം." ഫെറൂസെ മറുപടി പറഞ്ഞു.

"നിങ്ങൾ ആ കായ്കനി തോട്ടത്തിലേക്ക് പോകുന്നുണ്ടോ?" അയാൾ ചോദിച്ചു.

"ഉവ്വ്."

“കഴിഞ്ഞ നാല്പത് വർഷമായി ഞാനും എന്റെ ഭാര്യയും ഇതു പോലെ ഇവിടെ നടക്കാനിറങ്ങാറുണ്ട്.”

“ആചാരമായിരിക്കുന്നു അല്ലേ..അതിന്റെ സൗന്ദര്യമാസ്വദിക്കുക യാകും..” ഫെറൂസെ പറഞ്ഞു.

“ഞാൻ സമ്മതിക്കുന്നു. ഞങ്ങൾ നിങ്ങളെപ്പോലെ ചെറുപ്പമായിരു ന്നപ്പോൾ ഇതിലെ നടക്കുമ്പോൾ വൃദ്ധരായവരെ കണ്ടുമുട്ടാറുണ്ടായി രുന്നു. എന്നാൽ ഇന്ന് ഞങ്ങൾക്ക് വയസ്സായിരിക്കുന്നു.”

“നാല്പത് വർഷമോ?” ഫെറൂസെയുടെ സംശയം.

“ശ്രദ്ധിക്കൂ...” വൃദ്ധൻ പറഞ്ഞു.

അവർ കാതോർത്തു. ഒരു വാനമ്പാടിയുടെ പാട്ട് കേൾക്കാനുണ്ടാ യിരുന്നു.

“ഈ പക്ഷികളും ഈ മഞ്ഞപൂക്കളും നദിയും എല്ലാം എന്നും ഇവിടെ യുണ്ടായിരുന്നു,” അയാൾ പറഞ്ഞു.

ഒരു പൊന്മാൻ പെട്ടെന്നെവിടേനിന്നോ പറന്നു വന്നു. അത് നേരെ നദിയിലേക്ക് കൂപ്പുകുത്തി.

“ഞങ്ങളോടൊപ്പം ഒരു ചായയ്ക്ക് ചേരുന്നോ?” ഫെറൂസെ അവരെ ക്ഷണിച്ചു.

“നന്ദി ചെറുപ്പക്കാരി. അത്രയും ദൂരം ഇനി തിരികെ നടക്കാൻ വയ്യ. എന്നാൽ എന്നും കാലത്ത് ഞങ്ങൾ ആ കായ്കനി തോട്ടത്തിലേക്ക് പോകാറുണ്ട്. ഒരു തിങ്കളാഴ്ച കാലത്ത് നേരത്തെ വരാമെങ്കിൽ നമു ക്കൊരുമിച്ച് ചായകുടിക്കാം.”

“ഇന്നത്തെ ദിവസത്തിനിത്തിരി പ്രത്യേകതയുണ്ട്.” ഫെറുസെ പറഞ്ഞു.

അയാൾ ചിരിച്ചു. “നിങ്ങൾ കണ്ടുമുട്ടിയതിന്റെ വാർഷികം ആഘോ ഷിക്കുകയാണോ?”

ഇതിനിടെ ആ മുയൽ നീളൻ പുല്ലുകൾക്കിടയിലേക്ക് ഓടി മറഞ്ഞു.

ഞാൻ ആ വൃദ്ധയെ കൈ പിടിച്ച് എഴുന്നേൽക്കാൻ സഹായിച്ചു.

“ഇന്ന് റൂപെർട് ബ്രൂക്കിന്റെ ചരമ വാർഷികമാണ്.” ഫെറൂസെ പറഞ്ഞു.

“ഇന്ന് കാലത്ത് ആ കായ്കനി തോട്ടത്തിൽ ചില യുവാക്കൾ അദ്ദേഹ ത്തിന് ശ്രദ്ധാഞ്ജലി അർപ്പിക്കുന്നത് കണ്ടു.” വൃദ്ധയാണത് പറഞ്ഞത്.

“ഞങ്ങൾ ഞങ്ങളുടേതായ രീതിയിൽ ശ്രദ്ധാഞ്ജലി അർപ്പിക്കുവാൻ പോകുകയാണ്.” ഫെറൂസെ പറഞ്ഞു.

“ഇന്നൊരു മാന്യൻ എനിക്ക് റൂപെർട് ബ്രൂക്സിന്റെ ‘ദ സോൾജ്യർ’ വായിച്ചു തന്നു” വൃദ്ധ ഭർത്താവിനെ ചൂണ്ടി പറഞ്ഞു.

അവർ എന്നെ നോക്കി.

"ഞാനും വായിച്ച് കൊടുക്കാം." ഞാൻ പറഞ്ഞു.

"കൊടുക്കണം." വൃദ്ധൻ പറഞ്ഞു.

"എന്റെ മുത്തച്ഛൻ ബ്രൂക്കിനെപ്പോലെ ഒന്നാം ലോകമഹായുദ്ധ ത്തിലാണ് മരിച്ചത്," വൃദ്ധ പറഞ്ഞു.

"മരണത്തെക്കുറിച്ചൊക്കെ പറഞ്ഞ് ഈ യുവജനങ്ങളുടെ മനസ്സ് മടുപ്പിക്കണ്ട" വൃദ്ധൻ ഓർമ്മിപ്പിച്ചു.

"അതെ. അത് ശരിയാണ്." അയാളുടെ ഭാര്യ സമ്മതിച്ചു.

ഞങ്ങൾ യാത്ര പറഞ്ഞു. വീണ്ടും പരസ്പരം കണ്ടുമുട്ടാം എന്നാഗ്ര ഹിച്ചു.

ഒരു തോണി നദിയിലൂടെ തെക്കോട്ട് പോകുന്നുണ്ടായിരുന്നു. അതിൽമൂന്ന് പെൺകുട്ടികളുണ്ടായിരുന്നു. അതിലൊരാൾ തുഴയുകയും ശേഷിച്ച രണ്ടുപേർ ഉച്ചത്തിൽ പാടുകയും ചെയ്തുകൊണ്ടിരുന്നു. "തോട്ടത്തിലെ പുഴ മരങ്ങൾക്ക് കീഴെ ഒഴുകിയൊഴുകി ആരും കാണാതെ നീങ്ങുന്നു..."

ഫെറൂസെയും ആ പാട്ടൊന്ന് മൂളുവാൻ ശ്രമിച്ചു.

കൊടിത്തൂവകൾക്കും ചോള വയലുകൾക്കും മദ്ധ്യത്തിലൂടെയുള്ള നടപ്പാതയിലൂടെ ഞങ്ങൾ ഒരു മണിക്കൂർ നടന്നു. നടപ്പാത അവസാനി ച്ചത് കായ്കനി തോട്ടത്തിൽ. അവിടെ ഒരു ചായക്കടയുണ്ടായിരുന്നു. ചായകുടിക്കാൻ വരിവച്ച് നിന്നിരുന്നവരുടെ പിറകിൽ ഞങ്ങളും നിന്നു. ഞങ്ങൾ ചായയും അപ്പവും തേനും ക്രീമും വാങ്ങി. എല്ലാം ട്രേയിൽ വച്ച് ഒരു മരത്തിനു ചുവട്ടിലുള്ള മേശയിലിരുന്നു. "ഇവിടത്തെ അപ്പവും ക്രീമും കഴിച്ചിട്ട് നാളേറെയായി" ഫെറൂസെ പറഞ്ഞു. അതുപറയുമ്പോൾ അവൾ ഒരു കൈകൊണ്ട് അതിന്മേൽ വന്നിരിക്കുന്ന കടന്നലുകളെ ആട്ടി യോടിക്കുന്നുണ്ടായിരുന്നു. എന്നിട്ട് "അതുപോലെ ഇവിടത്തെ കടന്നലു കളെ കണ്ടിട്ടും" എന്ന് കൂട്ടിച്ചേർത്തു. അവൾ ചായ പകർന്നു.

ഞങ്ങൾ റൊട്ടി രണ്ടാക്കി പകുത്തു. അതിൽ തേനും ക്രീമും പുരട്ടി. ഈ കായ്കനി തോട്ടത്തിലിരുന്ന് പ്രാതൽ കഴിക്കുന്നതിന്റെ സന്തോഷ ത്തിലായിരുന്നു ഞങ്ങൾ.. ചായ കുടിക്കുന്നതിനിടയിൽ ഞങ്ങളുടെ കണ്ണുകളുടക്കി. ആരോടൊത്താണ് ചായ കുടിക്കുന്നത് എന്നതിനനു സരിച്ച് ചായയുടെ രുചിയിൽ വ്യത്യാസം വരുന്നു. ഞങ്ങൾക്ക് തണ ലേകിയ ആപ്പിൾ മരത്തിന്റെ ശാഖകൾക്കിടയിലൂടെ സൂര്യൻ അരിച്ചിറ ങ്ങുവാൻ ശ്രമിക്കുന്നുണ്ടായിരുന്നു. കാപ്പിക്കടയിൽ നിന്നും എടുത്ത ലഘുലേഖ ഞാനൊന്ന് തുറന്ന് നോക്കി.

റൂപെർട്ട് ബ്രൂക്കിനെക്കുറിച്ച് പ്രതിപാദിക്കുന്ന താളിൽ ഞാനെത്തി. അതിൽ 'ദ സോൾജ്യർ' ഉണ്ടായിരുന്നു. ഞാനത് ഫെറൂസെയ്ക്ക് വേണ്ടി വായിച്ചു. അവൾ കണ്ണടച്ച് കേട്ടിരുന്നു. കായ്കനി തോട്ടം സാവധാന ത്തിൽ വികസിക്കുന്നതായി എനിക്കു തോന്നി. അവിടെയുള്ള എല്ലാ

101

മരങ്ങളുടെയും എല്ലാ ശാഖകളിൽ നിന്നും പൂക്കൾ കൊഴിഞ്ഞുകൊണ്ടേയിരിക്കുന്നതായും തോന്നി.

"ഇത് നിന്റെ ശാഖയിൽ പെട്ടതാണ്, നിനക്ക് താത്പര്യമുള്ളത്. ഈ കവിതയുടെ ആദ്യഭാഗത്തെ നീ എങ്ങനെ വിശകലനം ചെയ്യും?" ഞാൻ ലഘുലേഖ അവൾക്ക് കൈമാറി ചോദിച്ചു.

"മരിച്ചാൽ എന്നെക്കുറിച്ച് ഇത്രമാത്രം കരുതുക:
വിദേശമണ്ണിന്റെ ഏതൊരു മൂലയിലും
എന്നെന്നും ഒരു ഇംഗ്ലണ്ടുണ്ടെന്ന്"

ഫെറൂസെ എന്നെ നോക്കി.

"ഒരു പടയാളിയെ മറവ് ചെയ്യുന്ന വിദേശ മണ്ണ്, ആക്രമിച്ച് കീഴ്പ്പെടുത്തിയ രാജ്യത്തിന്റേതാകുമെന്ന് നീ കരുതുന്നുണ്ടോ?" ഞാൻ ചോദിച്ചു.

"സംസാരിച്ച് വരുന്നത് മനസ്സിന്റെ സർവ്വാധിപത്യമുള്ള ശാന്തതയെക്കുറിച്ചാണോ?"

"ഞങ്ങൾ അതിനെക്കുറിച്ച് കുറച്ച് ദിവസം മുമ്പ് ഒരു സെമിനാറിൽ സംസാരിച്ചിരുന്നു." ഞാൻ പറഞ്ഞു.

ഏജിയൻ കടലിലുള്ള ഒരു ദ്വീപിൽ സ്ഥിതി ചെയ്യുന്ന റൂപർട് ബ്രൂക്കിന്റെ ശവകുടീരത്തെ ഞങ്ങൾ ഓർത്തു.

"മറ്റൊരു വിധത്തിലും ഇതിനെ വ്യാഖ്യാനിക്കാം" ഫെറൂസെ പറഞ്ഞു. "ഏതൊരു പടയാളിയും അവനോടൊപ്പം അവന്റെ നാടും വീടും കൊണ്ടു നടക്കുന്നുണ്ട്. അവൻ എവിടെ വച്ച് മരിച്ചാലും അവന്റെ ജന്മനാടിന്റെ മണം എന്നും അവനോടൊപ്പമുണ്ടാകും."

അടുത്ത മേശയിൽ വലിയൊരു കൂട്ടമാളുകളുണ്ടായിരുന്നു. അവർക്ക് ചുറ്റിലും കുട്ടികൾ ഓടിക്കളിക്കുന്നുണ്ടായിരുന്നു. അതിലൊരു കുട്ടി മറ്റൊരു കുട്ടിക്ക് മേൽ വീണു. ഇരുവരും കരയുവാൻ തുടങ്ങി. ഒരു യുവതി അവരെ എഴുന്നേൽക്കുവാൻ സഹായിച്ചു.

"താങ്കളെ ഇവിടെയാണ് മറവ് ചെയ്യുന്നതെങ്കിൽ ഈ നാട് താങ്കൾക്കെന്താകും" ഫെറൂസെ ചോദിച്ചു.

ഞാൻ ഉത്തരത്തിനു മുമ്പ് ഇത്തിരി നേരം നിശ്ശബ്ദനായി.

വാനമ്പാടിയുടെ പാട്ട് ഉച്ചത്തിലായി.

"ഞാൻ മരിച്ച് കിടക്കുന്ന ഒരു തുണ്ട് ഭൂമി എന്നെന്നേക്കുമായി ഹയ്മാന സമതലമാകും. എനിക്ക് മുകളിൽ ചെറുചൂടുള്ള കാറ്റ് വീശിക്കൊണ്ടിരിക്കും." ഞാൻ പറഞ്ഞു.

മരച്ചില്ലകളാടി ശബ്ദമുണ്ടാക്കിയത് ഞാനറിഞ്ഞു.

ഫെറൂസെ ഒരു തുണ്ട് അപ്പത്തിൽ കൂടി ക്രീം പുരട്ടി. അതെനിക്ക് നീട്ടി.

"യുദ്ധമുന്നണിയിൽ എത്തുന്നതിനു മുമ്പ്, യുദ്ധത്തിനു പോകുന്ന വഴിക്കുതന്നെ, അസുഖം ബാധിച്ച് ബ്രൂക്ക് മരിച്ചു എന്നത് ഒരു നല്ല കാര്യമായി എന്ന് ഞാൻ കരുതുന്നു." അവൾ പറഞ്ഞു.

"കാരണം?"

"കൊല്ലുക എന്ന വേദനയിൽ നിന്നും അതയാളെ രക്ഷപ്പെടുത്തി യല്ലോ?"

ഒരു ചെറിയ ഇല വായുവിലൂടെ ഒഴുകി എന്റെ മടിയിൽ വന്നി രുന്നു. ഞാനതെടുത്ത് ഫെറൂസെയ്ക്ക് മുന്നിൽ വച്ചു.

"നല്ല യുദ്ധ കവി എന്ന് നീ ആരെ വിളിക്കും?" ഞാൻ ചോദിച്ചു.

അവൾ എന്റെ കണ്ണിലേക്ക് നോക്കി.

"ഈ ചോദ്യത്തിന് എന്തെങ്കിലും അനുബന്ധമുണ്ടോ?"

"റൂപർട് ബ്രൂക്കോ അതോ എമിലി ഡികിൻസണോ?"

അവൾ ചിരിച്ചു. "ദ കാച്ചർ ഇൻ ദ റൈ വായിച്ചിട്ടുണ്ട് അല്ലേ?"

"ഉവ്വ്."

"ആ പുസ്തകത്തിൽ കൊടുത്തിരിക്കുന്ന ഉത്തരം ഓർമ്മയുണ്ടോ?"

ഞാൻ തലയാട്ടി.

"എന്റെ വോട്ട് ബ്രൂക്കിനാണ്." അവൾ പറഞ്ഞു.

"കാരണം അയാൾ ഞങ്ങളുടെ നാട്ടുകാരനാണ് എന്നതാണോ?"

"ആയിരിക്കാം. ഒരു കാലത്ത് അദ്ദേഹം കെയ്ൻസിനോടൊപ്പം ഈ തോട്ടത്തിൽ ഉലാത്തുകയും, വർജീനിയ വൂൾഫിനോടൊപ്പം ഈ നദി യിൽ നിലാവിൽ നീന്തിക്കളിക്കുകയും ചെയ്തിരുന്നു എന്നറിയുന്ന നമുക്ക് അദ്ദേഹത്തിന്റെ വാക്കുകൾ അതിനാൽത്തന്നെ കൂടുതൽ അർത്ഥവത്താ കുന്നു."

ഞങ്ങൾക്ക് ചുറ്റിലും ഓടിക്കളിച്ചിരുന്ന കുട്ടികൾ ഞങ്ങളുടെ അരി കിലുള്ള മരത്തിൽ കയറുവാൻ ശ്രമിച്ചു തുടങ്ങി.

"നിന്നെ ഇവിടെയാണ് മറവ് ചെയ്യുന്നതെങ്കിൽ ഈ നാട് നിനക്കെ ന്താകും" എനിക്ക് ചോദ്യം ചോദിക്കുവാനുള്ള അവസരമായിരുന്നു അത്.

"ഒരിക്കൽ ഞാൻ മറ്റെവിടെയെങ്കിലും കിടന്ന് മരിക്കേണ്ടവളാണെന്ന ഓർമ്മ എന്നും എന്നിലുണ്ട്. മൂന്ന് വർഷങ്ങൾക്ക് മുമ്പ് ഒരിക്കൽ ഇറാ നിലേക്ക് തിരികെപോകുവാൻ തീരുമാനിച്ചു. ഇവിടത്തെ ജീവിതത്തിന്റെ ഓർമ്മയ്ക്കായി ഞാനപ്പോൾ എന്റെ ചുമലിൽ പച്ചകുത്തുകയും ചെയ്തു."

"പിന്നെ പോകണ്ട എന്ന് എന്തുകൊണ്ട് തീരുമാനിച്ചു?"

ഉത്തരം പറയാൻ അവൾ ഒരു നിമിഷം ശങ്കിച്ചു.

"പറയാം. എന്നാൽ ഇന്നല്ല. കാരണം എനിക്ക് പറയുവാനുള്ളത് കര യുന്ന സ്ത്രീകളെക്കുറിച്ചാണ്." അവൾ പറഞ്ഞു.

അവളത് പറഞ്ഞപ്പോഴുള്ള മുഖഭാവമറിയുവാൻ ഞാനവളുടെ മുഖ
ത്തേക്ക് സൂക്ഷിച്ച് നോക്കി.

അവൾ അവളുടെ കപ്പിലെ ചായ മുഴുക്കെ കുടിച്ചു. ഞങ്ങളിരു
വരുടേയും കപ്പിലേക്ക് വീണ്ടും ചായ പകർന്നു.

"എന്തിനെയാണ് പച്ചകുത്തിപിടിപ്പിച്ചത്?"

"ഒരു റോസാപുഷ്പം."

"നിന്റെ രഹസ്യ പുസ്തകത്തിന്റെ ചട്ടയിലുള്ള റോസാപൂക്കൾ?"

"ചിലപ്പോഴെങ്കിലും ഒരൊറ്റ രൂപത്തിൽ നിന്നും പലപല അർത്ഥങ്ങൾ
വായിച്ചെടുക്കുവാനാകും." അവൾ പറഞ്ഞു.

"എന്നെങ്കിലും ഇറാനിലേക്ക് തിരിച്ച് പോയാൽ ഒരു പക്ഷേ നിന്റെ
ഇതേ റോസാപ്പുവിനെ നീ വ്യത്യസ്തമായി കണ്ടേക്കാം." ഞാൻ
പറഞ്ഞു.

"താങ്കൾ തിരികെ പോകുകയാണെങ്കിൽ ഇവിടത്തെ ഓർമ്മയ്ക്കായി
പച്ചകുത്തുമോ?"

"സംശയമാണ്."

അടുത്ത മേശയിൽ നിന്നും ചില ശബ്ദങ്ങളെത്തി. എന്താണീ ശബ്ദം
എന്നറിയുവാനുള്ള ഔത്സുക്യം ഒന്നുകൊണ്ട് മാത്രം ഞങ്ങൾ അവി
ടേക്ക് തിരിഞ്ഞു നോക്കി.

ഇത്തിരിയകലെ ചില യുവാക്കൾ ഒരു ആപ്പിൾ മരത്തിനു കീഴെ
നിൽപുണ്ടായിരുന്നു. അതിലൊരാൾ റൂപർട്ട് ബ്രൂക്കിനെപ്പോലെ വേഷം
ധരിച്ചിരിക്കുന്നു. ഒരു നൂറ്റാണ്ടു മുമ്പ് സ്ത്രീകൾ ധരിച്ചിരിക്കുന്നതു
പോലത്തെ വസ്ത്രം ധരിച്ച് ഒരു പറ്റം യുവതികൾ അയാൾക്ക് ചുറ്റിലും
നിൽക്കുന്നു. അവർ ഉച്ചത്തിൽ കവിത ചൊല്ലുന്നുണ്ട്.

"ഇന്ന് കാലത്ത് അവർ നൽകിയ ശ്രദ്ധാഞ്ജലിയുടെ ആവർത്തന
മാണെന്ന് തോന്നുന്നു. നമുക്കും അവരോടൊപ്പം ചേർന്നാലോ?" ഞാൻ
ചോദിച്ചു.

"ഇത്തിരി കഴിഞ്ഞാവാം"

"എനിക്ക് നോവലെഴുതുന്നവരേക്കാൾ അസൂയ തോന്നിയിട്ടുള്ളത്
കവികളോടാണ്." ഞാൻ പറഞ്ഞു.

"കാരണം?"

"അവർ ചെയ്യുന്നത് മാസ്മരികതയാണ്. അതിൽ കുറഞ്ഞതൊന്നു
മല്ല. കാണാനാകാത്ത ഒരു ലോകത്തിൽ നിന്നുള്ള ഭാഷയാണവർ
സംസാരിക്കുന്നത്. മാന്ത്രികരെപ്പോലെ."

എല്ലാവരുടേയും ശ്രദ്ധ അപ്പോൾ ആ യുവാക്കളിലേക്കും യുവതി
കളിലേക്കുമായിരുന്നു. അവർ കവിതയുടെ ശബ്ദം കൊണ്ട് ഒരു ചുഴലി

ക്കാറ്റുണ്ടാക്കിയിരിക്കുന്നു. ആ ചുഴലിക്കാറ്റിലേക്ക് കായ്കനിത്തോട്ട ത്തിലുള്ളതിനെയെല്ലാം അവർ ആകർഷിച്ചടുപ്പിച്ചിരിക്കുന്നു. അത്ര ശക്തമായിരുന്നു അവരുണ്ടാക്കിയ ആ ചുഴലിക്കാറ്റ്.

"എന്നെങ്കിലും പച്ചകുത്തുന്നുവെങ്കിൽ അതെന്തായിരിക്കും?" ഫെറൂസെ ചോദിച്ചു.

"ഇവിടെ എന്റെ ജീവിതത്തെ പ്രതിനിധാനം ചെയ്യുന്ന ഒരു വസ്തു വിനെക്കുറിച്ച് എനിക്ക് ചിന്തിക്കുവാനാകുന്നില്ല."

"തിരികെപോകുന്നത് ഇവിടേക്ക് വന്നയാൾ തന്നെയാകുമോ?"

"ഇവിടെ ഞാനെത്തിയപ്പോൾ ഞാൻ മരിച്ചുപോയേക്കാവുന്ന സാധ്യതയിലും അവസ്ഥയിലുമായിരുന്നു. എന്നാൽ ഇപ്പോൾ ജീവൻ വന്നുതുടങ്ങിയ ഒരു മരച്ചില്ലപോലെയാണ് ഞാൻ."

"താങ്കൾ വളരെ ലളിതമായതാണ് തിരഞ്ഞുകൊണ്ടിരിക്കുന്നത്."

"അങ്ങനേയോ?"

"ചാരത്തിൽ നിന്നും ഉയർന്ന് പറക്കുന്ന ഫീനിക്സ് പക്ഷിയെ."

യുവതികൾക്ക് നടുക്ക് റൂപർട് ബ്രൂക്കായി വേഷമിട്ട് കളിക്കുന്ന യുവാവിനെ ഞാൻ ചൂണ്ടിക്കാണിച്ചു.

"ഐതിഹ്യങ്ങളിലെ അമർത്യനായ പക്ഷിരാജാവാണാ കാണുന്നത്. ഒരു നൂറ്റാണ്ടിനു ശേഷവും അദ്ദേഹത്തിന്റെ കവിതകൾ വായിക്ക പ്പെടുന്നു."

"തിരക്ക് വല്ലാതെ കൂടുന്നു." ഫെറൂസെ പറഞ്ഞു.

നടുക്കടലിൽ കൊടുങ്കാറ്റിലുഴയുന്ന കപ്പലിലെന്ന പോലെ എല്ലാവരും അപ്പോൾ ആ യുവതീയുവാക്കൾക്ക് സമീപത്തേക്ക് നീങ്ങിക്കൊണ്ടിരുന്നു.

"എന്റെ കുട്ടിക്കാലത്ത് എന്റെ ഗ്രാമത്തിൽ ഒരു വൃദ്ധനുണ്ടായിരുന്നു. ഞാൻ ആദ്യമായി പച്ചകുത്തി കണ്ടിട്ടുള്ളത് അയാളുടെ ശരീരത്തിലാണ്."

"അതെന്തായിരുന്നു?"

"ഒരു ചെങ്കരടി."

"ചെങ്കരടിയോ?"

"ഞാനാ കഥ ഇതുവരേക്കും പറഞ്ഞിട്ടില്ലേ?"

"ഇല്ല."

"തിരിച്ച് പോകുമ്പോൾ മൈതാനത്തിലെത്തിയാൽ പറയാം." ഞാൻ പറഞ്ഞു.

കഥ പറയുവാൻ എനിക്ക് ആഗ്രഹം തോന്നുന്നത് എന്നിൽ സ്നേഹ മുള്ളതുകൊണ്ടാണ്. കഥ കണ്ടെത്തുക എന്നത് എളുപ്പമാണ്. എന്നാൽ അവരോട് പറയുവാൻ ശരിയായ വാക്കുകൾ ലഭിക്കുക എന്നതായിരുന്നു എനിക്ക് ബുദ്ധിമുട്ട്.

"നമുക്ക് ഒരു കളിയായാലോ?" ഫെറൂസെ ചോദിച്ചു.

"നിന്റെ വീട്ടിൽ എല്ലാവർക്കും കളികളോട് വലിയ താത്പര്യമാണെന്ന് എനിക്ക് മനസ്സിലായി." ഞാൻ പറഞ്ഞു.

അവൾ ചിരിച്ചു.

"എന്തെങ്കിലുമാകട്ടെ, നമുക്ക് 'ഒരാഗ്രഹം' എന്ന കളി കളിക്കാം."

"ശരി."

"എന്നോട് എന്തെങ്കിലും ചോദിക്കൂ. ബുദ്ധിമുട്ടുള്ള ആഗ്രഹമാകണം, എന്നാൽ അത് നടക്കുന്ന കാര്യവുമാകണം. ഈ നിയമം എപ്പോഴും ഓർക്കണം."

"നീ തുടങ്ങ്. അപ്പോൾ കളിയെങ്ങനെയാണെന്ന് എനിക്ക് മനസ്സിലാകുമല്ലോ?"

അവൾ ഒരു നിമിഷം ആലോചിച്ചു.

എന്നിട്ട് "താങ്കൾ ഒരു നോവലെഴുതും. അതിൽ സെല്ലോ എന്ന വാദ്യമുണ്ടാകും...." എന്നവൾ പറഞ്ഞു.

"ശരി..." അവൾ തുടരുവാനായി ഞാൻ കാത്തു.

"അതിൽ നമ്മൾ പരസ്പരം പറഞ്ഞ ഒരു വാചകം താങ്കൾ ഉൾപ്പെടുത്തും. നമുക്കല്ലാതെ ആ വാചകം മറ്റാർക്കും അറിയില്ല."

"സാധ്യതയുണ്ട്, പക്ഷേ വിഷമമാണ്," ഞാൻ പറഞ്ഞു. "ഞാൻ ഒരു നോവലെഴുതിയേക്കാം. എന്നാൽ അതിൽ സെല്ലോ എന്ന വാദ്യോപകരണം കടന്നുവരുമോ, അതിനെ ഉൾപ്പെടുത്തുവാൻ എനിക്കാകുമോ എന്നെനിക്കറിയില്ല."

"ഇനി താങ്കളുടെ ഊഴം."

വാക്കുകൾക്കായി അപ്പോൾ എനിക്ക് കാത്തിരിക്കേണ്ടി വന്നില്ല. ഞാൻ "നീ ഈ തോട്ടത്തിന്റെ പങ്കാളിമാരിൽ ഒരാളാകും." എന്ന് ഞാൻ പറഞ്ഞു.

"എന്ത്?"

"ഏതാനും വർഷങ്ങൾക്ക് മുമ്പ് അവരിവിടെ കെട്ടിടങ്ങൾ കെട്ടിപ്പോക്കുവാൻ പദ്ധതിയിട്ടിരുന്നു. എന്നാൽ അവസാന നിമിഷത്തിൽ അവരെ തടഞ്ഞു. ഇതിന്റെ ഉടമ അതിനാൽ തന്നെ ഈ ഭൂമി മുറിച്ച് വിൽക്കുവാൻ തീരുമാനിച്ചിരിക്കുന്നു. ഇവിടെ വലിയ കെട്ടിടങ്ങൾ വരുന്നില്ലെന്ന് ഉറപ്പിക്കാനും ഈ കായ്കനി തോട്ടത്തെ ആരും നശിപ്പിക്കുന്നില്ലെന്ന് ഉറപ്പിക്കുവാനുമാണത്രെ അത്."

"എല്ലാവരുടേയും എന്നാൽ ആരുടേയുമല്ലാത്ത ഒരു തോട്ടം...നല്ല ആശയം."

"നമ്മളിപ്പോൾ ഇരിക്കുന്ന ഈ തുണ്ട് ഭൂമി നമുക്ക് വാങ്ങാം. എന്തു പറയുന്നു?" ഞാൻ ചോദിച്ചു.

അവൾ പുഞ്ചിരിച്ചു.

"എന്റെ ഉള്ളിൽ നിന്നൊരു ശബ്ദം 'എനിക്ക് നിങ്ങളെ വിശ്വസിക്കാം' എന്ന് പറയുന്നു." അവൾ പറഞ്ഞു.

"വേണമെങ്കിൽ ഒരു മലമുകളിൽ കയറി നിന്ന് അതിന്റെ ചെങ്കുത്തായ ചരിവിൽ നിന്ന് താഴേക്കെടുത്ത് ചാടിക്കോളൂ; രക്ഷപ്പെടുത്താൻ, വീഴു മ്പോൾ പിടിക്കാൻ, ഞാനുണ്ടാകും."

ഫെറൂസെ ഒന്ന് അമാന്തിച്ചു.

"കയ്യിൽ കാശ് വല്ലതുമുണ്ടോ? എന്റെ കയ്യിലൊന്നുമില്ല." അവൾ പറഞ്ഞു.

"എന്റെ കയ്യിലുമില്ല."

"അപ്പോൾ പിന്നെ എന്ത് ചെയ്യും?"

"ബാങ്കിൽ നിന്നും ലോണെടുക്കാം."

"പ്രിയ വിപ്ലവകാരി, നമ്മൾ ബാങ്കിന് കടക്കാരായാൽ പിന്നെ ഈ വ്യവസ്ഥിതിയുടെ ഭാഗമാകില്ലേ?"

"ഭാഗമാകട്ടെ...എന്നാൽ ഈ വ്യവസ്ഥിതിയുടെയല്ല...."

ഞങ്ങൾ ഇരുവരും ചിരിച്ചു.

"നിങ്ങൾ വാക്കുകളുടെ അർത്ഥം മാറ്റുകയാണെന്ന് തോന്നുന്നു." അവൾ പറഞ്ഞു.

"റോസാപുഷ്പങ്ങളെ റോസാപുഷ്പങ്ങളായി മാത്രം കാണാത്തവ രുടെയത്ര നിഷ്കളങ്കനാണ് ഞാൻ." ഞാൻ പറഞ്ഞു. "നിന്നെപ്പോലെ."

അവൾ പുഞ്ചിരിച്ചു.

"എന്റെ പുസ്തകത്തിനുള്ളിൽ ഒരു റോസാപ്പൂവുണ്ട്. അത് ആ കവിത ചൊല്ലുന്നവർക്ക് കൊടുക്കാം." അവൾ പറഞ്ഞു.

ഞങ്ങൾക്ക് ചുറ്റിലും കളിച്ചുകൊണ്ടിരുന്ന കുട്ടികൾ കയ്യുകൾ നിവർത്തിപ്പിടിച്ച് വട്ടം ചുറ്റുവാൻ തുടങ്ങി. പിന്നെ അവരും കവിത വായിക്കുന്നവരുടെ ചുഴലിക്കാറ്റിനുള്ളിൽ അകപ്പെട്ടു.

"ഇത് യാദൃച്ഛികമാകാം. കഴിഞ്ഞ ശരത്കാലത്ത് എന്റെ സഹോദരി ക്കൊപ്പം ഞാനിവിടെ വന്നപ്പോഴും ഈ കുട്ടികൾ ഇവിടെയുണ്ടായിരുന്നു." ഞാൻ പറഞ്ഞു.

"കുട്ടികൾ ഇഷ്ടപ്പെടുന്ന സ്ഥലമാണിത്."

"ഫെറൂസെ..." ഞാൻ പറഞ്ഞു തുടങ്ങി.

"പറയൂ.."

"നിനക്കും ഒരു സഹോദരിയുണ്ട്. ഒരിക്കൽ നീ പറഞ്ഞത് ഞാനോർ ക്കുന്നു."

"എന്റെ ഇരട്ടയാണ്." അവൾ പറഞ്ഞു.

എന്നിട്ട് തല തിരിച്ചു.

"ഇരട്ടയോ?" ഞാൻ ചോദിച്ചു. "എന്നിട്ട് അമ്മയുടെ ജന്മദിനത്തിന് കണ്ടില്ലല്ലോ?"

"അവൾ ഇംഗ്ലണ്ടിലാണ്."

ഞാൻ ഒരു കവിൾ ചായ കുടിച്ചു.

"അവളെ കണ്ടാലും ജൂലിയറ്റ് ബിനോഷെയെപ്പോലെ തന്നെയിരിക്കുമോ?" ഞാൻ ചോദിച്ചു.

ഫെറൂസെ എന്നെ നോക്കി.

അവൾ മുന്നോട്ടാഞ്ഞു. അവളുടെ മുഖം അപ്പോൾ എന്റെ മുഖത്തി നടുത്തായിരുന്നു.

"ഞാൻ എന്റെ പാപങ്ങളെ നിങ്ങൾക്കൊപ്പം കഴുകിക്കളയുന്നു." അവൾ പറഞ്ഞു.

അവളുടെ ചുണ്ടിൽ ദുഃഖം നിറഞ്ഞത് ഞാനറിഞ്ഞു. ജൂലിയറ്റ് ബിനോഷെയെപ്പോലെ ദുഃഖഭരിതമായ ഒരു പുഞ്ചിരി അവൾ സമ്മാനിച്ചു.

"ഇന്ന് നമുക്ക് നമ്മുടെ പാപങ്ങളെക്കുറിച്ച് സംസാരിക്കാം?" ഞാൻ ചോദിച്ചു.

"ഇന്ന് നല്ലൊരു ദിവസമാണ്. അതിനിടയിൽ പാപങ്ങളെക്കുറിച്ച് സംസാരിക്കണ്ട." അവൾ പറഞ്ഞു.

അവൾ സാവധാനത്തിൽ എന്നിൽ നിന്നും മുഖം മാറ്റി. കസേരയി ലിരുന്നു.

ഞങ്ങൾക്ക് മുകളിലുള്ള ആപ്പിൾ മരത്തിൽ നിന്നും അനേകം പൂക്കൾ ഒന്നിച്ച് ഞങ്ങളുടെ ശരീരത്തിൽ വീണു.

ചുവന്ന റോസാപ്പൂവിന്റെ ചിത്രം ആലേഖനം ചെയ്ത കണ്ണാടി ഞാൻ കീശയിൽ നിന്നും പുറത്തെടുത്തു. പണ്ടൊക്കെ അതെനിക്ക് കാണിച്ച് തന്നിരുന്നത് ഭൂതകാലമായിരുന്നെങ്കിൽ ഇപ്പോഴത് കാണിക്കുന്നത് ഭാവി യാണ്.

"ഇത് ഇന്നു മുതൽ നിന്റേതാണ്," ഞാൻ പറഞ്ഞു.

മനമില്ലാ മനസ്സോടെ ഫെറൂസെ അത് സ്വീകരിച്ചു.

"ഇത് നിങ്ങളുടെ അച്ഛന്റെ കണ്ണാടിയല്ലേ? നിങ്ങൾക്കിത് അമൂല്യ മാണെന്ന് എനിക്കറിയാം."

"അതുകൊണ്ടാണിത് നിനക്ക് തരുന്നത്." ഞാൻ പറഞ്ഞു.

അവൾ ആ കണ്ണാടി തന്റെ മുഖത്തിനോടടുപ്പിച്ചു. ഒരു കിണറ്റിലേക്ക് കൂപ്പുകുത്തുന്നതുപോലെ അവൾ അതിലേക്ക് നോക്കിയിരുന്നു. ഗൂഢ മായ ഒരു ജീവിതത്തിന്റെ രഹസ്യങ്ങൾ കണ്ടെത്തുന്ന ഭാവമായിരുന്നു അപ്പോൾ അവളുടെ മുഖത്ത്.

പിന്നെ അവൾ തന്റെ കൈകൊണ്ട് അത് മറച്ചു പിടിച്ചു.

ഒമ്പത്

കഴുകന്റെ മുഖമുള്ള സ്ത്രീ

നിഷ്കളങ്കരുടെ ചുമട്

താതർ എന്ന ഫോട്ടോഗ്രാഫർ ഇതുവഴി വരുന്നതിനും മുമ്പ് ഹയ്മാന സമതലം മുഴുക്കെ ചെന്നായ്ക്കളും, കുറുക്കന്മാരും ചെങ്കരടികളുമായിരുന്നു. തണുത്ത ചുവരുകളുള്ള വീടുകളും, എപ്പോൾ കുരയ്ക്കണമെന്ന് കാത്ത് നിൽക്കുന്ന നായ്ക്കളും, സ്ഫടികം പോലെ തിളങ്ങുന്ന വസന്തവും, മാതാപിതാക്കളുപേക്ഷിച്ച പക്ഷിക്കുഞ്ഞുങ്ങളും അക്കാലങ്ങളിലിവിടെ മനുഷ്യർ നിലാവിനെ കെട്ടിപ്പിടിച്ചുറങ്ങി. ഭക്ഷണം സമൃദ്ധമല്ലായിരുന്നു. മരണം സാധാരണമായിരുന്നു. പിന്നെ വല്ലപ്പോഴും ഉറപൊട്ടുന്ന വെള്ളം പോലെ രക്തത്തിൽ കുതിർന്ന പ്രണയവുമുണ്ടാകാറുണ്ടായിരുന്നു.

കഴുകന്റെ മുഖമുള്ള സ്ത്രീയുടെ മക്കൾ മലനിരകളിൽ രണ്ട് കരടിക്കുട്ടികളെ കണ്ടു. അന്ന് ചുറ്റിലും പുതിയ പച്ചപ്പ് നിറയുന്നുണ്ടായിരുന്നു. ഗ്രാമത്തിൽ പുതുജീവന്റെ അലകളുണ്ടായിരുന്നു. അവർ ആ കരടിക്കുട്ടികളെ പട്ടിക്കൂട്ടിലിട്ട് വളർത്തി. ആകാംക്ഷയോടെ എത്തിനോക്കാൻ വന്ന കുട്ടികളെ ആട്ടിയോടിച്ചു. രാത്രിയിൽ നായ്ക്കൾ വല്ലാതെ കുരയ്ക്കാൻ തുടങ്ങിയാൽ കരടിക്കുട്ടികളുടെ അമ്മ മക്കളെത്തേടി വന്നിരിക്കയാണെന്ന് അവർക്കറിയാമായിരുന്നു. തള്ളക്കരടി ഗ്രാമത്തിന്റെ അരികിലെവിടേയോ ഉണ്ടെന്ന് അവർക്ക് മനസ്സിലായിരുന്നു. ഈ കരടിക്കുട്ടികളെ തുറന്ന് വിടാൻ കഴുകന്റെ മുഖമുള്ള സ്ത്രീ അവരോടാവശ്യപ്പെട്ടു. എന്നാൽ അത് കേട്ട് അവരുടെ ഇരട്ടക്കുട്ടികൾ കരഞ്ഞു. ഒരു ദിവസം കാലത്ത് അവർ കരടിക്കുട്ടികളേയും കൊണ്ട് ഒരു കുന്നിൻ മുകളിലെത്തി. അവിടെ വച്ച് അവരതിനെ തുറന്ന് വിട്ടു. കരടിക്കുട്ടികൾ നിഷ്കളങ്കമായി നടന്ന് പോകുന്നത് അവർ നോക്കി നിന്നു. ഒരൊറ്റ രാത്രി കഴിഞ്ഞേയുള്ളു, അടുത്ത പ്രഭാതത്തിൽ ഗ്രാമത്തിലെ കുട്ടികൾ അതിലൊരു കരടികുട്ടിയുടെ കഴുത്തിൽ കയറു കെട്ടി തെരുവിലൂടെ വലിച്ചിഴയ്ക്കുന്നത് അവർ കണ്ടു. ആരെങ്കിലും തടുക്കാൻ ചെല്ലും മുമ്പ് മറ്റേ കരടിക്കുട്ടിയെ പട്ടികൾ അരുവിയിലിട്ട് വലിച്ചു കീറിക്കൊന്നു.

അന്നുമുതൽ ഇരട്ടക്കുട്ടികളുടെ കരച്ചിലിന്റെ ഒച്ചയും വർദ്ധിച്ചു. അവർ മറ്റ് കുട്ടികളോടൊപ്പം കളിക്കുന്നത് അവസാനിപ്പിച്ചു. കോപിഷ്ഠയായ, കഴുകന്റെ മുഖമുള്ള സ്ത്രീ കരടിക്കുട്ടിയെ കൊന്ന കുട്ടികളെ കുന്നിന്റെ അങ്ങേതല വരെ ഓടിച്ചു. അവരിൽ നിന്നും രക്ഷപ്പെടാനായി കുട്ടികൾ അരുവിയിലേക്ക് ചാടി, ചിലർ കുറ്റിക്കാട്ടിലൊളിച്ചു. അപ്പോൾ തള്ളക്കരടി തന്റെ മക്കളെതേടി അവിടെ അലയുന്നുണ്ടെന്ന് ആ കുട്ടികൾക്കറിയില്ലായിരുന്നു. തള്ളക്കരടി വളരെ ദിവസങ്ങളായി കുറ്റിച്ചെടികൾക്കും വള്ളിപ്പടർപ്പുകൾക്കുമിടയിലും പാറക്കെട്ടുകളിലും കരടിക്കുഞ്ഞുങ്ങളുടെ മണം പിടിച്ച് നടപ്പുണ്ടായിരുന്നു, തിരയുന്നുണ്ടായിരുന്നു. നടന്ന് നടന്ന് അത് കിതയ്ക്കുന്നുണ്ടായിരുന്നു. കുഞ്ഞുങ്ങളെ തേടി നടക്കുന്ന അമ്മയെ സംബന്ധിച്ചിടത്തോളം ഒരൊറ്റ രാത്രി എന്നതിന് ഒരായുസ്സിനേക്കാൾ നീളമുണ്ടാകും. കുഞ്ഞുങ്ങളെ കാണാതെ ഭ്രാന്ത് പിടിച്ച തള്ളക്കരടി വഴിയിൽ കണ്ടതെല്ലാം തച്ചുടയ്ക്കുവാനും വഴിയിൽ കണ്ടതിനെയെല്ലാം ആക്രമിക്കുവാനും തുടങ്ങി. കോപം സഹിക്കാതെ അത് മുന്നിൽ ചെന്നുപെട്ട ചെന്നായ്ക്കളേയും കുറുക്കന്മാരേയും പിച്ചിച്ചീന്തിയെറിഞ്ഞു.

ശബ്ദമുണ്ടാക്കാതെ ഒളിച്ചിരുന്നിരുന്ന കുട്ടികൾ തള്ളക്കരടിയെ കണ്ടപ്പോൾ കുന്നിൻ മുകളിലേക്കോടി. അവിടെ കഴുകന്റെ മുഖമുള്ള സ്ത്രീ അവരെ കാത്ത് നിൽക്കുന്നുണ്ടായിരുന്നു. അവരൊരു വലിയ മരക്കൊമ്പ് പറിച്ചെടുത്ത് കുട്ടികളെ കരടിയിൽ നിന്നും രക്ഷിച്ചു. അവരാദ്യം ഒരു പാറയെടുത്ത് തള്ളക്കരടിക്ക് നേരെയെറിഞ്ഞു. അതിനു ശേഷം കയ്യിലിരുന്ന മരച്ചില്ലകൊണ്ടതിനെ അടിക്കാനോങ്ങി. തന്റെ കുഞ്ഞുങ്ങളുടെ മണം അപ്പോഴും തള്ളക്കരടിയുടെ മൂക്കിലടിക്കുന്നുണ്ടായിരുന്നു. അത് വളരെ അടുത്തുനിന്നാണെന്ന് തള്ളക്കരടിക്കറിയാമായിരുന്നു. തള്ളക്കരടി ഉച്ചത്തിലലറി. അതിന്റെ വേദന ആ അലർച്ചയിൽ ലയിച്ച് ചേർന്നിരുന്നു. ആ അലർച്ച ഏറ്റവും അകലെയുള്ള മലനിരകളിൽ വരെ തട്ടി പ്രതിധ്വനിച്ചു. താഴെനിന്ന് നായ്ക്കൾ കൂട്ടമായി വരുന്ന ശബ്ദം തള്ളക്കരടി കേട്ടു. നായ്ക്കൾ ഏത് ഭാഗത്തുനിന്നാണ് വരുന്നതെന്ന് നോക്കാനായി കഴുകന്റെ മുഖമുള്ള സ്ത്രീ ഒന്ന് തിരിഞ്ഞു. അവർ തിരിഞ്ഞ അതേ നിമിഷത്തിൽ തള്ളക്കരടി അവരെ ആഞ്ഞടിച്ചു. കഴുകന്റെ മുഖമുള്ള സ്ത്രീ പാറക്കെട്ടിലേക്ക് കമിഴ്ന്ന് വീണു. അപ്പോൾ തോക്കിന്റെ ഗർജ്ജനം കേട്ടു. നായ്ക്കൾ അടുത്തെത്തി. തള്ളക്കരടി സമയം പാഴാക്കാതെ അവിടെ നിന്ന് ഓടി രക്ഷപ്പെട്ടു. അരുവിയിൽ രക്തത്തുള്ളികൾ കണ്ടപ്പോൾ തള്ളക്കരടിക്ക് വെടിയേറ്റിരിക്കുന്നു എന്നാണ് ഗ്രാമവാസികൾ ധരിച്ചത്. എന്നാൽ വഴിയിൽ ഉപേക്ഷിക്കപ്പെട്ട രണ്ട് ചെന്നായ്ക്കളുടെ ശവം കണ്ടപ്പോൾ അവരും അമ്പരന്നു. താൻ കൊന്ന ചെന്നായ്ക്കളെ തിന്നാൻ പോലും നിൽക്കാതിരുന്ന തള്ളക്കരടി അതിഭീകരമായ ദുഃഖത്തിലായിരിക്കണമെന്ന് ഗ്രാമവാസികൾ പരസ്പരം പറഞ്ഞു.

അന്ന് വരെ കഴുകന്റെ മുഖമുള്ള സ്ത്രീയുടെ പേര് സാദെത് എന്നായിരുന്നു. അന്നുവരേക്കും അവർ കണ്ണാടിക്ക് മുന്നിൽ നിന്ന് മുടി

ചീകിയൊതുക്കുമായിരുന്നു. തന്റെ മുഖത്തിന് തെളിഞ്ഞ ജലത്തിനേക്കാൾ കാന്തിയുണ്ടെന്ന് സ്വയം അഭിമാനിക്കുമായിരുന്നു. എന്നാൽ വിധി അതിന്റെ കളി കളിച്ചു. വിധിയുടെ വിളയാട്ടമുണ്ടായിട്ടും ജീവിതം മുന്നോട്ട് പോയി. തള്ളക്കരടിയുടെ ആക്രമണ ഫലമായി സാദെതിന്റെ മുഖത്ത് വലിയ പാടുണ്ടായി. പിന്നെയവർ കണ്ണാടിക്ക് മുന്നിൽ പോയിട്ടില്ല. രണ്ട് കരടിക്കുട്ടികളുടെ ജീവൻ നഷ്ടപ്പെട്ടതിനു പകരമായി അവർ പിന്നെ ആയുഷ്കാലം മുഴുക്കെ ഇങ്ങനെ ജീവിക്കുന്നു. ചില സമയങ്ങളിൽ പാപികൾ ചെയ്യുന്നതിന്റെ കൂലി ലഭിക്കുന്നത് നിഷ്കളങ്കർക്കാകുന്നു.

അങ്ങ് ദൂരെയുള്ള അങ്കാറ എന്നൊരു പട്ടണത്തിലായിരുന്നു സാദെതിന്റെ ജനനം. അവളുടെ അച്ഛൻ പട്ടാളത്തിൽ ലഫ്റ്റനന്റായിരുന്നു. ഒന്നാം ലോകമഹായുദ്ധത്തിലും ഗ്രീസും ടർക്കിയുമായുണ്ടായ യുദ്ധത്തിലും അദ്ദേഹം പങ്കെടുത്തിട്ടുണ്ട്. യുദ്ധമെല്ലാം കഴിഞ്ഞ് തിരിച്ചെത്തുമ്പോഴേക്കും സാദെതിന് നിറഞ്ഞ യൗവനമായി. അച്ഛന്റെ കൂടെ യുവാവായ ഒരു സർജന്റുമുണ്ടായിരുന്നു. അയാൾ ഇസ്താംബൂളുകാരനായിരുന്നു. സാദെത് അയാളെ വിവാഹം കഴിച്ചു. അക്കാലത്ത് എങ്ങും പ്രശ്നങ്ങളായിരുന്നു. ഹയ്മാന താഴവരയിൽ മാത്രമല്ല, പട്ടണത്തിലും പല പ്രശ്നങ്ങളുമുണ്ടായിരുന്നു.

സർജന്റിന്റെ മനസ്സിൽ എന്നും അയാൾ യുദ്ധഭൂമിയിൽ കണ്ട ശവങ്ങളും യുദ്ധകാലത്ത് കണ്ട ദുസ്സ്വപ്നങ്ങളും മാത്രമായിരുന്നു. അതയാളെ മദ്യപാനിയാക്കി. മദ്യശാലകളിൽ വച്ച് അയാൾ വഴക്കടിക്കുക നിത്യസംഭവമായി. വിഷാദം ബാധിച്ച് ഏകനായി യാത്ര തുടങ്ങി. വീട്ടിൽ വരാതായി. ഒരു രാത്രിയിൽ അയാൾ തന്റെ ഭാര്യയെ വീട്ടിൽ നിന്നിറക്കി പൊട്ടിപ്പൊളിഞ്ഞ ഒരു വലിയ വീട്ടിലേക്ക് കൊണ്ടുപോയി. അവിടെയെത്തിയപ്പോഴാണ് താനെത്തിപ്പെട്ടിരിക്കുന്നത് മദ്യപന്മാർ കൂട്ടുകൂടുന്ന ഒരു സ്ഥലത്താണെന്ന് സാദെത്തിന് മനസ്സിലാകുന്നത്. അവൾ ജനലിലൂടെ പുറത്തേക്ക് ചാടി. താഴെ കുറ്റിക്കാടായിരുന്നു. അതിനുള്ളിൽ അവൾ രാത്രി കഴിച്ചുകൂട്ടി. പിറ്റേന്ന് കാലത്ത് അവൾ തന്റെ അച്ഛന്റെ വീട്ടിലേക്ക് തിരികെയെത്തി.

സർജന്റ് പിറ്റേന്ന് കാലത്ത് ലഫ്റ്റനന്റിന്റെ വീട്ടിലെത്തി ഭാര്യയെ വിട്ടുതരണമെന്ന് ആക്രോശിച്ചു. ഒരു കാലത്ത് തന്റെ മേലുദ്യോഗസ്ഥനായിരുന്നു ലഫ്റ്റനന്റ് എന്നത് അദ്ദേഹം അപ്പോൾ മറന്നുപോയിരുന്നു. ഇത് പിന്നെ പതിവായി. എന്നും രാത്രിയായാൽ അയാൾ വന്ന് ഒച്ചവച്ച് അയൽക്കാരെ മുഴുക്കെയുണർത്തും. അയാൾ പരിധികളെല്ലാം ലംഘിക്കുകയായിരുന്നു. അതുകൊണ്ട് തന്നെ ചെങ്കുത്തായ മലയിൽ നിന്ന് വീണു കിടക്കുന്നതുപോലെ ഭാവി അനിശ്ചിതമായിരുന്നു. ഒച്ചവയ്ക്കുന്നതിനിടയിൽ അയാൾ ആവത് കരയുകയും ചെയ്യുമായിരുന്നു. ഒരു ദിവസം രാത്രിയിൽ ഈ ഇസ്താംബൂളുകാരൻ സർജന്റ് തന്റെ തോക്കിനെ ഗർജ്ജിപ്പിച്ചുകൊണ്ട് വീടിനകത്തേക്കിരച്ച് കയറിയപ്പോൾ

അയാളുടെ കണ്ണിൽ കണ്ണുനീരുണ്ടായിരുന്നില്ല. ലഫ്റ്റനന്റും അയാളുടെ ഭാര്യയും കൊല്ലപ്പെട്ടു. സാദെത്തിന് പരിക്ക് പറ്റി. കാണാതായവരുടെ കൂട്ടത്തിൽ ഇസ്താംബൂളുകാരൻ സർജന്റുമുണ്ടായിരുന്നു. ഇത് എല്ലാ സ്ത്രീകളും അനുഭവിച്ച് വരുന്ന വിധിയാണെന്ന് സാദെത് പഴിച്ചു. ഇത് തന്റെ വിധിയാണെന്ന് അവർ അംഗീകരിക്കുകയും സ്വീകരിക്കുകയും ചെയ്തു. സാദെത് അവിടെ നിന്ന് വിട്ട് പോകാൻ തീരുമാനിച്ചു. പണ്ട് അച്ഛൻ പറഞ്ഞു തരാറുള്ള കഥകളിലെ ഗ്രാമങ്ങളിലൊന്നാണവൾ തിരഞ്ഞെടുത്തത്. അങ്ങനെ അവൾ ഹയ്മാന താഴ്വരയുടെ ഏകാന്തതയിലേക്ക് മറഞ്ഞുപോയി.

ഉപ്പിനോട് ചോദിക്കരുതേ, അതിനറിയില്ല,
മണ്ണിനോടും ചോദിക്കരുതേ, അത് കാണുന്നില്ല
ആദ്യം കരഞ്ഞത് സ്ത്രീയായിരുന്നു,
അവരുടെ അനാവൃതമായ കൈകളിൽ
ഒരു കണ്ണാടിയും പിന്നെയൊരു കത്തിയും
ജലത്തിനോട് ചോദിക്കരുതേ, അതിനറിയില്ല,
ഇലകളോടും ചോദിക്കരുതേ, അത് കാണുകയില്ല.
ആദ്യം കരഞ്ഞത് സ്ത്രീയായിരുന്നു.

ഗ്രീസും ടർക്കിയുമായുള്ള യുദ്ധം നടക്കുന്നതിനിടയിൽ ഒരു രാത്രിയിൽ സാദെതിന്റെ അച്ഛന് പരിക്ക് പറ്റി. ഹയ്മാന താഴ്വരയിൽ വച്ചാണദ്ദേഹത്തിന് പരിക്ക് പറ്റിയത്. അയാൾ സംഘത്തിൽ നിന്നും വേർപെട്ടു, ഒറ്റപ്പെട്ടു. അന്ന് ഓസിന് അറുപത് വയസ്സ്. സാദെതിന്റെ അച്ഛൻ ഗ്രാമത്തിനരികിൽ കിടക്കുന്നത് അയാളാണ് കണ്ടത്. ഓസ് അയാളെ തന്റെ വീട്ടിലെത്തിച്ചു. മൂന്നാം ദിവസം ലഫ്റ്റനന്റിന് എഴുന്നേറ്റ് നിൽക്കാമെന്നായി. പരിക്കുണ്ടായിരുന്നുവെങ്കിലും അയാൾ രാത്രിയുടെ മറവിലേക്ക് നടന്ന് മറഞ്ഞു. തോക്കിന്റെ ഗർജ്ജനം എവിടെ നിന്ന് വരുന്നു എന്ന് മണത്തറിഞ്ഞ് അവിടേക്ക് നടന്നു. അവിടെ ചെന്ന് തന്റെ പട്ടാളക്കാരോടൊപ്പം ചേർന്നു. യുദ്ധം കഴിഞ്ഞ് തന്റെ കുടുംബത്തിനോടൊപ്പം തിരികെ ചേർന്നപ്പോൾ അയാളുടെ കയ്യിൽ ഓസ് നൽകിയ സിഗരറ്റിന്റെ ഒരു കൂടുണ്ടായിരുന്നു. തനിക്ക് ലഭിച്ച മെഡലുകൾ പോലെ ഇതിനേയും അദ്ദേഹം സ്നേഹിച്ചു. വർഷങ്ങൾക്ക് ശേഷം, മുന്നിൽ അപകടമുണ്ടെന്ന് മണത്തപ്പോൾ, ആ സിഗരറ്റിന്റെ കൂട് അദ്ദേഹം മകളെ ഏല്പിച്ചു. എന്നിട്ട് എവിടേക്കും പോകാനില്ലെങ്കിൽ ഹയ്മാന താഴ്വരയിലേക്ക് പോകണമെന്നും അവിടെയെത്തിയാൽ ഓസ് എന്നുപേരുള്ള ആ വൃദ്ധനെ അന്വേഷിക്കണമെന്നും പറഞ്ഞു. ഗർഭിണിയായ സാദെത് നിരാലംബയായി ഗ്രാമത്തിലെത്തിയപ്പോൾ ഓസ് അവളെ വാരിപ്പുണർന്നു. എന്നിട്ട് യുദ്ധകാലത്ത് താഴ്വാരം മുഴുക്കെ രക്തപ്പുഴയൊഴുകിയപ്പോൾ കരഞ്ഞതിനേക്കാളൊക്കെയേറെ ദുഃഖിച്ച് അയാൾ കരഞ്ഞു.

ഒരു മാസത്തിനു ശേഷം സാദെത് ഇരട്ടക്കുട്ടികളെ പ്രസവിച്ചു. കെവെയും ആസ്യയും സാദതിന്റെ ഇഷ്ടതോഴിമാരായി. ആസ്യ

ഒറ്റയ്ക്കായിരുന്നു താമസം. രാത്രികാലങ്ങളിൽ അവൾ ശ്മശാനത്തി ലെത്തി പാടുമായിരുന്നു. ഇത്തിരി നേരം പാടിക്കഴിഞ്ഞാൽ അവൾ സാദെത്തിന്റെ വീട്ടിലെത്തും. ഇരട്ടക്കുട്ടികളെ കളിപ്പിക്കും. ചിലപ്പോൾ അവൾ കുട്ടികളെ ശ്മശാനത്തിലേക്ക് കൊണ്ടുപോകും. അവരോടൊത്ത് അവിടെ കളിക്കും. ശ്മശാനത്തിൽ വളരുന്ന പുല്ലുകൾകൊണ്ട് കിരീട മുണ്ടാക്കി കൊടുക്കും.

ആസ്യ സാദെതിനെ ഖുർദി ഭാഷ പഠിപ്പിച്ചു. പകരം സാദെതിൽ നിന്നും ടർക്കി ഭാഷ പഠിച്ചു. സാദെത് അവൾക്ക് കാറുകളുടെയും ഗ്രാമ ഫോണിന്റേയും ടെലിഫോണിന്റേയും കഥകൾ പറഞ്ഞുകൊടുത്തു. സാദെത് പറഞ്ഞ കഥകളൊക്കെ കേട്ടിട്ടും സൂര്യനിൽ ഏഴു നിറങ്ങൾ ഒളിച്ച് കിടപ്പുണ്ട് എന്ന് മാത്രം ആസ്യ വിശ്വസിച്ചില്ല. സാദെത് എത്ര തവണ പറഞ്ഞിട്ടും അത് മാത്രം ആസ്യയ്ക്ക് വിശ്വാസമായില്ല. അവ സാനം അവരൊന്നിച്ച് ഒരു മഴവില്ലിനെ കണ്ടു. അന്നവൾ അതും സ്വീക രിച്ചു, വിശ്വസിച്ചു. ചരിത്രമെന്നാൽ ശവങ്ങൾ മാത്രമുള്ള ഒരു വലിയ പുസ്തകമാണെന്നായിരുന്നു അവളുടെ ധാരണ. അടുത്ത യുദ്ധം എന്നാണ് തുടങ്ങുക എന്ന് അവളെപ്പോഴും ചോദിച്ചുകൊണ്ടിരുന്നു. താൻ പറഞ്ഞു തന്ന കാര്യങ്ങൾ മറ്റാരുമായും പങ്കുവയ്ക്കരുതെന്ന് സാദെത് അവളെ ഓർമ്മിപ്പിച്ചു. “നഗരത്തിൽ താമസിക്കുന്നവർക്ക് പരസ്പരം പരിചയം പോലുമില്ല” എന്നവൾ ആസ്യയോട് രഹസ്യം പറഞ്ഞു.

ഇത് കേട്ട് ആസ്യ ഭയന്നു. “കാരണം?” അവൾ ചോദിച്ചു.

“നഗരം വളരെ വലുതല്ലേ?”

അങ്ങനെയൊന്ന് ആലോചിച്ചെടുക്കാൻ ആസ്യ ശ്രമിച്ചു. എന്നാൽ അവൾക്കതിനായില്ല. “അങ്ങനെയെങ്കിൽ അവരെന്തിനാ അവിടെ താമസി ക്കുന്നേ?” എന്നായിരുന്നു സംശയം. നഗരത്തിലുള്ളവർ കൽക്കരി എന്ന് വിളിക്കപ്പെടുന്ന കറുത്ത നിറത്തിലുള്ള കല്ലാണ് ചൂടാക്കാനായി, തീ കത്തിക്കാനായി, ഉപയോഗിക്കുന്നത് എന്ന് കേട്ടപ്പോൾ “കല്ലെങ്ങനെ കത്തിക്കും?” എന്നായിരുന്നു അവളുടെ സംശയം. നഗരം എന്നാൽ ദൂരപ്രദേശങ്ങളിലെക്ക് പോകുക എന്നാണർത്ഥമെന്നും, എന്നാൽ ഗ്രാമ ത്തിൽ ദൂരം നിങ്ങളെ തേടിയെത്തുന്നുവെന്നും അവൾ ചിന്തിച്ചുറപ്പിച്ചു.

കടുത്ത തണുപ്പുകാലം വരുന്നുവെന്നറിയിക്കുന്ന ദൂതന്മാരാണ് വസന്തകാലത്ത് കൂട്ടം കൂട്ടമായി എത്തുന്ന കാക്കകൾ എന്ന് ആസ്യ സാദെതിനെ പഠിപ്പിച്ചു. പശുവിൻ ചാണകം ഉണക്കി പുകച്ചാൽ കുട്ടി കളുടെ അടുത്ത് കൊതുക് വരില്ലെന്നും അവൾ സാദെതിനെ പഠി പ്പിച്ചു. കൊതുക് കടിക്കാതാകുമ്പോൾ കുട്ടികൾ നന്നായി ഉറങ്ങും. മഴ വില്ലുണ്ടാകുന്നത് കുറുക്കന്റെ കല്യാണം നടക്കുന്നതിനാലാണ്, മഴ വില്ലിനെ ചാടിക്കടക്കുന്ന കുട്ടികൾക്ക് തങ്ങളിച്ഛിക്കുന്ന ലിംഗം ലഭിക്കും. പ്രണയം എന്നാൽ വിധിയാണ്. പിരിഞ്ഞ് പോക്ക് ക്ഷമയാണ്, മരണം ഒരു പരീക്ഷണമാണ്, ആകെയുള്ള പ്രതിവിധി പ്രതീക്ഷമാത്രമാണ്.

ഇതെല്ലാം കേട്ടുകേട്ട് നഗരവും ഗ്രാമവും തമ്മിലുള്ള വ്യത്യാസമെന്തെന്ന് സാദെതിന് മനസ്സിലായി തുടങ്ങി. ഒന്ന് സ്വയം ഉള്ളിലേക്ക് വളരുമ്പോൾ മറ്റേത് പുറത്തേക്ക് വളരുന്നു.

സംസാരിച്ചുകൊണ്ടിരിക്കുന്നതിനിടയിലും ആസ്യയുടെ ശ്രദ്ധ പുറത്ത് വീശുന്ന ഇത്തിരി ചൂടുള്ള ഇളം തെന്നലിലായിരിക്കും. എപ്പോൾ വേണമെങ്കിലും തന്നെ തേടി ഫെർമാൻ വന്നേക്കാം എന്നാണവളുടെ പ്രതീക്ഷ. അവളെന്നും കാലത്തെഴുന്നേറ്റ് വീട് വൃത്തിയാക്കും. മെത്ത വിരിപ്പ് മാറ്റി പുതിയത് വിരിക്കും. ദൂരെ എവിടെനിന്നോ ആരോ വരുന്ന തിന്റെ സൂചന ലഭിച്ചതുപോലെയാണവളുടെ പെരുമാറ്റം. എന്നും കാലത്ത് ഗ്രാമത്തിലെ സ്ത്രീകൾ വെള്ളമെടുക്കാൻ കിണറ്റിൻ കരയി ലെത്തും. ആസ്യയുമെത്തും. അവിടെ ഗ്രാമത്തിലെ നവവധുക്കളു ണ്ടാകും. അവരെ കാണുമ്പോൾ ഞാനും അധികം താമസിയാതെ ഒരു നവവധുവായി നിങ്ങളോടൊത്തുചേരുമെന്ന് ആസ്യ പറയും. അതിനായി അവൾ തലേന്ന് രാത്രിയിലും എന്തെങ്കിലും സ്വപ്നം കണ്ടിരിക്കും. തന്റെ ആഗ്രഹം പൂർത്തിയാകാൻ ഇനി തനിക്ക് അധികം കാത്തിരിക്കേണ്ടി വരില്ല എന്ന് അവൾ അവരോട് പറയും. അവളുടെ വിധിയെക്കുറിച്ച് ജനം നാടൻ പാട്ടുകൾ പാടാൻ തുടങ്ങിയതിനു ശേഷം നടക്കാതെ പോയ തന്റെ സന്തോഷത്തെ അവൾ മറച്ച് വയ്ക്കുവാൻ തുടങ്ങി. എല്ലാവർക്കും ഇത്രയും ഗാഢമായ അനുരാഗം ലഭിക്കുമാറാകട്ടെ എന്നവൾ ദൈവത്തി നോട് പ്രാർത്ഥിച്ചു. എന്നാൽ വിധി എന്റേതാകല്ലെ എന്ന് കൂട്ടിച്ചേർക്കാൻ അവൾ മറന്നില്ല. ചിലപ്പോൾ അവളുടെ മാനസിക നില തകരാറിലാകും. "ഞാൻ ഗർഭിണിയാണ്" എന്ന് പ്രസ്താവിക്കും. ചുറ്റിലുമുള്ള യുവതി കൾ ഇതിനുത്തരവാദി തങ്ങളുടെ സഹോദരന്മാരല്ലെന്ന് ആണയിടും. അപ്പോഴും മരിച്ചുപോയ തന്റെ അച്ഛനെ പിടിച്ചാണയിട്ട് ആസ്യ തന്റെ വാക്കുകളാവർത്തിക്കും. ജനം എന്ത് പറയുന്നു എന്നത് അവൾക്ക് പ്രശ്നമായിരുന്നില്ല. ഏതാനും ദിവസമായി ആ തള്ളച്ചെങ്കരടിയെ ക്കുറിച്ചുള്ള വാർത്തയൊന്നും വരാതായപ്പോൾ "ഫെർമാൻ അതിനെ കൊന്നിരിക്കും" എന്ന് സംസാരമുണ്ടായി. അവൾ അതിനും ചെവി കൊടു ത്തില്ല. അവളത് അംഗീകരിച്ചുമില്ല. "കുട്ടികൾ നഷ്ടപ്പെട്ട അമ്മ അനാഥ യാണ്. അങ്ങനെ അനാഥയായ ഒരമ്മക്കരടിയെ ഫെർമാൻ ഉപദ്രവി ക്കില്ല" അവൾ വാദിച്ചു. ഒരു വർഷം കഴിഞ്ഞപ്പോൾ കഥ തിരിച്ചായി. തള്ളച്ചെങ്കരടി ഫെർമാനെ കൊന്നു എന്ന് നാട്ടുകാർ അടക്കം പറയു വാൻ തുടങ്ങി.

ആസ്യയിൽ നിന്നും സാദെത് പഠിച്ച ഏറ്റവും നല്ല കാര്യം ആസ്യ യെപ്പോലെ തലകറങ്ങിവീണ് ബോധം കെടുന്നതായിരുന്നു. തന്റെ മന സ്സിനെ ചെറുതായെന്തെങ്കിലും അലട്ടിയാൽ ഇതവൾക്ക് ഉപകാരമായി വരുമായിരുന്നു. അല്ലെങ്കിൽ ജീവിതം അവൾക്ക് ദുസ്സഹമായി തീർ ന്നേനെ. തലകറക്കം വന്നാലുടൻ അവൾ ദീർഘമായി ശ്വസിച്ച് തുടങ്ങും. അപ്പോൾ അവളുടെ കഴുത്തും പുറവും വയറും വിയർക്കും. ഒരു രാത്രി

മുഴുക്കെ അവളങ്ങനെ അതേ അവസ്ഥയിൽ തുടരും. പിറ്റേന്ന്, നല്ല വിശ്രമം ലഭിച്ചതുപോലെ ഉന്മേഷവതിയാകും. നേരം പുലരുന്നതിനു മുമ്പ് മുൻവാതിൽക്കൽ പ്രത്യക്ഷപ്പെടും. ഉദിച്ചുയരുന്ന സൂര്യനഭിമുഖമായി നിൽക്കും. പക്ഷികൾക്ക് അന്നം നൽകും. കുട്ടികളുടെ കെട്ടുപിണഞ്ഞ മുടിയിൽ ചുംബിക്കും. നല്ല സ്വരമായിരുന്നു അവരുടേത്. അവൾ തനിക്ക് മാത്രം കേൾക്കാനായി നഗരത്തിൽ നിന്ന് പഠിച്ച പാട്ടുകൾ പാടും. ഈ ഗ്രാമത്തിൽ തന്നെയാണ് ജനിച്ചതെന്നും ഇവിടെയാണിത്രയും കാലം ജീവിച്ചതെന്നും കഴിയുന്നതും സ്വയം വിശ്വസിപ്പിക്കുവാൻ അവൾ ശ്രമിച്ചു. എന്നാൽ തണുപ്പുകാലത്തിന്റെ ദൈർഘ്യം പലപ്പോഴും അവൾക്ക് അസഹ്യമായി. അപ്പോൾ അവൾക്ക് നഗരം ഓർമ്മവരും. ഒരു ദിവസം താനീ നാടുപേക്ഷിച്ച് തിരികെപോയേക്കുമോ എന്നവൾ ഭയക്കുവാൻ തുടങ്ങും. ആ തള്ളച്ചെങ്കരടി അവളെ അടിച്ച് രൂപമാറ്റം വരുത്തി, കഴുകന്റെ മുഖമുള്ള സ്ത്രീയാക്കിയ അന്നുവരേക്കും ഈ ഭയം എന്നും അവളിലുണ്ടായിരുന്നു.

115

പത്ത്

ബ്രാനി താവൊ

തണുപ്പുകാലത്തിന്റെ ആരംഭം

തുടർച്ചയായി മൂന്ന് രാത്രികളിൽ എന്റെയോരത്തിരുന്ന് ആരോ എന്നെ താരാട്ടു പാടി ഉറക്കി. കണ്ണൊന്നു തുറക്കുക പോലും ചെയ്യാതെ മൂന്നു രാത്രിയുമുറങ്ങി. അതിന്റെ രുചിയൊന്ന് വേറെതന്നെയായിരുന്നു. ഒരു നവജാത ശിശുവിന്റെ സന്തോഷം എന്നിലത് നിറച്ചു. കണ്ണടച്ച് കിടന്നപ്പോൾ സുന്ദരസ്വപ്നങ്ങളുണ്ടായി. ഞാൻ ഉണർന്നെഴുന്നേറ്റിട്ടും ആ സ്വപ്നങ്ങൾ എന്നെ വിട്ട് പോയില്ല.

എന്നാൽ താരാട്ടധികം നീണ്ട് നിന്നില്ല.

ഇപ്പോൾ രണ്ട് ദിവസമായി ഞാനുറങ്ങിയിട്ട്. കറുത്തിരുണ്ട ആ തടാകത്തിലേക്കൊന്നിറങ്ങുവാനായിട്ട്.

ഇപ്പോൾ അർദ്ധ രാത്രിയാണ്.

ഉറക്കമില്ലാത്ത അവസ്ഥ വരുമ്പോൾ അതിനോടൊപ്പം അതിന്റെ ശിക്ഷകളും വന്ന് ചേരും. ഞാനെന്ത് കേൾക്കുന്നുവോ അതിൽ ശ്രദ്ധിക്കുവാനാകാതാവും, ഞാനെന്ത് കണ്ടുകൊണ്ടിരിക്കുന്നുവോ അതിൽ ശ്രദ്ധിക്കുവാനാകാതാകും. അതുപോലെ വായിക്കുന്നത് മനസ്സിലാകാതാകും. “ആൾ ക്വയറ്റ് ഓൺ വെസ്റ്റേൺ ഫ്രണ്ട്” എന്ന പുസ്തകത്തിന്റെ അവസാന താളുകളിൽ ഞാനെത്തിയിരുന്നു. ഞാൻ ടെലിവിഷൻ ഓഫ് ചെയ്ത് പുസ്തകം കയ്യിലെടുത്തു. എന്നാൽ അതിലെ വാചകങ്ങളും ഖണ്ഡികകളും, താളുകളും എന്ത് പറയുന്നു എന്ന് എനിക്ക് മനസിലാകുന്നില്ല. തുടങ്ങിയ സ്ഥലത്തേക്ക് പല തവണ ഞാൻ തിരികെപോയി.

അവസാനം ഉപേക്ഷിച്ചു.

ഞാൻ വീണ്ടും ചെറുനാരങ്ങ ചേർത്ത ചായയുണ്ടാക്കി. പല ദിവസമായി ഇതാണ് ഇഷ്ടപാനീയം. ഷെൽഫിൽ നിന്നും ചിത്രങ്ങളുള്ള ഒരു നോവലെടുത്തു. അത് മെത്തയ്ക്കരികിലെ മേശപ്പുറത്ത് വച്ചു.

സി ഡി പ്ലെയർ ഓൺ ചെയ്തു.

അതിൽനിന്നും പുല്ലാങ്കുഴലിന്റെ സ്വരമാധുരിയുയർന്നു. അക്കലെയുള്ള

ഏതോ തോട്ടത്തിൽ നിന്നും സുഖശീതളമായ ഒരു കാറ്റ് ഒഴുകിയെത്തിയതുപോലെ തോന്നിച്ചു ആ സംഗീതം കേട്ടപ്പോൾ.

ഞാൻ വീണ്ടും ചായ പകർന്നു.

ഉറക്കമില്ലാത്തപ്പോൾ ഉറക്കമില്ലായ്മയെ ഞാൻ "അത്" എന്ന് വിളിക്കുവാൻ തുടങ്ങിയിരിക്കുന്നു. അതിനെയിപ്പോൾ ഉറക്കമില്ലായ്മ എന്ന് വിളിക്കുവാൻ എനിക്ക് ഭയമാകുന്നു. ഈ "അത്" ഇപ്പോൾ എന്നിൽ നിന്നും എന്ത് വിലയാണീടാക്കുന്നത്? ഞാൻ എന്റെ ജന്മനാട്ടിൽ നിന്നും ഏറെ ദൂരെയായിരിക്കുന്നു. എന്റെ രക്തം ചിന്തി. എന്റെ അസ്ഥികളൊടിഞ്ഞു. മാതാപിതാക്കളിൽ നിന്നും വളരെ ദൂരെയാണിപ്പോൾ ഞാൻ. എന്നിട്ടും മതിയായില്ല എന്ന് തോന്നുന്നു. "അത്" എന്നോട് ഒട്ടും ദയയില്ലാതെ പെരുമാറുന്നു. "അത്" തിരിച്ചെത്തിയിരിക്കുന്നത് എന്നിലെ അവസാന തുള്ളി ഊർജ്ജവും ഊറ്റാനായാണ്.

തലവേദന കൂടിയിരിക്കുന്നു, അത് കൂടിക്കൊണ്ടേയിരിക്കുകയാണ്.

തലവേദനയും ദാരിദ്ര്യവും ഒരുപോലെയാണ്. രണ്ടും നിങ്ങളെ നിരാശരാക്കുന്നു.

ഇന്നലേക്കു ശേഷം ഞാനിതുവരേക്കും നാല് ഉറക്ക ഗുളികകൾ കഴിച്ചിട്ടുണ്ട്. എന്നാൽ അതിന്റെ ഗുണമൊന്നും കാണാനില്ല, ലഭിക്കുന്നുമില്ല. ഉറക്കം എന്നിൽ നിന്നും ദൂരെ ദൂരേക്കു പോയിക്കൊണ്ടിരിക്കുന്നു. തലവേദനയ്ക്കാകട്ടെ ഒട്ടും കുറവും വരുന്നില്ല.

ഞാൻ ചായ കുടിച്ചു തീർത്തു.

രണ്ടാമത്തെ പേജ് കഴിഞ്ഞപ്പോൾ ചിത്രങ്ങളുള്ള ആ നോവൽ ഞാൻ വലിച്ചെറിഞ്ഞു. ലൈറ്റ് ഓഫ് ചെയ്ത് വീണ്ടും കിടന്നു. പുതപ്പ് തലയ്ക്കു മുകളിലൂടെ വലിച്ചിട്ടു.

ഉറക്കത്തിന്റെ തടാകം അവിടെയായിരുന്നു.

ഇരുണ്ടു കിടക്കുന്ന വെള്ളത്തിനടിയിലായിരുന്നു. ചെങ്കുത്തായ മലഞ്ചെരിവിലേക്ക് ഞാനിറങ്ങിയിരിക്കുന്നു. ഞാനവിടെ ശൂന്യതയിൽ തൂങ്ങിയാടുന്നു. അവിടെ നിന്ന് താഴെയുള്ള ഉറക്കത്തിന്റെ ഇരുണ്ട തടാകത്തിലേക്കൊന്ന് കൂപ്പുകുത്തുവാൻ എനിക്കാകുന്നില്ല.

തടാകത്തിന്റെ ആഴത്തിലേക്ക് കൂപ്പുകുത്തുവാനും അവിടെ നിന്ന് ഒരിക്കലും മേലോട്ട് പൊങ്ങിവരാതിരിക്കുവാനും ഞാൻ കൊതിച്ചു.

നമ്മുടെയെല്ലാം മനസ്സിന്റെ ഉള്ളിന്റെയുള്ളിൽ ഒളിച്ചു കിടക്കുന്ന, മരണത്തിനോടുള്ള സ്നേഹം എന്ന രഹസ്യം എന്നത് ഇതുപോലെ എന്തോ ആയിരിക്കണം എന്ന് ഞാൻ കരുതി.

രണ്ടോ മൂന്നോ ദിവസം ഉറക്കം ലഭിക്കായ്ക എന്നതിനെ ഞാൻ ഭയന്നിട്ടില്ല. അത് മുമ്പും ഉണ്ടായിട്ടുള്ളതാണ്.

കണ്ണടച്ച്, എന്നാൽ മനസ്സ് തുറന്ന്, മണിക്കൂറുകളോളം ഞാനങ്ങനെ കിടന്നു.

ചിലപ്പോൾ മനസ്സിലേക്ക് തെരുവിലെ ശബ്ദങ്ങൾ കയറിവന്നു. ചില പ്പോൾ പുല്ലാങ്കുഴലിന്റെ സംഗീതം കയറി വന്നു. പിന്നെ അവയ്ക്ക് മേൽ എനിക്കുണ്ടായിരുന്ന നിയന്ത്രണം എവിടേയോ തകർന്ന് പോയി. ഞാൻ അന്തമില്ലാത്ത ചിന്തകളിലേക്കാണ്ടുപോയി. കഴിഞ്ഞ നിമിഷത്തിൽ ഞാൻ ചിന്തിച്ചിരുന്നത് എന്താണെന്ന് ഓർത്തെടുക്കുവാനാകാതായി.

പിറ്റേന്ന് കാലത്ത് പത്തുമണിക്ക് പുതപ്പിൽ നിന്നും പുറത്തു വന്ന പ്പോൾ കണ്ണുകൾ പൊട്ടിപ്പൊളിയുന്നുണ്ടായിരുന്നു.

ഒരു നിമിഷം പോലും ഉറങ്ങിയിട്ടില്ല.

കണ്ണ് വേദനിക്കുന്നു. കാഴ്ച മങ്ങിയിരിക്കുന്നു.

ഞാൻ കുളിച്ചു.

കെറ്റിലിൽ വെള്ളം നിറച്ച് ചായയുണ്ടാക്കുവാനൊരുങ്ങി.

ജനലിനരികിൽ പോയി പുറത്ത് പെയ്യുന്ന മഴയെ നോക്കി നിന്നു. ഈ മഴ എപ്പോൾ തുടങ്ങി? ഇന്നലെ രാത്രിയിലോ അതോ ഇന്ന് കാലത്തോ? എനിക്കോർത്തെടുക്കുവാനാകുന്നില്ല.

മിനിഞ്ഞാന്ന് മുതൽ ഞാൻ മൊബൈൽ ഫോൺ ഓഫ് ചെയ്ത് വച്ചിരിക്കുകയാണ്.

ഉറക്കം എനിക്ക് നിധിയാണ്. അത് ലഭിക്കുമ്പോൾ എന്നെ ആരും ശല്യപ്പെടുത്തരുത്. ഒരു ഫോൺവിളിയും എന്നെ ശല്യപ്പെടുത്തരുത്.

ഫോൺ ഓൺ ചെയ്തപ്പോൾ സന്ദേശങ്ങൾ അതിലേക്കൊഴുകി വന്നു. അതിൽ രണ്ടെണ്ണം ഫെറൂസെയിൽ നിന്നായിരുന്നു. "താങ്കളെ വിടെയാണ്?" എന്നൊന്ന് "എനിക്ക് ഫോൺ ചെയ്യൂ" എന്ന് രണ്ടാമത്തേത്.

അതുകൂടാതെ ശബ്ദവീചികളായും മൂന്ന് സന്ദേശങ്ങൾ അവളിൽ നിന്നുണ്ട്.

അവൾ ഇറാനിലേക്ക് പോകുന്നു. അവിടെയുള്ള അവളുടെ സഹോ ദരിക്ക് സുഖമില്ല. അതിനാൽ ഫെറൂസെയ്ക്ക് ഉടൻ പോയേ പറ്റൂ.

അവസാന സന്ദേശം വിമാനത്താവളത്തിൽ നിന്നായിരുന്നു. അവൾ അതിൽ "ബ്രാനി താവൊ" എന്ന എന്റെ പേര് പല തവണ ഉച്ചരിച്ചിരി ക്കുന്നു. അതല്ലാതെ ഒന്നുമില്ല. അവൾക്ക് പിറകിൽ വിമാനത്താവള ത്തിലെ അറിയിപ്പുകൾ ഞാൻ കേട്ടു. വിമാനം പറന്നുയരാറായി എന്ന വർ പറയുന്നത് ഞാൻ കേട്ടു.

ഞാൻ പലതവണ അവളെ വിളിച്ചു. അവളുടെ ഫോൺ സ്വിച്ച് ഓഫ് ചെയ്തിരിക്കുന്നു.

എനിക്ക് അവളുടെ വീട്ടിൽ പോകണം.

എന്റെ കീശയിലുള്ള ഏതാനും നാണയങ്ങൾ ടാക്സി കൂലിക്ക് മതി യാകില്ല.

ഇങ്ങനെയുള്ള അവസരങ്ങളിലാണ് തല മുന്നിലുള്ള ചുവരിലിടിക്കു വാൻ തോന്നാറുള്ളത്.

ഞാൻ സൈക്കിളെടുത്ത് ആഞ്ഞ് ചവിട്ടുവാൻ തുടങ്ങി. മഴയെ കൂസാതെ ഞാൻ മുന്നോട്ട് നീങ്ങി. നദിക്കരയിലെത്തിയപ്പോൾ ഒരിക്കൽ മറിഞ്ഞ് വീണു. സൈക്കിളിന്റെ ചെയിൻ തെറ്റി. ഒരു യുവ ദമ്പതികൾ വന്ന് നേരെ നിൽക്കാനും സൈക്കിൾ ശരിയാക്കാനും എന്നെ സഹായിച്ചു. ഞാൻ യാത്ര തുടർന്നു.

ഫെറൂസെയുടെ വീട്ടിലെത്തിയപ്പോഴേക്കും ആകെ നനഞ്ഞ് കുതിർന്നിരുന്നു.

ഞാൻ മണിയടിച്ച് കാത്ത് നിന്നു.

കുറച്ച് കഴിഞ്ഞ് വീണ്ടും മണിയടിച്ചു.

ഞാൻ ജനലിലേക്ക് നോക്കി. പർദ്ദകൾ എല്ലാം അടഞ്ഞ് കിടക്കുന്നു.

വാതിലിൽ മുട്ടി. ആരും തുറന്നില്ല.

പർദ്ദകൾ അനങ്ങുന്നില്ല.

ഞാൻ ചുറ്റിലും നോക്കി. ആരെയെങ്കിലും കാണുമെന്ന് പ്രതീക്ഷിച്ചു. തെരുവിൽ പോലും ആരുമുണ്ടായിരുന്നില്ല.

അസീതയും ടീനയും കൂടെപോയിരിക്കുവാൻ സാധ്യതയില്ല. അങ്ങനെയൊരു കാര്യം ഫെറൂസെ തന്റെ സന്ദേശത്തിൽ പറഞ്ഞില്ലല്ലോ.

ഞാൻ സൈക്കിൾ ചുവരിൽ ചാരിവച്ചു. വഴിക്ക് കുറുകെയുണ്ടായിരുന്ന കടയിലേക്ക് നടന്നു. ഒരു പേന ചോദിച്ചു. ഒരു തുണ്ട് കടലാസിൽ ഒരു കൊച്ചു കുറിപ്പും എന്റെ ടെലിഫോൺ നമ്പറും എഴുതി വീടിനു മുന്നിലുള്ള തപാൽ പെട്ടിയിലിട്ടു.

അവർ തിരികെ എത്തിയാൽ എന്തായാലും എന്നെ വിളിക്കാതിരിക്കില്ല.

തിരികെ വന്ന് നോക്കിയപ്പോൾ സൈക്കിൾ കാണാനില്ല. അതെവിടെയുമില്ല.

ഞാൻ വഴിയിലേക്ക് നോക്കി. രണ്ട് പേർ സൈക്കിളിൽ പോകുന്നു. മഴയും ഉറക്കമില്ലായ്മയും മൂലം എന്റെ കാഴ്ച മങ്ങിയിരിക്കുന്നു. എന്നാൽ അതിൽ ഒരു സൈക്കിൾ എന്റേതാണെന്ന് എനിക്കുറപ്പായിരുന്നു. ചില സമയങ്ങളിൽ ദരിദ്രർക്ക് ഉറപ്പാക്കുകയല്ലാതെ മറ്റ് മാർഗ്ഗങ്ങളില്ലല്ലോ.

ഞാൻ പിറകെ ഓടി. അവരെ വിളിച്ചു.

അവർ എന്നെ തിരിഞ്ഞ് നോക്കി.

കൗമാരത്തിലെത്തിയ രണ്ട് ആൺകുട്ടികളായിരുന്നു. അവർ അവരുടെ നടുവിരൽ ഉയർത്തി. അവരിലൊരുവൻ “പോയി തുലയടാ... നിന്റെ രാജ്യത്തേക്ക് തിരികെ പോ..” എന്ന് പറഞ്ഞു.

ഇവിടെ ഞാൻ അധികപ്പറ്റായ ഒരു വിദേശിയാണെന്ന് അവർ മനസ്സിലാക്കിയിരിക്കുന്നു.

അവർ പ്രധാന വീഥിയിൽ നിന്നും തിരിഞ്ഞു പോയി.

ഞാൻ പിന്നേയും അവർക്ക് പിറകെയോടി.

അവർ തിരിഞ്ഞുപോയ തിരിവിലെത്തി. എങ്ങോട്ടാണ് പോയതെന്ന് മനസ്സിലായില്ല. അവിടെ ആരുമുണ്ടായിരുന്നില്ല.

ഒരു ബുദ്ധിമുട്ടുണ്ടായാൽ പിന്നെ ബുദ്ധിമുട്ടുകളുടെ ഘോഷയാത്ര യാകും. ഇന്ന് എന്റെ ദിവസമാണതിന്.

ഉറക്കം ലഭിക്കാതായപ്പോൾ എന്നിൽ ആക്രമണോത്സുകത നിറഞ്ഞ പല ആഗ്രഹങ്ങളും ഉടലെടുത്തിരുന്നു. അതിനാൽ ആ രണ്ട് കൗമാര ക്കാർക്കു മേൽ എന്റെ ബുദ്ധിമുട്ടുകളുടെ ഭാണ്ഡമഴിക്കാൻ ഞാൻ തയ്യാ റായിരുന്നു.

ഒരു തെരുവ് പട്ടിയെപ്പോലെ മഴ നനഞ്ഞൊട്ടി വീട്ടിലെത്തിയപ്പോൾ ഞാൻ വല്ലാതെ ക്ഷീണിച്ചിട്ടുണ്ടായിരുന്നു. ക്ഷീണവും, തണുപ്പും ഉറക്ക മില്ലായ്മയും മൂലം ബോധം നശിക്കുമോ എന്ന അവസ്ഥയിലായിട്ടുണ്ടാ യിരുന്നു. നേരെ കുളിമുറിയിലേക്ക് കടന്നു. തണുപ്പടിച്ചകൈകൊണ്ട് ഷവർ ഒന്ന് തുറക്കാൻ പോലും ബുദ്ധിമുട്ടി. ചൂടുവെള്ളം തുറന്നിട്ട് അതിനു ചുവട്ടിൽ വളരെനേരം നിന്നു.

എന്നിട്ടും വിറയൽ മാറിയില്ല. സ്വറ്റർ ധരിച്ച് മെത്തയിൽ കിടന്നു.

ഞാൻ ഫോൺ കയ്യിൽ എടുത്തു. എനിക്ക് ഫെറൂസെയുടെ സ്വരം കേൾക്കണം.

"താങ്കളുടെ ഫോൺ ഇന്നലെ മുതൽ സ്വിച്ച് ഓഫ് ചെയ്തിരിക്കുക യാണ്. അസുഖമൊന്നുമില്ലല്ലോ" എന്നും "ജീവനോടെയുണ്ടെന്നറി ഞ്ഞാൽ ഞാൻ താങ്കളെ വന്ന് കാണും" എന്നും അവളുടെ സന്ദേശ ത്തിന്റെ ബാക്കിയുണ്ടതിൽ.

ഞാൻ അതേ സന്ദേശം പല തവണ കേട്ടു.

പിന്നെ ഞാൻ ഫെറൂസെയുടെ സ്ഥാനത്തേക്ക് മാറുകയും അവൾ വിമാനത്താവളത്തിൽ നിന്നും വിളിച്ചപ്പോൾ ഞാൻ "ബ്രാനി താവോ" എന്ന് മറുപടി പറയുന്നതും സ്വപ്നം കണ്ടു.

പണ്ടു പണ്ട്, കിഴക്കൊരു അദ്ധ്യാപകൻ ചിത്രശലഭത്തെക്കുറി ച്ചെഴുതിത്തുടങ്ങി. രാവ് മുഴുക്കെ അദ്ദേഹം ആ ശലഭത്തെക്കുറിച്ചെഴുതി. എഴുതിയെഴുതി താനാണാ ശലഭമെന്ന ചിന്തയായി. അങ്ങനെ ചിന്തിച്ച് ചിന്തിച്ച് ശലഭമായ അദ്ധ്യാപകന് തന്നെക്കുറിച്ചെഴുതുന്ന അദ്ധ്യാപക നോട് കരുണ തോന്നി. രാവുമുഴുക്കെ ഉറക്കം കളഞ്ഞ് മെഴുകുതിരി വെളിച്ചത്തിലിരുന്ന് ഈ അദ്ധ്യാപകൻ തന്നെക്കുറിച്ചെഴുതുകയാണല്ലോ എന്ന കരുണ.

അതുപോലെ, ഞാനുമായി ബന്ധപ്പെടുവാൻ ശ്രമിച്ച് പരാജയപ്പെട്ട ഫെറൂസെയുടെ ഭയം ഇപ്പോൾ എന്നെ ഗ്രസിച്ചിരിക്കുന്നു. യാത്രയാകു ന്നതിന്റെ അവസാന നിമിഷത്തിലും അവൾ ഞാനുമായി ബന്ധപ്പെടു വാൻ ശ്രമിച്ചിരിക്കുന്നു. പല തവണ. അവളുടെ നിരാശ ഇപ്പോൾ

ഞാനറിയുന്നു. എന്റെ മനസ്സ് കുണ്ഠിതപ്പെടാൻ തുടങ്ങി. സ്വയം ചിന്തിച്ചും അവളെക്കുറിച്ചോർത്തും ഞാൻ ദുഃഖിച്ചു.

അവളുടെ നമ്പർ ഡയൽ ചെയ്തു. ഫോൺ അപ്പോഴും സ്വിച്ച് ഓഫ് ആയിരുന്നു.

ഞാനവൾക്ക് ഒരു സന്ദേശമയച്ചു.

എന്റെ മെത്തയ്ക്ക് മുകളിൽ ആകാശം നീലിച്ച് കിടക്കുന്നു. നോക്കി യിരിക്കെ ആകാശത്ത് മേഘങ്ങൾ നിറഞ്ഞു. മേഘങ്ങളില്ലാത്ത രാത്രി കളിൽ എനിക്ക് ചന്ദ്രനേയും താരകങ്ങളേയും നോക്കി വെറുതെ കിട ക്കാമായിരുന്നു.

മൂന്ന് ദിവസമായി ഉറങ്ങാത്ത കണ്ണുകൾ വേദനിക്കുന്നുണ്ട്. ഞാൻ കണ്ണടച്ചു.

ഞാൻ ഉറക്കം സൂക്ഷിച്ചിരിക്കുന്ന വീടിന്റെ താക്കോൽ കളഞ്ഞു പോയിരിക്കുന്നു. ഇനിയതിന്റെ വാതിൽ എപ്പോൾ തുറക്കുവാനാകു മെന്നും എപ്പോൾ വീണ്ടുമതടയ്ക്കുവാനാകുമെന്നും എനിക്കറിയില്ല.

കുറച്ച് കഴിഞ്ഞപ്പോൾ ഞാൻ വീണ്ടും പാതി കണ്ണ് തുറന്നു.

കണ്ണുതുറന്ന് ചുവരിലെ ക്ലോക്കിലേക്ക് നോക്കിയപ്പോഴാണ് കൃത്യം പന്ത്രണ്ട് മണിക്കൂറായി ഞാനുറങ്ങുകയായിരുന്നു എന്നെനിക്ക് മനസ്സി ലായത്.

ഒരു രാത്രി ഒരു നിമിഷം കൊണ്ട് കഴിഞ്ഞ് പോയതുപോലെ.

ഞാൻ മെത്തയിൽ നിന്നും ചാടിയെഴുന്നേറ്റു.

എന്റെ ഫോൺ എവിടെ വച്ചു എന്നോർത്തെടുക്കുവാൻ എനിക്കാ യില്ല.

അത് മെത്തയ്ക്കടിയിലേക്ക് വീണിരുന്നു.

അതിൽ അനേകം സന്ദേശങ്ങളുണ്ടായിരുന്നു. എന്നാൽ ഞാൻ പ്രതീക്ഷിച്ചയാളിൽ നിന്നും ഒരൊറ്റ സന്ദേശം പോലുമുണ്ടായിരുന്നില്ല.

നേരം വെളുത്തിരിക്കുന്നു.

വീണ്ടും ഫെറൂസെയെ വിളിച്ചു. കിട്ടിയില്ല.

ഇന്നലെ മുതൽ ഒന്നും കഴിച്ചിട്ടില്ല.

വിശപ്പുണ്ടെന്ന് എനിക്ക് മനസ്സിലായി.

കെറ്റിലിൽ വെള്ളം നിറച്ചു. ചായയുണ്ടാക്കുവാൻ തുടങ്ങി.

ഒരു തുണ്ട് റൊട്ടിയെടുത്ത് അതിൽ വെണ്ണയും ജാമും പുരട്ടി പ്രാത ലിന് തയ്യാറെടുത്തു.

ടെലിവിഷൻ ഓൺ ചെയ്ത് വാർത്ത കണ്ടു.

കുറച്ച് ദിവസങ്ങളായി സൊമാലിയയുടെ തലസ്ഥാനമായ മൊഗാദിസുവിൽ കലാപം തുടങ്ങിയിട്ട്. ടർക്കിയിലെ രാഷ്ട്രപതി തിരഞ്ഞെടുപ്പിനിടയ്ക്ക് പലതും സംഭവിച്ചുകൊണ്ടിരിക്കുന്നു. ബ്രിട്ടീഷ്

പട്ടാളക്കാർ രണ്ട് ദിവസം മുമ്പ് ഒരു ഇറാക്കുകാരനെ പീഡിപ്പിച്ച് കൊന്നിരിക്കുന്നു. അതിന്റെ ചിത്രമൊന്ന് കാണണം. വാർത്തയിൽ താത്പര്യമുള്ളപ്പോൾ ഇതിലേതെങ്കിലും വാർത്തയാണ് വന്നിരുന്നതെങ്കിൽ അതെന്നെ ആകാംക്ഷയുടെ മുൾമുനയിൽ നിറുത്തുമായിരുന്നു.

പീഡിപ്പിച്ച് കൊല്ലപ്പെട്ട ആ ഇറാക്കിയെ പോലെ ഈ ലോകവുമായി യാതൊരു ബന്ധവുമില്ലാത്തവനാണിപ്പോൾ ഞാനെന്ന് എനിക്ക് തോന്നിപ്പോയി.

ഞാൻ വേദനാസംഹാരി എന്നറിയപ്പെട്ടിരുന്ന രണ്ട് ഗുളികകൾ ഒന്നിച്ച് വിഴുങ്ങി.

പുറത്തിറങ്ങുന്നതിനു മുമ്പ് അവസാനം കേട്ട വാർത്ത കെന്റിൽ ഭൂമി കുലുക്കമുണ്ടായിരിക്കുന്നു എന്നാണ്.

വിവർത്തകരെ നൽകുന്ന ഏജൻസിയിൽ അവരുടെ ദിവസം തുടങ്ങുന്നതിനു മുമ്പേ ഞാനെത്തി. ടർക്കിക്കാരനായ ഒരു സുഹൃത്തിൽ നിന്നും കുറച്ച് പണം കടം വാങ്ങി. ഒരു ഇറാനി വിവർത്തകനിൽ നിന്നും ഫാർസി ഇംഗ്ലീഷ് നിഘണ്ടുവും കടം വാങ്ങി.

എന്നെകണ്ടിട്ട് വല്ലാതെ ക്ഷീണിതനാണെന്ന് തോന്നുന്നു എന്നവർ പറഞ്ഞു. ഏജൻസിയിൽ ജോലി വല്ലാതെ കുറയുന്നു എന്നവർ പരാതിപ്പെടുകയും ചെയ്തു. അടുത്തയാഴ്ച ഒരു സിനിമയ്ക്ക് പോകാമെന്ന് ഞങ്ങൾ തീരുമാനിച്ചു.

ഇന്ന് മഴ പെയ്യുന്നില്ല.

ഷോപ്പിങ്ങ് സെന്ററിനു സമീപമുള്ള ഭൂഗർഭ പാതയിലൂടെ നടക്കുമ്പോൾ പാതി പൂർത്തിയാക്കിയ ചുവർ ചിത്രം ഞാൻ ശ്രദ്ധിച്ചു. കഴിഞ്ഞയാഴ്ച ഇതുവഴി പോകുമ്പോൾ ചില കുട്ടികൾ ഒരാൾക്ക് മുകളിൽ ഒരാൾ കയറി നിന്ന് വരച്ചിരുന്ന ചുവർ ചിത്രമായിരുന്നു ഇത്. അവരത് പാതിയിൽ നിറുത്തിയിരിക്കുന്നു. “കവിതയുടെ കല എന്നാൽ..” എന്നഴുതി വച്ചിട്ടുണ്ട്. ശേഷിച്ചത് മുഴുവനാക്കിയിട്ടില്ല. അവസാനത്തെ രണ്ടക്ഷരങ്ങൾ വല്ലാതെ ക്ഷീണിച്ചവയായിരുന്നു, വ്യക്തമായിരുന്നില്ല. അവരുടെ കയ്യിൽ അപ്പോഴേക്കും ചായം തീർന്നിരിക്കണം.

കവിതയുടെ കല. വർഷങ്ങൾക്കു മുമ്പ് ഞങ്ങളിൽ ചിലർ ഗെസെ കൊൻഡുവിലെ ഒരു കുടിലിൽ ഒത്തുകൂടിയിരുന്നു. “ഒരു വിപ്ലവകാരിക്ക് ആയുസ്സ് കുറവാണ്. അത് യുദ്ധനിയമമാണ്.” ഞങ്ങളിൽ ഒരാൾ പറഞ്ഞു. ഹ്രസ്വമായ ഒരു ജീവിതത്തിനുള്ളിലേക്ക് എന്തിനെയൊക്കെ ആവാഹിച്ചെടുക്കുവാനാകും? ഓരോരുത്തരും അവരുടെ സ്വപ്നങ്ങൾ പങ്കുവച്ചു. ഒരു കവിതാസമാഹാരമിറക്കണം. നിഷ്കളങ്കമായ എന്റെ മുഖത്തിന്റെ ഒരു ഫോട്ടോയെടുക്കണം. അത് എന്റെ മരണത്തിനു ശേഷം എന്റെ കൂട്ട് സഖാക്കൾ എന്റെ ഓർമ്മയ്ക്കായി ഇറക്കുന്ന പോസ്റ്ററുകളിൽ അച്ചടിക്കണം. യുദ്ധത്തിൽ മരിച്ച ലോർക്കയുടെ പോസ്റ്ററുകൾ പോലെയിരിക്കണം അത്. ആഗ്രഹങ്ങൾ ഇതൊക്കെയായിരുന്നു. എന്നാൽ

ഇതുവരേക്കും ഞാൻ നല്ല കാര്യങ്ങൾ രണ്ടും ചെയ്തിട്ടില്ല; കവിതാ സമാഹാരമെഴുതിയില്ല, മരിച്ചുമില്ല.

ഞാൻ ഫെറൂസെ ജോലി ചെയ്തിരുന്ന പുരാവസ്തുകടയിലേക്ക് നടന്നു.

സ്റ്റെല്ലയോട് സംസാരിച്ച് അസീതയുടെ ഫോൺ നമ്പർ വാങ്ങണം.

പുരാവ്സ്തു കട തുറന്നിട്ടില്ല.

അടുത്തുള്ള കാപ്പിക്കടയിൽ കയറി.

ഒരു കപ്പ് കാപ്പി കുടിച്ചു. മേശപ്പുറത്തുണ്ടായിരുന്ന പുസ്തകങ്ങൾ മറിച്ച് നോക്കി.

ഉച്ചയായി. സ്റ്റെല്ല വന്നിട്ടില്ല.

ഞാൻ കാപ്പിക്കടയിലെ ജീവനക്കാരോട് ചോദിച്ചു. ആ കട ഇന്ന ലേയും അടഞ്ഞ് കിടക്കുകയായിരുന്നു എന്നായിരുന്നു മറുപടി.

ഇനിയെന്ത് എന്ന ചോദ്യവുമായി ഞാൻ മല്ലിട്ടു. അപ്പോൾ, കഴിഞ്ഞ ഒരാഴ്ചയ്ക്കുള്ളിൽ എന്റെ ജീവിതത്തിലേക്ക് ഈ പട്ടണത്തിൽ നിന്നും കയറിവന്നവരൊക്കെ പെട്ടെന്ന് അപ്രത്യക്ഷരായിരിക്കുന്നു എന്ന് മന സ്സിലായി.

കടലാസെടുത്ത് ഒരു കുറിപ്പെഴുതി. പുരാവസ്തുകടയുടെ എഴുത്തു പെട്ടിയിൽ അത് നിക്ഷേപിച്ചു.

നീന്തൽക്കുളവും വലിയ പാർക്കും കടന്ന് ഞാൻ തിരികെ നടന്നു.

നഗരമദ്ധ്യത്തിലുള്ള അങ്ങാടിയിൽ അലഞ്ഞ് നടന്നു.

ഭക്ഷണശാലകൾ പരിശോധിച്ചു. പല വർണ്ണങ്ങളിലുള്ള ആഭരണ ങ്ങൾ പരിശോധിച്ചു, പ്രകീർത്തിച്ചു. സെക്കണ്ട്-ഹാന്റ് പുസ്തകക്കട യിൽ കയറി വെറുതെ മറിച്ച് നോക്കി. അവിടെയുള്ള ഓരോരുത്തരു ടേയും മുഖം ഞാൻ സസൂക്ഷ്മം പരിശോധിച്ചു.

ഇതൊക്കെ ചെയ്യുമ്പോഴും എന്റെ മനസ്സ് എന്റെ ഫോണിൽ തന്നെ യായിരുന്നു. ഏതു നിമിഷവും ഫെറൂസെയുടെ ഫോൺ വരാം.

ഞാൻ നദിക്കരയിലെത്തി. ജീസസ് ഗ്രീൻ പാർക്കിലെ പുൽത്തകിടി യിൽ പരന്ന് കിടന്നിരുന്ന ആൾക്കൂട്ടത്തിന്റെ ഭാഗമായി.

പാർക്കിലെ ജനങ്ങൾക്കിടയിലൂടെ സായാഹ്നം വരെ നടന്നു. അവിടെ യുള്ളവരെല്ലാം ബാർബിക്യൂ തിന്ന്, വോളിബോൾ കളിച്ച്, ചുംബിച്ച്, ചിരിച്ച്, സൂര്യസ്നാനം ചെയ്ത്, വായിച്ച്, സന്തോഷിക്കുകയായിരുന്നു.

എനിക്കറിയാവുന്ന ചിലരെ കണ്ടു. എന്നാൽ കാണേണ്ടുന്നവരെ കണ്ടില്ല.

ജൂദാസ് മരത്തിന്റെ കീഴിലിരുന്നു ഞാൻ. അതിൽ നിറഞ്ഞ് നിന്നി രുന്ന പാടലവർണ്ണത്തിലുള്ള പൂക്കളെ നോക്കിയിരുന്നു.

ഇവിടെ ഈ സൂര്യനെ ആലിംഗനം ചെയ്ത് ഞാനുറങ്ങിയാലും ലോകം അനശ്വരമായങ്ങനെ തുടർന്നേക്കും എന്നു തോന്നി.

ഒരുപക്ഷേ അങ്ങനെ ഉറങ്ങുകയാണെങ്കിൽ ഫെറുസെയുടെ സ്വരം കേട്ടായിരിക്കും ഞാനുണരുക. ഞങ്ങൾ ഞങ്ങളുടെ പ്രതീക്ഷകളെക്കുറിച്ച് സംസാരിക്കും. എന്നാൽ പാപങ്ങളെക്കുറിച്ചൊന്നും പറയില്ല. ഞങ്ങൾ പരസ്പരം ഞങ്ങളുടെ കഴുത്തിന്റെ ചെറിയ ചരിവിലേക്ക് കണ്ണിമയ്ക്കാതെ നോക്കിയിരിക്കും, മെലിഞ്ഞ കൈവിരലുകളെ നോക്കും, മുകളിലെ പൂക്കളെ നോക്കും.

എന്റെ ഫോൺ ശബ്ദിച്ചു.

അതെടുക്കുവാനായി ഞാൻ ചാടിയെഴുന്നേറ്റു.

ഒരു സുഹൃത്തായിരുന്നു.

ക്ഷീണിതമായ എന്റെ ഹൃദയം പിന്നേയും ക്ഷീണിച്ചു.

ഞാൻ നദിക്കരയിലൂടെ നടന്നു. എന്തുചെയ്യണമെന്നറിയാതെ നടന്നു. ആരൊക്കെയോ തുഴഞ്ഞുപോകുന്നത് നോക്കി നിന്നു.

ഞാൻ വീണ്ടും ഫെറൂസെയുടെ വീട്ടിലേക്കു നടന്നു.

അവിടെ ജനലുകൾ അടഞ്ഞ് കിടക്കുന്നു. പർദ്ദകൾ അനങ്ങിയിട്ടില്ല.

ബെല്ലടിച്ചു. വാതിലിൽ മുട്ടിവിളിച്ചു.

ഇന്നലെ സൈക്കിൾ ചാരിവച്ച ചുവരിൽ ചാരി ഞാനിരുന്നു.

കണ്ണടച്ച് തല ചുവരിൽ ചാരി. സൂര്യൻ എന്റെ നെറ്റിയിൽ നിന്നും കഴുത്തിലേക്ക് ചൂടുവെള്ളം പോലെ ഒഴുകിയിറങ്ങി.

തെരുവിലൂടെ കുട്ടികൾ നടന്ന് പോകുന്നത് ഞാനറിഞ്ഞു.

ഒരു സൈക്കിൾ മണി കേട്ടു. തന്റെ മൊബൈൽ ഫോണിൽ സംസാരിച്ച് ഒരു പെൺകുട്ടി കടന്നു പോയി.

പിന്നെ ദീർഘനേരം നിശ്ശബ്ദതയായിരുന്നു.

കണ്ണടച്ച് എന്റെ മനസ്സിലെ ആഗ്രഹം പറഞ്ഞു. എന്നാൽ കണ്ണു തുറന്നപ്പോൾ എനിക്ക് കാണേണ്ടവരാരും അടുത്തൊന്നുമില്ലായിരുന്നു.

ഇന്നലെ തണുത്തുറഞ്ഞ അവസ്ഥയിൽ തിരിച്ച് നടന്നതുപോലെ ഞാൻ തിരികെ നടക്കുവാൻ തുടങ്ങി.

എനിക്ക് ഉറക്കം വരുന്നുണ്ടായിരുന്നു.

ഉറക്കമില്ലാത്ത കുറേ ദിവസങ്ങൾക്ക് ശേഷം ഞാനുറങ്ങാൻ തുടങ്ങിയാൽ എന്റെ ശരീരം പ്രതികാരം തീർക്കുന്നത് പോലെ ഉറങ്ങുവാൻ തുടങ്ങും. പകൽപോലും എന്റെ കണ്ണുകളടയുവാൻ തുടങ്ങും.

എന്റെ കണ്ണിന്റെ കാഴ്ച മങ്ങുന്നു. തലകറങ്ങുന്നു.

ആടിയാടിയുള്ള എന്റെ നടത്തം കണ്ട് ഞാൻ മദ്യപിച്ചിരിക്കുന്നു എന്ന് ചുറ്റിലുമുള്ളവർ ഉറപ്പിച്ചു.

“കള്ളുകുടിച്ച് ബോധമില്ലാത്ത തെണ്ടീ!” ഒരു ഡ്രൈവർ ചീത്ത വിളിച്ചു. ഞാനപ്പോൾ ട്രാഫിക് ലൈറ്റിൽ നോക്കാതെ വഴി മുറിച്ച് കട ക്കുകയായിരുന്നു.

ഫെറൂസെയോടൊപ്പം മുമ്പൊരിക്കൽ പോയിട്ടുള്ള ഫോർട്ട് സെന്റ് ജോർജ്ജിൽ ഞാനെത്തിയപ്പോൾ സൂര്യൻ അസ്തമിച്ചിട്ടുണ്ടായിരുന്നു.

ഞാൻ പുറത്തിരുന്നു.

ഒരു വലിയ മേശയുടെ അങ്ങേതലയ്ക്കൽ രണ്ട് സ്ത്രീകളിരിക്കു ന്നുണ്ടായിരുന്നു. അവരോട് ഞാനൊരു സിഗരറ്റ് ചോദിച്ചു. പുകവലിയിൽ പരിചയക്കുറവുണ്ട്. അതവരെ അറിയിക്കാതിരിക്കുവാനായി തിരിഞ്ഞി രുന്നു. വായ് പൊത്തിപ്പിടിച്ച് പുകയ്ക്കൊപ്പം ചുമച്ചു.

മദ്യശാലയ്ക്ക് എതിർവശത്ത് പാർക്കാണ്. അതിൽ അനാഥരായ അനേകം മരങ്ങളുണ്ട്. പാർക്ക് എനിക്ക് മുന്നിൽ അറ്റമില്ലാതെ പരന്ന് കിടക്കുന്നു. അതിലെ പുല്ലുകൾക്കു കീഴെ ഒരിക്കൽ പ്ലേഗ് പരന്നപ്പോൾ മരിച്ചുപോയവരെ കുഴിച്ചിട്ടിരുന്നു. അവരിന്ന് ശാന്തമായി ഉറങ്ങുന്നുണ്ടാ യിരിക്കണം. വഴിയുടെ മറുവശത്തുള്ള വീടുകളിൽ കത്തി നിന്ന വിള ക്കുകൾ അങ്ങ് ദൂരെയുള്ള മലനിരകൾക്കപ്പുറത്തുള്ള ആകാശത്തിലെ നക്ഷത്രങ്ങളാണെന്ന് തോന്നി.

മദ്യപിച്ച് ലക്കുകെട്ടവനെപ്പോലെ ഒച്ചവയ്ക്കണമെന്ന് എനിക്കു തോന്നി.

“ശുഭ സായാഹ്നം നേരുന്നു” എന്ന് പറഞ്ഞ് ഞാനെഴുന്നേറ്റു.

വഴിയിലൂടെ പോയ ഓരോ സൈക്കിളും പരിശോധിച്ചു. അതിലൊന്ന് ഒരുപക്ഷേ എന്റേതായിരിക്കാം എന്ന് പ്രതീക്ഷിക്കുകയും ചെയ്തു.

ഒരു കടയിൽ കയറി കുറച്ച് പലചരക്ക് വാങ്ങി.

വീട്ടിലെത്തിയപ്പോഴേക്കും എന്നിലെ ഊർജ്ജമെല്ലാം വറ്റിപ്പോയിരുന്നു.

ഞാൻ ഒരു തുണ്ട് റൊട്ടിയെടുത്തു. അതിൽ വെണ്ണ പുരട്ടിയിട്ട് തക്കാളി വച്ച് തിന്നു.

ചെറുനാരങ്ങ ചേർത്ത ചായ കുടിച്ചു.

ടെലിവിഷൻ അപ്പോഴും ബ്രിട്ടീഷ് പട്ടാളക്കാർ പീഡിപ്പിച്ച് കൊന്ന ഇറാക്കുകാരന്റെ കഥ പറയുകയായിരുന്നു.

അവർ പറഞ്ഞ അടുത്ത കഥ ഭൂകമ്പത്തെക്കുറിച്ചായിരുന്നു.

ഞാൻ ടെലിവിഷൻ ഓഫ് ചെയ്തു. ലൈറ്റുകളണച്ചു. ഉറങ്ങാൻ കിടന്നു.

ഉറക്കത്തിന്റെ കൊട്ടാരവാതിലുകൾ തുറന്ന് കിടക്കുകയാണോ എന്നെനിക്കറിയില്ലായിരുന്നു. രാത്രികളുടെ വിധി പൊട്ടിപ്പോയ മനസ്സിന്റെ ചാവിയെ അനുസരിച്ചിരിക്കുന്നു.

കഴിഞ്ഞയാഴ്ച പുസ്തകത്തിൽ കണ്ട എന്റെ ഭാഗ്യ കവിതയെ ക്കുറിച്ച് ഓർത്തു.

ഫാർസിയിൽ നിന്നും ഫെറൂസെ വിവർത്തനം ചെയ്ത വരികൾ ഞാനോർത്തു. “തണുപ്പുകാലത്തിന്റെ ആരംഭത്തിൽ നമുക്ക് വിശ്വാസ മുണ്ടാകാം.”

സമയം ഇഴഞ്ഞ് നീങ്ങി.

ഞാൻ മെത്തയിൽ ചരിഞ്ഞും മറിഞ്ഞും കിടന്നു. ഉപകാരമൊന്നു മുണ്ടായില്ല.

തണുപ്പുകാലത്തെക്കുറിച്ച് കൂടെക്കൂടെ ചിന്തിച്ച് ഞാനൊരു വൻ കടൽച്ചുഴിയിൽ പെട്ടിരിക്കുകയാണോ എന്നെനിക്കു തോന്നിപ്പോയി.

ഞാൻ കണ്ണു തുറന്നു.

മെത്തക്കരികിലെ മേശപ്പുറത്ത് വച്ചിരുന്ന ഫാർസി-ഇംഗ്ലീഷ് നിഘണ്ടു കയ്യിലെടുത്തു.

എഴുന്നേറ്റ് ലൈറ്റിടേണ്ട ആവശ്യമുണ്ടായില്ല. അകത്തേക്ക് ഇരച്ചു വന്നിരുന്ന നിലാവ് ധാരാളമായിരുന്നു.

നിലാവിൽ ഞാൻ താളുകൾ മറിച്ചു.

ഞാൻ അപ്പോൾ ഒമ്പത് വയസ്സുള്ള ബാച്ച് എന്ന കുട്ടിയാണോ എന്നെ നിക്ക് തോന്നിപ്പോയി.

തന്റെ കുട്ടിക്കാലത്തേ മാതാപിതാക്കളെ നഷ്ടപ്പെട്ടവനാണ് ബാച്ച്. അവൻ പിന്നെ വളർന്നത് ജ്യേഷ്ഠനോടൊപ്പമായിരുന്നു. ജ്യേഷ്ഠൻ അവനെ സംഗീതം പഠിപ്പിച്ചു. ജ്യേഷ്ഠന് ചില കയ്യെഴുത്തുപ്രതികളെ ഭയമായിരുന്നു. അയാൾ അവയൊക്കെ അലമാരയിൽ വച്ച് പൂട്ടി. രാത്രി യിൽ ബാച്ച് എല്ലാവരും ഉറക്കമാകുന്നത് വരേക്കും കാത്തു. എല്ലാവരും ഉറക്കമായി എന്നുറപ്പായാൽ മെത്തയിൽ നിന്നും പുറത്തു വന്നു. ആരു മറിയാതെ അലമാര തുറന്ന് ആ കയ്യെഴുത്തുപ്രതികളെടുത്തു. എന്നിട്ട് രാത്രി മുഴുക്കെ നിലാവിൽ വായിക്കുകയും അവയിലെഴുതിയതെല്ലാം പകർത്തിയെഴുതുകയും ചെയ്തു.

എന്റെ കയ്യിൽ ഇപ്പോഴുള്ള ഈ നിഘണ്ടു ബാച്ചിന്റെ കയ്യെഴുത്തു പ്രതികളെപ്പോലെ അമൂല്യമാണ്.

ഫെറൂസെയുടെ നാക്കും ശ്വാസവും സ്പർശിച്ച വാക്കുകളുടെ ഫാർസി പരിഭാഷ അന്വേഷിക്കുകയായിരുന്നു ഞാൻ. തണുപ്പുകാല ത്തിന്റെ ആരംഭത്തിൽ വിശ്വസിച്ച വാക്കുകൾ എനിക്ക് കാണണമായി രുന്നു.

“ഇമാൻ ബെയവെരിം ബെ അഗാസെ ഫാസ്ലെ സെർദ്”

പതിനൊന്ന്

ഡെന്നീസ്

കണ്ണാടികളുടെ ലോകം

കുട്ടിക്കാലത്ത് എന്റെ ഭയം നാടിനോട് സ്നേഹമില്ലാതെ നാടുവിട്ടു പോകുന്നവരുടെ കൂട്ടത്തിൽ ഞാനും പെടുമോ എന്നായിരുന്നു. ഒന്ന് തിരിഞ്ഞ് നോക്കുക പോലും ചെയ്യാതെ നാടുവിട്ട് പോയവർ അവരുടെ കുട്ടിക്കാലത്തെ ഒറ്റിക്കൊടുത്ത് ശത്രുപക്ഷം ചേരുന്നവരാണ്. അങ്ങനെ സംഭവിക്കുന്നത് വിധി ഒന്നുകൊണ്ടുമാത്രമാണെന്നാണ് ഗ്രാമത്തിലുള്ള വരുടെ അഭിപ്രായം. അവർ ആ അഭിപ്രായത്തിൽ സന്തുഷ്ടരുമായി രുന്നു. ഹതീപ് അമ്മാവന്റെ വിധി എന്തായിരുന്നു എന്നറിയുവാൻ താത്പര്യമുണ്ടായിരുന്നു. മാത്രമല്ല, കാലമേതെന്നും കാലാവസ്ഥ യെന്തെന്നും വ്യത്യാസമില്ലാതെ അമ്മാവനെന്തുകൊണ്ട് എന്നും ദുഃഖം നിറഞ്ഞ കഥകൾ മാത്രം തന്റെ റേഡിയോയിൽ കൊണ്ടു നടക്കുന്നു എന്നറിയാനും എനിക്ക് താത്പര്യമുണ്ടായിരുന്നു. റേഡിയോയിലെ ശബ്ദ ങ്ങൾ കേട്ടുകേട്ടിരിക്കുമ്പോളെനിക്ക് ഞാൻ ഒരു കണ്ണാടിക്കുള്ളിലുള്ള മറ്റൊരു ലോകത്തിലേക്ക് പ്രവേശിച്ചിരിക്കുകയാണോ എന്ന് തോന്നാ റുണ്ട്. അമ്മ ഒരു കഥ പറഞ്ഞു തന്നിട്ടുണ്ട്. ആ കഥയിൽ ഒരാൾ അങ്ങേ ലോകത്തിലേക്ക് പ്രവേശിക്കുന്നു. അവിടെവച്ച് അയാൾ 1001 തവണ മരണത്തിൽ നിന്നും രക്ഷപ്പെടുന്നു. ജിന്നുകളുടേയും ഭൂതങ്ങളുടേയും കയ്യിൽ നിന്നാണങ്ങനെ രക്ഷപ്പെടുന്നത്. എന്നാൽ അതുപോലെ തിരികെവരാൻ ഒരുപക്ഷേ എനിക്കായേക്കില്ല എന്നും ഞാൻ ഭയന്നു. അങ്ങനെ ഹർഷോന്മത്തനായി ഞാൻ വീടിനുപുറത്ത് കടക്കും. ഗ്രാമ ത്തിലെത്തും. അവിടെ കണ്ട കുട്ടികൾക്ക് റേഡിയോയിലൂടെ കേട്ട കഥ കൾ പറഞ്ഞുകൊടുക്കും. കഥ പറഞ്ഞ് തീർക്കും വരേക്കും എനിക്ക് ഒട്ടും ക്ഷമയുണ്ടാകില്ല. ഏതോ ദൂരദേശത്തുനിന്നും വന്ന യാത്രികനാണ പ്പോൾ ഞാൻ. എന്നെ ആർക്കുമറിയില്ല. ഞാനൊരു അപരിചിതനാ കുന്നു. എന്റെ കഥ കേട്ടിരുന്ന കുട്ടികളൊക്കെ ലോകത്തിലുള്ള തങ്ങളും ഈ കഥയിലെപോലെ ആരുമറിയാത്ത വിദേശരാജ്യങ്ങളിലേക്ക് യാത്ര പോകുമെന്ന് ആണയിട്ടു. അനാഥരെചൊല്ലിയാണവർ ആണയിട്ടത്.

ഞങ്ങളെല്ലാം അപ്പോൾ ഒരേ ശാഖയിൽ വിരിഞ്ഞ പൂക്കളാകുകയായിരുന്നു. അതുകൊണ്ട് ഞാനും അവർക്കൊപ്പം ആണയിട്ടു.

അന്നു മുതലാണ് കേട്ട കഥകളെല്ലാം ഓർക്കാൻ തുടങ്ങിയത്. ഈ കഥകൾ മറ്റുള്ളവരോട് പറയാനാണിങ്ങനെ ഓർത്തുവയ്ക്കുന്നത്. എന്നാൽ ഞാൻ പറയുന്ന കഥകൾ ശ്വാസം വിടാതെ കേട്ടിരുന്ന മറ്റു കുട്ടികൾക്ക് ക്ഷമ എന്തെന്ന് അറിയില്ലായിരുന്നു.

പുരുഷൻ: "എന്റെ ഹൃദയത്തിലുള്ള വികാരങ്ങൾ ഒരിക്കലും ഞാൻ പറയില്ല"

സ്ത്രീ: "കാരണം?"

പുരുഷൻ: "നടപ്പാകാൻ സാധ്യതയില്ലാത്ത കാര്യങ്ങളാണവ. അവ പറഞ്ഞാൽ അത് നമ്മൾ രണ്ട് പേർക്കും ദുഃഖം നൽകും."

സ്ത്രീ: "എന്തെങ്കിലും മാർഗ്ഗം നമുക്ക് തീർച്ചയായും കണ്ടെത്താനാകും."

പുരുഷൻ: "ഞാൻ പറയാൻ പോകുന്നത് എന്താണെന്നറിഞ്ഞാൽ പിന്നെ താങ്കൾ അങ്ങനെ പറയില്ലായിരുന്നു."

ആൾക്കൂട്ടത്തിന്റെ ശബ്ദം, ഒരു എഞ്ചിന്റെ മുരളിച്ച.

സ്ത്രീ: "തീവണ്ടി നീങ്ങാൻ സമയമായി."

("തീവണ്ടി എന്ന് പറഞ്ഞാൽ എന്താണ്?"/"എനിക്കെങ്ങനെയറിയാം, ഞാൻ റേഡിയോയിൽ കേട്ടതാണ്." / "നിനക്ക് മര്യാദയ്ക്ക് ടർക്കി കേട്ടാലറിയാത്തതുകൊണ്ടായിരിക്കണം. ആ സ്ത്രീ വേറെ എന്തെങ്കിലുമായിരിക്കും പറഞ്ഞത്."/" മാഡം പറഞ്ഞതൊക്കെ എനിക്ക് കൃത്യമായി മനസ്സിലായി." / "മാഡമോ..അതെന്താ.?" / "ആ സ്ത്രീയുടെ പേര്.")

പുരുഷൻ: "ഞാൻ വായിച്ച ഒരു നോവലിൽ ഇതുപോലൊരു രംഗമുള്ളത് എനിക്ക് ഓർമ്മവരുന്നു."

സ്ത്രീ: "അവിടെ എന്താണ് സംഭവിച്ചത്?"

പുരുഷൻ: "ഒരു യുവാവിന് ഒരു യുവതിയോട് പ്രണയമാണ്. എന്നാൽ ആ പ്രണയം പൂവണിയുമെന്ന പ്രതീക്ഷയില്ല. എന്നിട്ടും അയാൾ മനസ്സ് ഭയക്കുന്ന, ഹൃദയം കാംക്ഷിക്കുന്ന ആ കാര്യം പറയുന്നു."

സ്ത്രീ: "അപ്പോൾ ആ യുവതി എന്ത് ചെയ്തു?"

പുരുഷൻ: "അതിൽ കാര്യമില്ല. കാര്യമുള്ളത് അവസാനം എന്തുണ്ടായി എന്നതിലാണ്."

സ്ത്രീ: "അവസാനം എന്തുണ്ടായി?"

പുരുഷൻ: "ആ സ്ത്രീ ആത്മഹത്യ ചെയ്തു."

സ്ത്രീ: "അതിന്റെയർത്ഥം അവർ അയാളെ സ്നേഹിച്ചിരുന്നു എന്നല്ലേ?"

തീവണ്ടിയുടെ ശബ്ദം.

(തീവണ്ടി എന്ന് പറഞ്ഞാൽ അത് വലിയൊരു ബസ്സുപോലെ എന്തെങ്കിലുമാകണം." / "അവൻ കഥയൊന്ന് മുഴുവനാക്കട്ടെ.")

പുരുഷൻ: "പ്രണയിക്കുന്നവരെല്ലാം മരിക്കുകയാണെങ്കിൽ എനിക്ക് നിന്നെ ആ വിധിയിൽ നിന്നും രക്ഷപ്പെടുത്തണം."

സ്ത്രീ: "അതിനുള്ള ഏക മാർഗ്ഗം ഒന്നും പറയാതിരിക്കുക എന്ന താണോ?"

പുരുഷൻ: "എന്റെ മനസ്സ് ഭയക്കുകയും എന്നാൽ ഹൃദയം കാംക്ഷി ക്കുകയും ചെയ്യുന്നത് എന്താണെന്ന് വച്ചാൽ..."

സ്ത്രീ: "മിണ്ടാതിരിക്ക്. എന്നിട്ട് എനിക്കൊരു ഉമ്മ താ..."

നിശ്ശബ്ദത.

സ്ത്രീ: "ഈ നിമിഷത്തിനായി ഞാൻ എത്ര കാലമായി കാത്തിരിക്കുന്നു. ഒരു ഉമ്മകൂടി തരൂ."

നിശ്ശബ്ദത.

(അയാളിപ്പോഴും അവരെ ഉമ്മവയ്ക്കുകയാണോ?"/"അതെ."/ "എങ്കിൽ നിശ്ശബ്ദത കുറച്ചുകൂടി നേരമുണ്ടാകട്ടെ."/"ശരി")

നിശ്ശബ്ദത തുടരുന്നു.

ഒരു വെടിയൊച്ച കേൾക്കുന്നു.

ജനക്കൂട്ടം ഭയന്ന് നിലവിളിക്കുന്നു.

മറ്റൊരു വെടിയൊച്ച കേൾക്കുന്നു.

സ്ത്രീ: "നമ്മുടെ പ്രണയം ആ നോവലിലെ പ്രണയത്തേക്കാൾ ആയുസ്സ് കുറഞ്ഞതായി."

പുരുഷൻ: "മാഡം എന്റെ കൈ പിടിക്കൂ..നമുക്കൊരുമിച്ച് മരിക്കാം."

ഒരു വിസിൽ ശബ്ദം കേൾക്കുന്നു. തീവണ്ടിയുടെ ശബ്ദം അകന്നകന്ന് പോകുന്നു.

("നമുക്കൊരു കാര്യം ചെയ്യാം. ആ നിശ്ശബ്ദതയുണ്ടായ നേരത്തെ കളിയില്ലേ അത് പെൺകുട്ടികളുടെ അടുത്തുപോയി കളിക്കാം."/ "ശരി..വരൂ.")

ഞാൻ കഥ പറഞ്ഞുകൊണ്ടിരിക്കുമ്പോൾ കേൾക്കുന്ന കുട്ടികളും ഞാനും ഒരുപോലെ ഒരു കണ്ണാടിക്കകത്ത് കയറും. അപ്പോൾ പിന്നെ കഥ കഴിഞ്ഞാൽ അതിൽ നിന്നും പുറത്ത് വരികയല്ലാതെ മറ്റ് മാർഗ്ഗ മുണ്ടായിരുന്നില്ല. അക്കാലങ്ങളിൽ റേഡിയോയിൽ ഡെന്നീസ് എന്നൊരു ഹീറോയുണ്ടായിരുന്നു. കുട്ടികൾക്കെല്ലാം ഡെന്നീസിനെപോലെയാകണം

എന്നായിരുന്നു ആഗ്രഹം. എല്ലാവരും ഡെന്നീസിനെ അനുകരിച്ചു. എന്നെങ്കിലുമൊരു ദിവസം ഞങ്ങളുടെ കണ്ണാടിലോകത്തിൽ വച്ച് അദ്ദേഹത്തെ കണ്ടുമുട്ടുവാനാകും എന്ന് ഞങ്ങൾ ആഗ്രഹിച്ചിരുന്നു. ആ ആഗ്രഹം മനസ്സിൽ നിറയുമ്പോൾ ഹൃദയമിടിപ്പ് വർദ്ധിക്കും. ശ്വസിക്കു വാനാകാതാകും. ചൂടുള്ള കാറ്റ് വീശുന്നുണ്ടാകും. അതിനു നടുക്ക് നിന്ന് ഡെന്നീസ് കൈയ്യടിക്കുന്നത് ഞങ്ങൾ കാണും. കാണാത്ത നിഴലുകളെ ഞങ്ങൾ അന്വേഷിച്ചിറങ്ങും. ഡെന്നീസിനെ കുറിച്ചുള്ള സംഭാഷണം കൊഴുത്ത് നിന്നാൽ പ്രായമായവർ ചിലപ്പോൾ പ്രാർത്ഥനാ സമയം വരെ മറക്കും. സ്ത്രീകൾ ദുഃഖിതരായി കണ്ണീർവാർക്കും. ചില പുരുഷന്മാർ ഒന്നിനു പിറകെ ഒന്നായി സിഗരറ്റുകൾക്ക് തീ കൊളുത്തും. കണ്ണാടി ലോകത്തിലിരുന്ന് നിശ്ശബ്ദരായി ഞങ്ങൾ കഥ കേൾക്കും.

ഞാനൊരു കൊച്ചു കുട്ടിയായിരുന്നു. എന്റെ ഏറ്റവും വലിയ സ്വപ്നം ഒരു ദിവസത്തേക്കെങ്കിലും എനിക്ക് ഡെന്നീസാകണം എന്നായിരുന്നു. ഡെന്നീസ് ഒരു നാവികനാണെന്ന് ഞങ്ങൾ ധരിച്ചു. അതുകൊണ്ട് തന്നെ നദിയിൽ ഏറ്റവും വേഗത്തിൽ നീന്തുന്ന കുട്ടിക്ക് ഞങ്ങൾ ഡെന്നീസ് എന്ന സ്ഥാനപ്പേരു നൽകി. ഞാനും ഈ നീന്തൽ മത്സരങ്ങളിൽ പങ്കെ ടുത്തിരുന്നു. എനിക്ക് കഴിയുന്ന വേഗത്തിൽ നീന്തി. അധിക ദൂരമെത്തും മുമ്പ് ശ്വാസം കിട്ടാതെ നിർത്തി. കെവെയിൽ നിന്നും ഞങ്ങൾക്ക് പൈതൃകമായി ലഭിച്ച ഒറ്റമുറി വീട്ടിൽ അച്ഛനും അമ്മയ്ക്കും നാല് സഹോദരങ്ങൾക്കുമൊപ്പമുറങ്ങുമ്പോൾ അടുത്ത ദിവസം അതിലും നന്നായി, അതിലും വേഗത്തിൽ നീന്തുന്നതായി ഞാൻ സ്വപ്നം കണ്ടു. ഇടയ്ക്ക് പുതപ്പ് വലിച്ചെറിഞ്ഞ് പേടിച്ച് നിലവിളിച്ചു. നിലവിളി കേട്ട് അമ്മ എഴുന്നേൽക്കും. വിയർപ്പ് നിറഞ്ഞ നെറ്റിയിൽ ചുംബിക്കും. തല മുടിയിലൂടെ വിരലോടിക്കും. "ഉറങ്ങിക്കോ ബ്രാനി താവൊ...ഉറങ്ങിക്കോ.." അമ്മ വളരെ മൃദുവായി മന്ത്രിക്കും. അമ്മ "ഡെന്നീസ്" എന്നാണ് എന്നെ വിളിച്ചത് എന്ന് ഞാൻ കരുതും. ഡെന്നീസാകാനുള്ള മത്സരത്തിൽ പരാജയപ്പെടുക എന്നത് എനിക്ക് ആലോചിക്കുവാനാകാത്തതായിരുന്നു. അതല്ലാതെ മറ്റൊരു ദുഃഖം എന്താണെന്ന് എനിക്കറിയുകയുമില്ലായി രുന്നു. ഗ്രാമത്തിലുള്ളവരെല്ലാം സന്തുഷ്ടരായിരുന്നു. അവരുടേതായ രീതികളിൽ സന്തോഷമുള്ളവരുമായിരുന്നു. നഗരത്തിൽ വസിക്കുന്ന വരാണ് ദുഃഖിതരും അസന്തുഷ്ടരുമാകുന്നത്. വേദനയും ദുഃഖവും എന്തെന്ന് ഞങ്ങൾക്കറിയില്ലായിരുന്നു. ഡെന്നീസ് ഒരു വിമതനായിരുന്നു എങ്കിലും ഞങ്ങൾക്കിഷ്ടം അയാളെ ഒരു നാവികനായി സങ്കല്പിക്കുവാനാ യിരുന്നു. ലോകം മുഴുക്കെ അയാളെ തിരഞ്ഞുകൊണ്ടിരുന്നു. എന്നാൽ അയാൾ ഞങ്ങളുടെ കണ്ണാടിലോകത്തുണ്ടെന്ന് ആർക്കും ഞങ്ങൾ പറഞ്ഞു കൊടുത്തില്ല.

ഒരു ദിവസം ചില പട്ടാളക്കാരും മാന്യമായി വസ്ത്രം ധരിച്ച മറ്റു ചിലരും ഗ്രാമത്തിലെത്തി. അപ്പോൾ ഞാനും ഹതീപ് അമ്മാവനും അമ്മയും കൂടി റേഡിയോ കേട്ടുകൊണ്ടിരിക്കുകയായിരുന്നു. പണ്ടു മുതൽക്കേ ഞങ്ങളുടെ ഗ്രാമങ്ങളിൽ നിലനിൽക്കുന്ന കെട്ടിട നിർമ്മാണ

സമ്പ്രദായമനുസരിച്ച് ഓരോ മുറിയുടെ നടുക്കും മേൽക്കൂരയെ താങ്ങുവാനായി ഒരു വലിയ കഴുക്കോലുണ്ടാകും. തൂണുണ്ടാകും. നടുക്കൊരു വലിയ കഴുക്കോലും നല്ലൊരു തൂണുമില്ലാത്ത വീടുകൾ ദരിദ്രമാണെന്നായിരുന്നു ധാരണ. അങ്ങനെയുള്ള വീടുകളെ കുമ്മായം തേച്ച് വെളുപ്പിച്ചിട്ടുണ്ടെങ്കിലും അവയെ ദരിദ്രവീടുകളായേ കണക്കാക്കിയുള്ളു. മുപ്പത്തിയാറ് വർഷങ്ങൾക്ക് മുമ്പ് കെവെയിരുന്ന അതേ സ്ഥാനത്ത് അമ്മ ഇന്ന് തൂണും ചാരിയിരിക്കുന്നു. അവിടെയിരുന്ന് തുറന്നിട്ട വാതിലിലൂടെ ലോകം കാണുകയാണമ്മ. അപ്പോൾ ആയുധധാരിയായ ഒരു മനുഷ്യൻ വാതിലിനു കുറുകെ നടന്നു. "ആരാത്?" ഞാൻ ചോദിച്ചു.

"ഒരു പട്ടാളക്കാരൻ" ഉത്തരം വന്നത് അമ്മാവനിൽ നിന്നായിരുന്നു.

അയാൾക്ക് പിറകെ പരന്ന തൊപ്പിവച്ച ഒരാൾ പോയി. "ആരാത്?" ഞാൻ വീണ്ടും ചോദിച്ചു.

"നികുതി ഉദ്യോഗസ്ഥൻ" അമ്മാവൻ പറഞ്ഞു.

റേഡിയോയിൽ ഒരേസമയം പലരും സംസാരിക്കുവാൻ തുടങ്ങി. "അവരൊക്കെ ആരാണ്?" ഞാൻ ചോദിച്ചു.

"അങ്കാറയിലെ ജനങ്ങൾ" അമ്മാവൻ പറഞ്ഞു. കുറച്ച് കഴിഞ്ഞപ്പോൾ റേഡിയോയിൽ നിന്നുള്ള ശബ്ദം നിലച്ചു. അതിനോടൊപ്പം അമ്മയും അമ്മാവനും നിശ്ശബ്ദരായി.

"അപ്പോൾ നമ്മളൊക്കെ ആരാ?" ഞാൻ ചോദിച്ചു. അവരിരുവരും എന്നെ നോക്കി.

ഡെന്നീസിനേയും അയാളുടെ സുഹൃത്തുക്കളേയും വധിച്ചു എന്ന് അന്ന് റേഡിയോ പറഞ്ഞു. അപ്പോൾ എന്റെ ചെവി ചൂളം വിളിച്ചു. ആദ്യമായായാണെനിക്ക് അങ്ങനെയൊരു അനുഭവമുണ്ടാകുന്നത്. റേഡിയോ കേട്ടതിന്റെ കുഴപ്പമാകുമെന്നുപോലും ഞാൻ കരുതി. "സർക്കാർ അയാളെ കൊന്നു" അവർ പറഞ്ഞു.

"സർക്കാർ എന്ന് പറഞ്ഞാൽ ആരാ?" ഞാൻ ചോദിച്ചു. ആ ചോദ്യം എപ്പോഴൊക്കെ ഞാൻ ചോദിച്ചുവോ അപ്പോഴൊക്കെ ഭൂമി കുലുങ്ങുകയും ആകാശത്ത് ഇടിമുഴങ്ങുകയും ചെയ്തു. സ്കൂളിൽ തോല്ക്കുവാൻ മാത്രം വിധിക്കപ്പെട്ട ഏതൊരു കുട്ടിയേയും പോലെ, ഞാൻ, ഡെന്നീസിനെ എന്നെന്നേക്കുമായി കണ്ണാടിക്കകത്തെ ലോകത്തിലൊളിപ്പിക്കുവാൻ തീരുമാനിച്ചു. അതല്ലാതെ മറ്റ് മാർഗ്ഗങ്ങളില്ലെന്ന് വ്യക്തമായിരുന്നു. അങ്ങനെയാകുമ്പോൾ ആരും പിന്നെ അയാളെവിടെയാണെന്നറിയില്ല. കുറഞ്ഞ പക്ഷം ഞാൻ ജീവിച്ചിരിപ്പുള്ളിടത്തോളം കാലമെങ്കിലും ആരുമറിയില്ല.

വിദൂരതയിൽ നിന്നും ഡെന്നീസെത്തിയ രാത്രിയിൽ
കറുത്ത കണ്ണാടിക്ക് മുന്നിൽ നിന്നും
ഒരു പെൺകുട്ടി തന്റെ പിണഞ്ഞ തലമുടി
ചീകിയൊതുക്കിക്കൊണ്ടിരുന്നു.

പുറത്ത് കുതിരയുടെ ശ്വാസം കേൾക്കാമായിരുന്നു;
റേഡിയോ സ്റ്റേഷനുകളുടെയും.
അരിഞ്ഞു വെച്ച വൈക്കോലിന്റെ ഗന്ധം.
താഴുകൾ പഴകിയിരിക്കുന്നു,
വാതിലുകൾക്ക് വയസ്സേറെയെത്തിയിരിക്കുന്നു.
മണികൾ മുഴങ്ങുന്നു; അത് പറയുന്നതിങ്ങനെ
എല്ലാ ഹൃദയങ്ങളിലും പതിഞ്ഞ വിളർച്ചകൾക്കുവേണ്ടി
ഞാൻ മുഴങ്ങുന്നു
ആരുമെഴുന്നേറ്റില്ല, ആരും ജനലിലേക്കോടിയില്ല
ക്ഷീണിച്ച കണ്ണുകളുള്ള കുട്ടികൾ മാത്രം
ഡെന്നീസിനോടൊപ്പം ചേർന്നു
ഒരു പ്രഭാതത്തിൽ അവർ കണ്ണാടികളുടെ ലോകത്തിലെത്തി
തണുപ്പിലുപേക്ഷിക്കപ്പെട്ട മരങ്ങൾ പോലെ
ഉറഞ്ഞ മഞ്ഞ് ഞങ്ങളുടെ ഹൃദയത്തെ പ്രഹരിച്ചുകൊണ്ടിരുന്നു.
ഹൃദയത്തെ പ്രഹരിച്ചുകൊണ്ടിരുന്നു...

അതിനു ശേഷം ഞാൻ ഹതീപ് അമ്മാവനെ കണ്ടിട്ടില്ല. തന്റെ സഞ്ചി അമ്മയ്ക്ക് സമ്മാനമായി നൽകി അദ്ദേഹം ഇറങ്ങിപ്പോയി. വർഷങ്ങൾക്കുശേഷം ഒരിക്കൽ അദ്ദേഹത്തിന്റെ കഥ അമ്മയിൽ നിന്നും കേട്ടു. അപ്പോൾ മുറിവേറ്റ് കിടപ്പിലായിരുന്നു ഞാൻ.

യുവാവായിരുന്ന കാലത്ത് ഹതീപ് അമ്മാവൻ ആട്ടിടയനായിരുന്നു. മംഗളാ മലനിരകളുടെ അപ്പുറത്തുള്ള ഗ്രാമങ്ങളിലായിരുന്നു താമസം. ഹതീപ് അമ്മാവൻ വിവാഹിതനായതിന്റെ മൂന്നാം മാസം അമ്മാവൻ പോലുമറിയാതെയാണാ സംഭവമുമുണ്ടായത്. ഒരിക്കലദ്ദേഹം തന്റെ ഭാര്യയെ "സാഹിദേ" എന്ന് വിളിച്ചു. അത് ഭാര്യയുടെ ഹൃദയം വേദനിപ്പിച്ചു. ആരോ കഠാരകൊണ്ട് കുത്തിയതുപോലെ തോന്നി അവർക്ക്. "ആരാണീ സാഹിദ" അവർ ചോദിച്ചു. അവരുടെ ഒച്ച അപ്പോൾ അയൽ വീടുകളിൽ തട്ടി പ്രകമ്പനം സൃഷ്ടിച്ചു. അവരപ്പോൾ ഗർഭിണിയായിരുന്നു. അത്രയും ഒച്ചവച്ചിട്ടും ആ ഗർഭം അലസിയില്ലെന്നത് ഭാഗ്യം മാത്രമായിരുന്നു. ഹതീപ് അമ്മാവന്റെ മനസ്സ് ശൂന്യമായി. സാഹിദ എന്ന പേര് എവിടെ നിന്ന് ലഭിച്ചു എന്ന് അദ്ദേഹത്തിനുമറിയില്ലായിരുന്നു. അമ്മാവന്റെ വീട്ടിൽ സാഹിദ എന്ന് പേരുള്ള ആരുമില്ല. ഗ്രാമത്തിലുമില്ല.

പിറ്റേന്ന് ആടുകളേയും കൊണ്ട് പുറത്തിറങ്ങിയപ്പോൾ പൊതിഞ്ഞു വച്ച ഭക്ഷണമെടുക്കാൻ മറന്നു. അന്ന് മുഴുക്കെ വിശന്നിരുന്നു. വിശപ്പ് സഹിക്കവയ്യാതായപ്പോൾ ആടുകളെ കുറച്ച് നേരത്തെ വീട്ടിലേക്ക് തെളിച്ചു. അങ്ങനെ നേരത്തെ തിരിച്ച് വരാൻ തീരുമാനിച്ചില്ലായിരുന്നെങ്കിൽ നായാടികളുടെ ഒരു കൂട്ടത്തെ അമ്മാവൻ വഴിയിൽ കണ്ടുമുട്ടേണ്ടി വരുന്നു. അവരുടെ കൂട്ടത്തിലെ ഏറ്റവും സുന്ദരിയായ പെൺകുട്ടിയുടെ പേര് സാഹിദ എന്നാണെന്ന് അമ്മാവനറിയുമായിരുന്നു. അത് കേട്ട

മാത്രയിൽ അമ്മാവന് ആ പെൺകുട്ടിയോട് പ്രണയമാകുമായിരുന്നു. വധശിക്ഷയ്ക്ക് വിധിക്കപ്പെട്ടവർക്ക് വിധിയോട് മല്ലടിക്കുവാനുള്ള കരുത്ത് നഷ്ടപ്പെട്ടതുപോലെ അമ്മാവനും പിന്നെ മറ്റൊന്നും ചിന്തിക്കുവാനാകു മായിരുന്നില്ല. ആ നായാടി സംഘത്തിനോടൊപ്പം പോകാനായി, സാഹി ദയെ വിവാഹം കഴിക്കുവാനായി, ഹതീപ് അമ്മാവൻ സ്വന്തം ഭാര്യയേയും വീടും ഉപേക്ഷിക്കുമായിരുന്നു. അങ്ങനെ ഉപേക്ഷിച്ച് നായാടികൾക്കൊപ്പം ദൂരദേശങ്ങളിലെ ഗ്രാമങ്ങളിലലയുമായിരുന്നു. പിന്നെ ഏഴ് വർഷങ്ങൾക്ക് ശേഷം സാഹിദയെചൊല്ലിയുണ്ടായ ഒരു വഴക്കിൽ കത്തിക്കുത്തേറ്റ് മരി ക്കുമായിരുന്നു. എന്നാൽ അതൊന്നുമുണ്ടായില്ല. അന്ന് അദ്ദേഹം ഇത്തിരി നേരത്തെ തിരിച്ച് വരാൻ തീരുമാനിച്ചതിനാൽ അതൊന്നുമുണ്ടായില്ല.

തന്റെ വിധിയുടെ ഈ എഴുതാ കഥകൾ അമ്മാവനറിയുന്നത് അടുത്ത ഗ്രാമത്തിലേക്ക് ഒരു തോക്കുവാങ്ങാനായി ചെന്നപ്പോഴാണ്. അപ്പോൾ ആ നായാടി സംഘം അവിടെയുണ്ടായിരുന്നു. അതിലൊരു അന്ധൻ ഭാവി പറയുന്നുണ്ടായിരുന്നു. "തോക്കുവാങ്ങുവാനായി ഒരു ആട്ടിടയൻ വരുമെന്ന്" അയാൾ പറയുന്നുണ്ടായിരുന്നു. അയാളാണ് അമ്മാവനോട് കഥകളെല്ലാം പറഞ്ഞത്. "പൂർത്തീകരിക്കാത്ത വിധി നല്ലതോ ചീത്തയോ" എന്ന് ആ നായാടി വൃദ്ധൻ ചോദിച്ചപ്പോൾ "ചീത്ത" എന്ന് അവിടെ കൂടിയിരുന്നവരെല്ലാം ഒരേ സ്വരത്തിൽ മറുപടി പറഞ്ഞു. അന്ധനായ ആ വൃദ്ധൻ അത് കേട്ട് തന്റെ സിഗരറ്റിൽ നിന്ന് നല്ലൊരു പുക ആഞ്ഞു വലിച്ചു. എന്നിട്ട് പൊട്ടിപ്പൊളിഞ്ഞ തന്റെ ശബ്ദത്തിൽ ഗ്രാമത്തിലുള്ളവരോട് ഈ കഥ പറഞ്ഞു.

ഈ നായാടികളുടെ കൂട്ടത്തിൽ സത്യമായും ഒരു സാഹിദയുണ്ടെ ന്നറിഞ്ഞപ്പോൾ ഹതീപ് അമ്മാവൻ ആദ്യം ഭയന്നു. അതുകഴിഞ്ഞാണ് തന്റെ വിധിയുടെ ശേഷം ഭാഗങ്ങൾ അമ്മാവൻ കേൾക്കുന്നത്. അന്ന് നല്ല നിലാവുള്ള രാത്രിയായിരുന്നു. ആ നിലാവിൽ തന്റെ വീട്ടിലേക്ക് തിരികെ വരുമ്പോൾ ഇനി തനിക്ക് ഭാര്യയോട് എല്ലാം തുറന്ന് പറയാ മെന്ന് അമ്മാവൻ തീരുമാനിച്ചു. എന്നാൽ തിരികെയെത്തിയപ്പോൾ ഭാര്യ വീട്ടിലില്ലായിരുന്നു. "ഗർഭം നിറഞ്ഞ വയറുമായി അവൾ പോയി" എന്ന് മാത്രം അയൽവാസികൾ പറഞ്ഞു. സ്നേഹിക്കുക എന്നാൽ എന്താ ണെന്ന് എല്ലാവർക്കുമറിയാം. എന്നാൽ സ്നേഹിക്കപ്പെടുക എന്നത് വിധിക്ക് മാത്രമറിയാവുന്ന ഒന്നാണ്. അന്ന് അമ്മാവൻ പൂർണ്ണ ചന്ദ്രനെ നോക്കി തന്റെ തോക്കിലെ വെടിയുതിർത്തു. തന്റെ യഥാർത്ഥ വിധിയെ തേടിയുള്ള യാത്ര ഇന്നാരംഭിക്കുന്നു എന്ന് തീരുമാനിച്ചു.

അമ്മാവൻ ഗ്രാമഗ്രാമാന്തരങ്ങളിലും കുന്നുകളിലും സമതലങ്ങളിലും തന്റെ കുഞ്ഞിനെ തിരഞ്ഞു. തന്റെ കുഞ്ഞ് ആണാണോ പെണ്ണാണോ എന്നറിയുവാൻ തിരഞ്ഞുകൊണ്ടേ നടന്നു. രാവും പകലും തിരഞ്ഞു. വർഷങ്ങൾ കഴിഞ്ഞപ്പോൾ തന്റെ മകൾ അവളുടെ അമ്മയെപ്പോലെ നല്ല ഉയരമുള്ളവളായിരിക്കണം എന്നദ്ദേഹം മനസ്സിൽ കരുതി. അതല്ല മകനാണെങ്കിൽ അയാളിപ്പോൾ തന്നെപ്പോലെയുള്ളവനായിട്ടുണ്ടാകണം,

133

യുവാവായിട്ടുണ്ടാകണം എന്നൊക്കെ കരുതി. തന്നെ കണ്ടുമുട്ടുന്നവരോടൊക്കെ അമ്മാവൻ ഇതാവർത്തിച്ചു. "എന്റെ മുഖത്തേക്ക് സൂക്ഷിച്ച് നോക്കൂ" ഗ്രാമങ്ങളിൽ വച്ച് അദ്ദേഹം എല്ലാവരോടും ആവശ്യപ്പെടും. "നമ്മളെല്ലാം തടാകങ്ങളെപ്പോലെയാണ്. പൂർണ്ണനിലാവ് മുഖത്തടിക്കുന്നത് വരേക്കും നമ്മളങ്ങനെ തന്നെ തുടരുന്നു. ഞാനിപ്പോൾ എന്റെ പൂർണ്ണ നിലാവിനെ തേടുകയാണ്" അമ്മാവൻ തുടരും. ചിലപ്പോൾ താനെന്താണന്വേഷിക്കുന്നത് എന്ന് അമ്മാവൻ മറന്നു പോകും. അപ്പോൾ ഏതെങ്കിലും നായാടി സംഘത്തിനോടൊപ്പം ചേരും. പല ദിവസങ്ങൾ അവരോടൊപ്പം കഴിയും. മലകളും കുന്നുകളും കടന്ന് അവർക്കൊപ്പം നടക്കും. ആ സമയങ്ങളിൽ അമ്മാവൻ ആരെക്കുറിച്ചും ആ നായാടികളോട് പറഞ്ഞില്ല. "എന്റെ മുഖത്തേക്ക് നോക്കൂ" എന്നാവശ്യപ്പെട്ടില്ല. എന്നാലപ്പോൾ "സാഹിദ എവിടെ" എന്ന് മാത്രം ചോദിച്ചു. ശരത്കാലത്തിലിലപൊഴിയുന്ന വൃക്ഷം പോലെ ശരീരത്തെ പ്രായം ബാധിക്കുവാൻ തുടങ്ങിയപ്പോഴും അമ്മാവൻ സാഹിദയെ കണ്ടുമുട്ടിയിരുന്നില്ല. അമ്മാവൻ തുടർച്ചയായി പുക വലിക്കുമായിരുന്നു. പുകവലി ഹൃദയത്തെ ബാധിച്ചു. അങ്ങനെയിരിക്കെ ഒരിക്കൽ മുന്നോട്ട് പോകാൻ ഇനി എന്തെങ്കിലും ഒരു ആവേശം കൂടിയേ തീരൂ എന്നൊരു അവസ്ഥയായി. ഉറക്കം വരാത്ത കൊച്ചുകുട്ടിയുടെ ഒരു മാനസികാവസ്ഥ. അപ്പോഴാണദ്ദേഹം താതർ എന്ന ഫോട്ടോഗ്രാഫറെ കണ്ടുമുട്ടുന്നത്. ഹയ്മാനയിലെ ഒരു കാപ്പിക്കടയിൽ വച്ചായിരുന്നു ആ സമാഗമം. ഗ്രാമങ്ങളിലൂടെ നടന്ന് താതർ എടുത്ത ഫോട്ടോഗ്രാഫുകൾ നോക്കുന്നതിനിടയിൽ തന്റെ ജീവിതം മണ്ണിൽ വീണു തകർന്നിരിക്കുന്നു എന്നദ്ദേഹം മനസ്സിലാക്കി. വൃക്ഷങ്ങളിലെ ഇലകളുടെ അതേ വിധിയായിരുന്നു താതറിനും എന്റെ അമ്മാവനും. ഒരേ കാരണവശാൽ അവരിരുവരും ഗ്രാമങ്ങളിലും സമതലങ്ങളിലും അലഞ്ഞ് നടന്നു.

ഞാൻ കുഞ്ഞായിരുന്ന കാലത്താണമ്മാവൻ അവസാനമായി ഗ്രാമത്തിൽ വരുന്നത്. അന്ന് അദ്ദേഹത്തിന്റെ മുഖത്തുണ്ടായിരുന്ന ദുഃഖം ഇന്നും എനിക്കോർമ്മയുണ്ട്. മറിച്ചുമറിച്ച് അവസാനത്തെ താളും കഴിഞ്ഞുവെങ്കിലും ഇനിയും അതിലെഴുതിയിരിക്കുന്നതെന്തെന്ന് മനസ്സിലാകാത്ത വിശുദ്ധ ഗ്രന്ഥമാണ് ജീവിതം. എന്റെ അമ്മാവൻ ആ താളുകളിലൂടെ അലഞ്ഞ് നടന്നു. ക്ഷീണിച്ച് തളർന്നു. അന്ന്, ആ അവസാന സന്ദർശനത്തിൽ അമ്മയ്ക്ക് സമ്മാനിച്ച സഞ്ചിയിൽ, ചില പഴയ ഫോട്ടോഗ്രാഫുകളും ഒരു ക്യാമറയുമുണ്ടായിരുന്നു. താതർ എന്ന ഫോട്ടോഗ്രാഫർ എന്റെ അമ്മാവന് ഈ ക്യാമറ എപ്പോൾ നൽകി എന്ന് അമ്മയ്ക്കറിയില്ല. എന്നാൽ ആ ക്യാമറ എങ്ങനെയുള്ളതായിരുന്നു എന്ന് അമ്മയ്ക്ക് വ്യക്തമായി ഓർമ്മയുണ്ട്. അമ്മയുടെ കുട്ടിക്കാലത്ത് താതർ അമ്മയുടേയും കെവെയുടേയും ഫോട്ടോ എടുത്തുകൊണ്ടിരിക്കുന്നതിനിടയിൽ അമ്മ ആ ക്യാമറ നല്ലവണ്ണം പരിശോധിച്ചിരുന്നു. അതിനകത്ത് തന്റെവിധി രൂപപ്പെടുകയാണെന്ന് അമ്മ മനസ്സിലാക്കിയിരുന്നു. അന്നുമുതൽ ജീവിതത്തിന്റെ പുതിയ വസന്തം അമ്മയ്ക്ക് മുന്നിൽ വെളിപെടുമെന്നും അമ്മയ്ക്കറിയാമായിരുന്നു.

പന്ത്രണ്ട്

സ്റ്റെല്ല
വെള്ളക്കുപ്പായം

ഞാൻ മെത്തയിൽ നിന്നെഴുന്നേറ്റു.
ആരെങ്കിലും വിളിച്ചിരുന്നോ എന്ന് ഫോണിൽ നോക്കി.
കുളിച്ചു.
ടെലിവിഷൻ ഓൺ ചെയ്തുവച്ച് പ്രാതൽ കഴിച്ചു.
നല്ല വെയിലുള്ള ദിവസം.
വെയിൽ എന്നെ മാടി വിളിക്കുന്നു.
അലക്കിയിട്ടിനിരുന്ന എന്റെ വെള്ളക്കുപ്പായമെടുത്ത് ഇസ്തിരിയിട്ടു.
കഴിഞ്ഞ തവണ ഫെറൂസെയെ കണ്ടപ്പോൾ ഞാനീ ഷർട്ടാണിട്ടിരുന്നത്.
പുറത്തിറങ്ങുമ്പോൾ ചുവരിൽ തൂക്കിയിരുന്ന ഫോട്ടോയിലേക്ക് നോക്കിയില്ല.
നദിക്കരയിലേക്ക് നടന്നു.
അവിടെ വ്യായാമത്തിനായി നടന്നിരുന്നവരുടേയും നദിയിൽ തുഴ ഞ്ഞിരുന്നവരുടേയും അരികിലൂടെ നടന്നു.
തിരക്കുള്ള തെരുവിലൂടെ നടന്ന് വിറ്റിജെൻസ്റ്റീൻ ഉറങ്ങിക്കിടക്കുന്ന സെമിത്തേരിയിലെത്തി ഞാൻ.
കഴിഞ്ഞയാഴ്ച ഇതുവഴിവന്നപ്പോൾ വീടിനു മുന്നിലിരിക്കുന്നുണ്ടാ യിരുന്ന വൃദ്ധൻ ഇന്നും അവിടെയിരിപ്പുണ്ട്. അവിടെയിരുന്നയാൾ പുറം ലോകം കാണുന്നു. ഞാനയാളെ നോക്കി പുഞ്ചിരിച്ചു. കൈവീശി.
ഏതു നിമിഷത്തിൽ വേണമെങ്കിലും ഫോൺ വന്നേക്കാം എന്ന മട്ടിൽ ഞാൻ ഫോണെടുത്ത് കയ്യിൽ പിടിച്ചു.
വീണു കിടന്ന കരിയിലകൾക്കിടയിലൂടെ സാവധാനത്തിൽ നടന്നു.
കുഴികുത്തിയിരുന്നവരെ കാണാനില്ല. മഴയത്ത് ജോലി ചെയ്യുകയും വെയിലായാൽ വിശ്രമിക്കുകയും ചെയ്യുന്നവരാണോ അവരെന്ന് ഞാൻ അദ്ഭുതപ്പെട്ടു.

പല കുഴിമാടങ്ങൾക്ക് മുന്നിലും ഞാൻ നിന്നു. അതിലെ അന്തേവാസികളുടെ കഥയൊന്നൂഹിച്ചെടുക്കുവാൻ ശ്രമിച്ചു.

കുഴിമാടങ്ങൾക്ക് തണലേകി അനേകം മരങ്ങളുണ്ടായിരുന്നു. ആ മരങ്ങളുടെ തണലിനെല്ലാം കുഴിമാടങ്ങളിൽ കിടക്കുന്നവരെക്കുറിച്ചുള്ള അനവധി കഥകളറിയാം. കൈവെള്ളയിലെ രേഖപോലെ അവർക്കെല്ലാം വ്യക്തമായി അറിയാം.

ഞാൻ പള്ളിയുടെ പിറക് വശത്തേക്കു നടന്നു.

വിറ്റ്ജീൻസ്റ്റീനിന്റെ കുഴിമാടത്തിലെത്തി. അദ്ദേഹത്തിന്റെ ചരമവാർഷികം ആരൊക്കെയോ ഓർത്തിരിക്കുന്നു. അവർ കല്ലറയ്ക്ക് മുകളിൽ പുഷ്പാർച്ചന നടത്തിയിരിക്കുന്നു.

ഉണങ്ങിയ മണ്ണിൽ ഞാനിരുന്നു.

അനറ്റോലിയക്കാരുടെ പാരമ്പര്യമനുസരിച്ച് കുഴിമാടത്തിന്മേലുണ്ടായിരുന്ന ഉണങ്ങിയ പുല്ല് കുറച്ച് പറിച്ച് മാറ്റി. എന്റെ കയ്യിലുണ്ടായിരുന്ന കുപ്പിവെള്ളത്തിൽ നിന്നും കുറച്ച് അവിടെ തളിച്ചു.

അപ്പോൾ പിന്നെ ആരെങ്കിലും കണ്ടാൽ, ഞാൻ ഒരു ദിവസം മുഴുക്കെ അവിടെ ചെലവിടുവാൻ ഉദ്ദേശിക്കുന്നു എന്ന് തോന്നിപ്പോകും.

എന്റെ തലയ്ക്ക് മുകളിൽ സൂര്യൻ ചുട്ടുപൊള്ളുന്നുണ്ടായിരുന്നു.

ഞാൻ സഞ്ചിയിൽ നിന്നും ഒരു കവിതാപുസ്തകമെടുത്തു. തുറന്നു.

കുട്ടിയായിരുന്ന കാലത്തൊരിക്കൽ റേഡിയോയിലൂടെ കരഞ്ഞു കൊണ്ടൊരാൾ കവിത ചൊല്ലിയിരുന്നത് ഓർമ്മവന്നപ്പോൾ കവിത ചൊല്ലുമ്പോൾ കരയാൻ പാടില്ല എന്ന തിരിച്ചറിവ് എന്നിലുണ്ടായി.

ഗ്രാമത്തിൽ കൊയ്ത്തു കഴിഞ്ഞാൽ അതിൽ ഒരു ഭാഗം കുട്ടികൾക്കും ലഭിക്കും. കൊയ്യാനിറങ്ങിയവരൊക്കെ കുട്ടികൾക്ക് രണ്ട് കൈപ്പിടി നിറയെ ഗോതമ്പ് നൽകും. ഇതുകൊടുത്ത് ഞങ്ങൾ ബിസ്കറ്റും ലോക്കം മിഠായിയും വാങ്ങും. ഒരു കവിത വായിച്ചു അവരുടെ പക്കലുള്ള ഗോതമ്പ് എനിക്ക് തരാം എന്നാരെങ്കിലും പറഞ്ഞാൽ ഞാൻ അതനുസരിക്കാറില്ലായിരുന്നു. കവിത അന്നെനിക്ക് പ്രാർത്ഥനപോലെ ദിവ്യമാണ്, പരിപാവനമാണ്. അതിന്റെ മൂല്യം ഗോതമ്പുകൊണ്ട് അളക്കാനാകില്ല. എന്നാൽ ചിലപ്പോഴെങ്കിലും ഞാൻ കവിത വായിക്കുന്നതിനു പകരമായി അവരുടെ പക്കലുള്ള ലോക്കം മിഠായി വാങ്ങിയിട്ടുമുണ്ട്.

കുട്ടിക്കാലത്ത് മണ്ണോ ഗോതമ്പോ സ്പർശിച്ചാൽ ആ ഒരൊറ്റ സ്പർശം എന്നിൽ ഊർജ്ജം നിറയ്ക്കുമായിരുന്നു. ജീവൻ നിറയ്ക്കുമായിരുന്നു. ഞങ്ങളുടെ ഗ്രാമം മണ്ണും ഗോതമ്പും വഴി കാലചക്രത്തിലൊരിടത്തുറച്ചുപോയിരിക്കുന്നു. നഗരവാസികൾ വിശ്വസിക്കുന്നത് ഒരു വ്യക്തിയുടെ ചരിത്രം ആരംഭിക്കുന്നത് അയാളുടെ കുടുംബത്തിലെ ഒന്നാമത്തെ വ്യക്തിയിൽ നിന്നാണെന്നാണ്. എന്നാൽ സത്യം അതല്ല.

ഞാൻ കവിതവായിച്ച് തീർത്ത്, പുസ്തകം തിരികെ എന്റെ സഞ്ചിയിൽ വച്ചു.

ചുറ്റിലും കണ്ണോടിച്ചു.

നൂറുകണക്കിന് കല്ലറകൾക്ക് നടുക്ക് ഞാൻ തനിച്ചാണ്.

ഞാൻ വിറ്റ്ജീൻസ്റ്റീനിന്റെ കല്ലറയ്ക്ക് സമീപം കിടന്നു. ഇപ്പോൾ ഞങ്ങൾക്കു കീഴെയുള്ളത് ഒരേ മണ്ണ്, ഞങ്ങളുടെ മുകളിലുള്ളത് ഒരേ ആകാശം.

ഞാൻ കണ്ണടച്ചു.

എന്റെ ശരീരത്തിനു മുകളിൽ ഒരു കല്ലറയുണ്ടെന്ന് ഞാനൂഹിച്ചു. വലിയ, ചാരനിറമുള്ള ഒരു കല്ലറ.

ഞാൻ ഒരു നാടൻ പാട്ട് പാടാൻ തുടങ്ങി. ഉച്ചത്തിൽ തന്നെ പാടി. ഈ ശ്മശാനത്തിന്റെ അങ്ങേതലയ്ക്കലുള്ള ശവത്തിനുപോലും കേൾക്കാൻ പാകത്തിൽ ഉച്ചത്തിൽ.

ശബ്ദം കേട്ട് കിളികൾ പറന്നു പോയി. മരച്ചില്ലകൾ ഇളകി.

ശ്മശാനത്തിന്റെ മതിലിന്റെ അങ്ങേഭാഗത്തുനിന്ന് സംഗീതമെത്തി.

ആരോ വയലിൻ വായിക്കുന്നു.

അത് കേൾക്കാനായി ഞാൻ പാട്ട് നിറുത്തി. വയലിനും നിന്നു.

ഞാൻ കണ്ണ് തുറന്നു.

കുറച്ച് നേരം കാത്തിരുന്നു.

വീണ്ടും പാടാൻ തുടങ്ങി.

വയലിൻ എന്റെ സ്വരത്തിനൊപ്പം സഞ്ചരിച്ചു.

ഞങ്ങളൊരുമിച്ച് പാടാൻ തുടങ്ങി.

വയലിൽ ജോലി ചെയ്തിരുന്നവർ കെവെയ്ക്ക് പാടിക്കൊടുത്ത അതേ ഗാനമായിരുന്നു അത്. കെവെ നാല്പത് വർഷങ്ങൾക്ക് ശേഷം ആ ഗാനം എന്റെ അമ്മയ്ക്ക് പാടിക്കൊടുത്തു. എപ്പോഴൊക്കെ ഞാൻ ഈ പാട്ട് പാടിയോ അപ്പോഴൊക്കെ ചൂടുകാറ്റടിക്കുന്ന ഒരു രാത്രിയിലാണ് ഞാൻ എന്ന് എനിക്ക് തോന്നി. കെവെ പ്രണയത്തിലായിരുന്ന നാളുകളിലൊന്നിലെ നക്ഷത്രങ്ങൾ നിറഞ്ഞ ആ രാത്രിയിലേക്ക് ഞാനുമെത്തിയിരിക്കുന്നു എന്നു തോന്നി.

ഫെറൂസെയോട് കെവെയുടെ കഥ പറഞ്ഞ ദിവസം ആ പാട്ടൊന്ന് പാടാമോ എന്ന് അവൾ ചോദിക്കുകയുണ്ടായി. അന്ന് പാടാൻ എനിക്ക് പക്ഷേ നാണമായിരുന്നു. ഒരു കുട്ടിയെപ്പോലെ ഞാൻ നാണിച്ചു. “ഇപ്പോൾ അതിനുള്ള സമയമല്ല” എന്ന് പറഞ്ഞ് ഒഴിഞ്ഞു.

ഇപ്പോളിതാ, മരിച്ചവരുടെ നടുക്കിരുന്ന് ആ ഗാനമാലപിക്കുന്നു. ഇതിനു മുമ്പ് ആരുടേയും മുന്നിൽ ഞാനവതരിപ്പിച്ചിട്ടില്ലാത്ത അതേ ഗാനം.

സൂര്യൻ എന്റെ സ്വരത്തിനും മുഖത്തിനും ചൂട് പിടിപ്പിച്ചു.

ഇതുപോലെ മണ്ണിൽ നിവർന്ന് കിടന്നിട്ട് വർഷങ്ങളായിരിക്കുന്നു. അതുകൊണ്ടായിരിക്കണം ഇപ്പോൾ എന്റെ ശരീരത്തിനു വേരുകൾ മുളയ്ക്കുന്നത്. അത് മണ്ണിലേക്കാണ്ടുപോകുന്നത്.

എന്റെ ഗാനമവസാനിച്ചു.

വയലിൻ നിശ്ശബ്ദമായി.

കിളികൾ തിരികെ വന്നു. മരച്ചില്ലകളുടെ നിഴലൊന്ന് വിറച്ചു.

എഴുന്നേൽക്കണം. എന്നിട്ട് സഞ്ചിയിൽ നിന്നും റൊട്ടിയെടുത്ത് പൊടിച്ച് ഈ കുഴിമാടങ്ങൾക്കു മുകളിൽ വിതറണം. അങ്ങനെയൊന്ന് ദസ്തയെവസ്കിയുടെ ഒരു കഥയിൽ വായിച്ചിട്ടുണ്ട്. അപ്പോൾ കിളികൾ അത് തിന്നാൻ വരും. അങ്ങനെ കിളികൾ വരുമ്പോൾ അവർ പാടുന്ന പാട്ട് കുഴിമാടത്തിൽ കിടക്കുന്നവർക്ക് കേൾക്കാനാകും.

എന്റെ ഫോൺ ശബ്ദിച്ചു. ആരെന്ന് നോക്കാതെ ഫോണെടുത്തു.

ഒരു സുഹൃത്തിന്റെ വക നദിക്കരയിലേക്ക് ഒരു ഉല്ലാസയാത്രയ്ക്കുള്ള ക്ഷണമായിരുന്നു.

ഇവിടെയായിരുന്നപ്പോൾ ഫോൺ ഓഫ് ചെയ്ത് വയ്ക്കണമായിരുന്നു. മരിച്ചവരുടെ കൂടെ കഴിക്കുന്ന സമയം ഉറക്കത്തിന്റെ ക്ഷേത്രത്തിനകത്ത് ചെലവിടുന്ന സമയം പോലെ പരിപാവനമാണ്. എന്നാൽ കുറച്ച് ദിവസമായി ഉറങ്ങുമ്പോൾ പോലും ഞാൻ ഫോൺ ഓഫ് ചെയ്യാറില്ല.

ഞാനെഴുന്നേറ്റു. വിറ്റ്ജെൻസ്റ്റീനിന്റെ കുഴിമാടത്തിലേക്ക് നോക്കി. അതിനരികിൽ പൂത്ത് നിന്നിരുന്ന ചുവന്ന റോസാപ്പൂക്കൾ വെയിലിൽ വെട്ടിത്തിളങ്ങി.

ആ റോസാച്ചെടികൾക്കടുത്ത് ഒരു കുരുവി വന്നിറങ്ങി. വന്നപാടെ അത് നാലഞ്ചടി ചാടിച്ചാടി നടന്നു. അന്നേരം എന്റെ ഫോൺ വീണ്ടും ശബ്ദിച്ചു. അത് കേട്ട് കുരുവി ചിറകടിച്ച് പറന്നുപോയി.

പരിചയമില്ലാത്തൊരു നമ്പറിൽ നിന്നായിരുന്നു ഫോൺ. പുരാവസ്തുക്കടയിൽ നിന്നാണ് വിളിക്കുന്നതെന്ന് മറുതലയ്ക്കലുണ്ടായിരുന്ന സ്ത്രീ പറഞ്ഞു. സ്റ്റെല്ലയുടെ സുഹൃത്താണെന്ന് പറഞ്ഞു. കടയിലേക്ക് ചില സാധനങ്ങളെടുക്കാനായി പോയപ്പോൾ എഴുത്തുപെട്ടിയിൽ എന്റെ കുറിപ്പ് കണ്ടുവെന്നും അതിനാൽ വിളിച്ചതാണെന്നും.

“സ്റ്റെല്ല ആശുപത്രിയിലാണ്.” അവർ പറഞ്ഞു.

ഞാൻ സഞ്ചിയിൽ നിന്നും ബ്രഡ് എടുത്തു. അവ ചെറിയ കഷണങ്ങളാക്കി. വിറ്റ്ജീസ്ൻസ്റ്റീനിന്റെ കുഴിമാടത്തിനു മുകളിൽ വിതറി.

അവിടെ നിന്ന് ബസ് കിട്ടുന്നിടത്തേക്ക് നടന്നു.

ആദെൻബ്രൂക്കിലേക്കുള്ള ആ യാത്രയ്ക്കിടയിൽ എന്റെ മനസ്സിൽ ആയിരത്തിൽപരം ചോദ്യങ്ങൾ ഒന്നിച്ച് വന്നു. ആശുപത്രിയുടെ പടിക്കൽ നിന്ന് ഞാൻ കുറച്ച് പൂക്കൾ വാങ്ങി.

സ്റ്റെല്ല മൂന്നാം നിലയിലായിരുന്നു. ഞാനവിടേക്ക് കയറി.

ജനലിനരികിലുള്ള മെത്തയിലേക്ക് നഴ്സ് വിരൽ ചൂണ്ടി. ഞാൻ പർദ്ദ മാറ്റി നോക്കി.

സ്റ്റെല്ല ഉറങ്ങുകയായിരുന്നു.

മെത്തയ്ക്ക് സമീപമുണ്ടായിരുന്ന ഒരു കസേരയിൽ ഞാനിരുന്നു.

അതിനടുത്തിട്ടിരുന്ന മേശപ്പുറത്ത് പൂക്കൾ വച്ചു.

സ്റ്റെല്ലയുടെ നെഞ്ചിൽ പിടിപ്പിച്ചിരുന്ന വയറിന്റെ മറ്റേ അറ്റം അവസാനിക്കുന്നത് ഒരു സ്ക്രീനിൽ.

ഞാൻ സ്ക്രീൻ പരിശോധിച്ചു. എനിക്കവയെക്കുറിച്ച് ഒന്നുമറിയില്ലായിരുന്നു. എങ്കിലും അവർക്കാവശ്യമുള്ള അക്കങ്ങളും വാക്കുകളുമായിരിക്കും അവിടെ പ്രത്യക്ഷപ്പെടുന്നത് എന്ന് പ്രത്യാശിച്ചു.

ഞാൻ അവരുടെ മുഖത്തെ ചുളിവുകൾ നോക്കി.

സ്വതവേ വിളറിയ ചർമ്മം ഇപ്പോൾ കൂടുതൽ വിളറിയിരിക്കുന്നു. മുടിയുടെ ഘനം കുറഞ്ഞിരിക്കുന്നു.

ഞാൻ അവരുടെ ശ്വാസം ശ്രദ്ധിച്ചു. ദീർഘമായി, ഊഷ്മളമായി ശ്വസിക്കുന്നു. ശ്വസനം അതിന്റെ പ്രായം കാണിക്കുന്നുണ്ട്.

സ്റ്റെല്ലയ്ക്ക് വിദേശത്ത് താമസമാക്കിയ ഒരു മകനുണ്ടെന്ന് ഫെറൂസെ എന്നോട് പറഞ്ഞിട്ടുണ്ട്. അയാളെ വിവരമറിയിച്ചിട്ടുണ്ടാകുമോ എന്ന് ഞാൻ ആലോചിച്ചു.

സ്റ്റെല്ല സാവധാനത്തിൽ കണ്ണുകൾ പാതി തുറന്നു. എന്തെങ്കിലും പറയുന്നതിനു മുമ്പ് അവർ ഒരു നിമിഷം ശങ്കിച്ചു.

"ഹലോ..യങ്ങ് മാൻ" അവർ പറഞ്ഞു.

"ഹലോ...ഡിയർ ലേഡി.." ഞാൻ പ്രതികരിച്ചു.

അവർ എഴുന്നേറ്റിരിക്കുവാൻ ശ്രമിച്ചു.

ഞാൻ മെത്ത ശരിയാക്കിക്കൊടുത്തു. തലയിണകൾ തലയ്ക്ക് താങ്ങാക്കിക്കൊടുത്തു.

"സമയമെന്തായി?" അവർ ചോദിച്ചു.

ഞാൻ ഉത്തരം നല്കി.

ഞാൻ "വെള്ളം കുടിക്കണോ?" എന്നു ചോദിച്ചു.

"വേണം."

ഒരു രാത്രിയിൽ അവർക്ക് നെഞ്ചത്ത് എന്തോ വിഷമം തോന്നി. അവർ അടിയന്തരമായി സഹായം വേണമെന്ന് ആശുപത്രിയിലറിയിച്ചു. ആംബുലൻസ് ഉടനെത്തി.

"ഡോക്ടർമാർ എന്ത് പറഞ്ഞു?"

"പ്രായമേറേയായി എന്ന് പറഞ്ഞു. എന്നാലും സുഖമാകുന്നുണ്ടത്രെ."

139

"ഇവിടെ വന്നിട്ട് എത്ര ദിവസമായി?"

"ആർക്കറിയാം."

"തിരക്കിട്ട് മടങ്ങിപ്പോകണ്ട."

അവർ പുഞ്ചിരിച്ചു.

"കഴിഞ്ഞ ഏതാനും ദിവസങ്ങളായി ഞാൻ പഴയ ചില ഓർമ്മകളുടെ പൊടിതട്ടി നീക്കുകയായിരുന്നു. മരണവുമായി മുഖാമുഖം കണ്ട ആദ്യ അവസരമോർക്കുകയായിരുന്നു..."

"അതെന്തായിരുന്നു?"

"കപ്പലിന്റെ മുകൾത്തട്ടിൽ വച്ച്..."

"കുറേ വർഷങ്ങളായോ?"

"രണ്ടാം ലോക മഹായുദ്ധം നടക്കുമ്പോൾ ഒരു കൗമാരക്കാരിയായിരുന്നു ഞാൻ. അവരെനിക്കന്ന് നഴ്സിങ്ങ് വിഭാഗത്തിൽ ജോലി തന്നു. ഒരു ദിവസം അവർ ഞങ്ങളോട് നമ്മളെല്ലാം വിദേശത്തേക്ക് പോകുന്നു എന്ന് പറഞ്ഞു. നല്ല കാറ്റുള്ള ദിവസമായിരുന്നു അത്. ഞങ്ങൾ കപ്പലിൽ കയറി. ഞങ്ങൾ യാത്രയാരംഭിച്ച് അധികം കഴിയും മുമ്പ് ജർമ്മൻ പട്ടാളം ഞങ്ങളെ ആക്രമിച്ചു. കപ്പൽ മുങ്ങി. ഞങ്ങൾ നാലുപേരെ മാത്രമേ ജീവനോടെ തിരകൾക്കിടയിൽ നിന്നും വലിച്ചെടുക്കുവാനായുള്ളു. കുറിയ തലമുടിയുള്ള മെലിഞ്ഞ ഒരു യുവാവിനെപ്പോലെയായിരുന്നു അന്ന് ഞാൻ. ഞങ്ങളുടെ ശരീരത്തിലെല്ലാം പെട്രോൾ നിറഞ്ഞിരുന്നു. അവർ കപ്പലിനു മുകളിൽ വച്ച് ഞങ്ങളെ വിവസ്ത്രയാക്കി ശരീരത്തിലേക്ക് ഒരു പൈപ്പിലൂടെ വെള്ളമൊഴിച്ചു. എന്റെ മുത്തച്ഛൻ യുദ്ധത്തിൽ മരിച്ചതുപോലെ ഞാനും യുദ്ധത്തിൽ മരിക്കുമെന്ന് അന്ന് രാത്രി എനിക്കുറപ്പായി. ഇതിനു മുമ്പുണ്ടായ യുദ്ധത്തിൽ സോമിൽ വച്ച് കൊല്ലപ്പെട്ട ദശലക്ഷം പടയാളികളിൽ ഒരാൾ എന്റെ മുത്തച്ഛനായിരുന്നു."

അവർ നിറുത്തി.

"വെള്ളം കുടിക്കണോ?" ഞാൻ ചോദിച്ചു.

"വേണ്ട. ശ്വാസം മുട്ടുന്നുണ്ട്." അവർ പറഞ്ഞു.

അവർ കുറച്ച് നേരം കൂടി കാത്തു.

"ഞാനൊരു പെൺകുട്ടിയാണെന്ന് കണ്ടപ്പോൾ ആ ജർമ്മനിക്കാരൻ ഓഫീസർ 'ഈ പെൺകുട്ടിക്ക് കപ്പലിലെന്താ കാര്യം' എന്ന് ചോദിച്ചു. അയാൾ എന്നെ മറ്റുള്ളവരിൽ നിന്നും മാറ്റി നിറുത്തി ഇംഗ്ലണ്ടിലേക്ക് തിരിച്ചയച്ചു. അപ്പോൾ മരിക്കും എന്ന ചിന്ത എന്റെ മനസ്സിൽ നിന്നും പോയി. എന്നാൽ യുദ്ധം കഴിഞ്ഞപ്പോൾ വീണ്ടും മരണചിന്ത വന്നു. ഞാൻ പ്രണയിച്ചിരുന്ന യുവാവ് തിരികെ വന്നില്ല. അവനൊരു കുഴിമാടം പോലും ലഭിച്ചില്ല..."

അവർ ചോദിക്കാതെ തന്നെ ഞാൻ ഒരു ഗ്ലാസ് വെള്ളം നൽകി.

അവർ ഒരു കവിൾ കുടിച്ചു.

“മഴ നനഞ്ഞ്, കാറ്റ് പിടിച്ച്, കപ്പലിന്റെ മുകൾത്തട്ടിൽ നിന്ന ആ ദിവസം ഇന്നലെ കഴിഞ്ഞതുപോലെ തോന്നുന്നു.” അവർ പറഞ്ഞു.

“ഏതോ യുദ്ധസിനിമയിലെ രംഗം പോലെ തോന്നുന്നു.” എന്നായിരുന്നു എന്റെ മറുപടി.

“യുദ്ധ സിനിമകൾ എപ്പോഴും എന്നെ ആ ദിവസത്തിലേക്ക് തിരികെ കൊണ്ടുപോകുന്നു.” അവർ പറഞ്ഞു. “നിങ്ങൾ ഭാഗ്യവാനാണ്. ഞങ്ങളെപ്പോലെ യുദ്ധത്തിനൊന്നും പോകേണ്ടി വന്നിട്ടില്ലല്ലോ.”

ഞാൻ ഒന്നും പറഞ്ഞില്ല.

അവരുടെ കയ്യിലുണ്ടായിരുന്ന ഗ്ലാസ് തിരികെ വാങ്ങി.

“എന്തെങ്കിലും വേണോ?” ഞാൻ ചോദിച്ചു.

“ചോദിച്ചതിന് നന്ദി. ഇന്ന് കാലത്ത് ഒരു സുഹൃത്ത് വന്നിരുന്നു. അവരോട് ചില സാധനങ്ങൾ കൊണ്ടുവരാൻ പറഞ്ഞിട്ടുണ്ട്.”

“താങ്കൾ ആശുപത്രിയിലാണെന്ന് മകനെ അറിയിച്ചോ?” ഞാൻ ചോദിച്ചു.

“ഇല്ല. അവനെ ബുദ്ധിമുട്ടിക്കേണ്ട കാര്യമൊന്നുമില്ല.”

“അമ്മയ്ക്ക് സുഖമില്ലെന്നറിഞ്ഞാൽ അയാളെത്തും. വരാൻ ആഗ്രഹമുണ്ടാകും.” ഞാൻ പറഞ്ഞു.

“അവൻ കനഡയിലാണ്. തിരക്കുള്ള ജോലിയാണ്.”

“ഒരുപക്ഷേ ഒരു ദിവസത്തെ അവധിയെടുത്ത് വരാനാകുമായിരിക്കും...”

“കഴിഞ്ഞ മാസം വന്ന് പോയതേയുള്ളു.”

ദൂരദേശങ്ങളിൽ താമസിക്കുന്ന മക്കളുടെ ഏകാന്തതയെക്കുറിച്ച് ഞാൻ ചിന്തിച്ചില്ല. എന്നാൽ അവർ ഒറ്റയ്ക്കാക്കിപോയ അമ്മമാരുടെ ഏകാന്തതയെക്കുറിച്ച് ചിന്തിച്ചു.

ടെലിഫോൺ ചെയ്യുമ്പോഴൊന്നും എന്റെ അമ്മയും എല്ലാം തുറന്ന് പറയാറില്ല. അമ്മ പറഞ്ഞത് ഞാൻ കേൾക്കും. എന്നിട്ട് പറയാത്തതെന്തൊക്കെ എന്നൂഹിക്കുവാൻ ശ്രമിക്കും.

“ഒറ്റയ്ക്കാണോ വന്നത്?” സ്റ്റെല്ല ചോദിച്ചു.

ഫെറൂസ പോയ വിവരം അവർക്കറിയില്ലായിരുന്നു.

ഞാൻ എല്ലാം പറഞ്ഞു.

“എന്ന് വച്ചാൽ ഞാൻ ആശുപത്രിയിലായ ദിവസം അവൾ ഇറാനിലേക്ക് പോയി എന്ന് അല്ലേ. അവളുടെ ഫോൺ സ്വിച്ച് ഓഫ് ചെയ്തിരിക്കുന്നത് എന്തുകൊണ്ടെന്ന് ഇപ്പോൾ എനിക്ക് മനസ്സിലായി. ഇന്നലേയും അവളെയൊന്ന് വിളിച്ച് നോക്കാൻ ഞാൻ നഴ്സിനോട് പറയുകയുണ്ടായി.” അവർ പറഞ്ഞു.

‘‘അറിഞ്ഞിരിക്കുമെന്നാണ് ഞാൻ കരുതിയത്.“

“പോകുന്നതിനു മുമ്പ് അവൾ കടയിലേക്കും വീട്ടിലേക്കും ഫോൺ ചെയ്തിരിക്കണം.” ഒന്നാലോചിച്ച് സ്റ്റെല്ല പറഞ്ഞു. “എന്റെ കയ്യിലാണെങ്കിൽ മൊബൈൽ ഫോണില്ല.” അവർ തുടർന്നു.

ആശുപത്രികളിൽ മൊബൈൽ ഫോൺ ഓഫ് ചെയ്ത് വയ്ക്കണമെന്ന് പെട്ടെന്ന് എനിക്കോർമ്മവന്നു.

ഞാൻ ഒരു നിമിഷം ശങ്കിച്ചു.

കീശയിൽ നിന്നും ഫോണെടുത്ത് ഓഫ് ചെയ്തു. സ്ക്രീനിലെ വെളിച്ചം കെടുന്നത് വരേക്കും അതിൽ നിന്നും കണ്ണെടുത്തില്ല.

“ഫെറൂസെയുടെ മൊബൈൽ നമ്പറുണ്ടോ” ഞാൻ ചോദിച്ചു.

“ഇല്ല ലാൻഡ് ലൈൻ നമ്പറേയുള്ളു.” സ്റ്റെല്ല പറഞ്ഞു.

“അവരാരും വീട്ടിലില്ല.” ഞാൻ പറഞ്ഞു.

പർദ്ദയ്ക്കപ്പുറത്തുള്ള കട്ടിലിൽ കിടക്കുന്ന രോഗിയെ സന്ദർശിക്കാനെത്തിയവർ അവധിക്കാലം അഘോഷിക്കേണ്ടതെങ്ങനെയെന്ന് ചർച്ച ചെയ്യുകയായിരുന്നു. വേനലവധിയാണ് ചർച്ചയിൽ. ഞങ്ങൾ കുറച്ച് നേരം അവർ പറയുന്നത് ശ്രദ്ധിച്ചു.

സ്റ്റെല്ല സമയമെത്രയായി എന്ന് ചോദിച്ചു.

ഞാൻ പറഞ്ഞു.

“താങ്കളന്വേഷിച്ചിരുന്ന ക്യാമറ ഏത് മോഡലാണെന്ന് കണ്ടെത്തുവാൻ എനിക്കായി.” അവർ പറഞ്ഞു.

“സത്യം?”

അവർ പുഞ്ചിരിച്ചു.

“ഒളിമ്പസ് സിക്സ്” അവർ പറഞ്ഞു.

“ഈ മോഡൽ പ്രശസ്തമാണോ?” ഞാൻ അന്വേഷിച്ചു.

“രണ്ടാം ലോകമഹായുദ്ധകാലത്ത് ഇറങ്ങിയതാണ്. പ്രശസ്തമാണിത്. ആ ഫോട്ടോയിൽ കണ്ടപ്പോഴേ ഇത് പരിചയമുള്ളതാണല്ലോ എന്ന് തോന്നിയിരുന്നു.” അവർ പറഞ്ഞു.

“അത് കണ്ടെത്തുവാനാകുമെന്ന് പ്രതീക്ഷിക്കുന്നുണ്ടോ?”

“ഐൻസ്റ്റൈനിന്റെ ക്യാമറ കണ്ടെത്തുന്നതിലും എളുപ്പമായിരിക്കും. എന്റെ ഒരു സുഹൃത്തിനോട് ലണ്ടനിൽ അന്വേഷിക്കുവാൻ ആവശ്യപ്പെട്ടിട്ടുണ്ട്.”

“നന്ദി.”

“താങ്കളെ സംബന്ധിച്ചിടത്തോളം വളരെ പ്രാധാന്യമുള്ളതാണല്ലേ?”

“അമ്മയ്ക്ക് സമ്മാനമായി നൽകാനാണ്.”

"താങ്കളുടെ അമ്മയുടെയും അമ്മാവന്റേയും ചില കഥകൾ എനിക്ക് ഫെറൂസെ പറഞ്ഞ് തന്നിട്ടുണ്ട്."

"സത്യത്തിൽ അദ്ദേഹം എന്റെ അമ്മയുടെ അമ്മാവനാണ്. ഞങ്ങളും അമ്മാവൻ എന്ന് വിളിക്കുന്നു."

"താങ്കൾ താങ്കളുടെ ഗ്രാമത്തിൽ തന്നെ തുടർന്നിരുന്നുവെങ്കിൽ, അവിടത്തെ ചൂടിൽ, ആ അമ്മാവന്റെ രൂപത്തിലാകുമായിരുന്നു."

"അമ്മയും അത് പറയാറുണ്ട്." ഞാൻ പറഞ്ഞു.

ക്ഷീണിച്ചതിനാലാണെന്ന് എനിക്ക് തോന്നി. സ്റ്റെല്ല സംസാരം നിർത്തി. അവർ ദീർഘമായി ഒന്ന് നിശ്വസിച്ചു.

"കുഴപ്പമൊന്നുമില്ലല്ലോ? നഴ്സിനെ വിളിക്കണോ?" ഞാൻ ചോദിച്ചു.

"ഞാനെപ്പോഴും ഇങ്ങനെയാണ്. ഇടയ്ക്കിടെ ഒരു ദീർഘശ്വാസം ആവശ്യമായി വരുന്നു."

"വെള്ളം കുടിക്കണോ?"

"വേണ്ട. ചോദിച്ചതിനു നന്ദി."

അവർ പിന്നേയും സംസാരം നിർത്തി.

"താങ്കളുടെ അമ്മാവനെക്കുറിച്ച് സംസാരിക്കുകയായിരുന്നു നാം.." അവർ പറഞ്ഞു.

കുട്ടിയായിരുന്ന കാലത്ത് 'ഞാനെവിടെ നിന്ന് വന്നു' എന്ന് ഞാൻ ചോദിക്കാറുണ്ടായിരുന്നു. അത് കേട്ട് അമ്മയും അയൽക്കാരും ചിരിക്കും. അവർ പറഞ്ഞ ഉത്തരങ്ങളിലൊന്നും എനിക്ക് വിശ്വാസം തോന്നിയില്ല. ചിലപ്പോൾ ഞാൻ രാത്രിയിൽ ഉറക്കത്തിൽ നിന്നെഴു ന്നേൽക്കും. ദീർഘനേരം നിശ്ശബ്ദതയെ മാത്രം ശ്രദ്ധിച്ച് കിടക്കും. ഞാൻ ഇരുട്ടിൽ അപ്രത്യക്ഷമായി എന്നെനിക്കപ്പോൾ തോന്നും. ഞാനീ ലോക ത്തിലേക്ക് എങ്ങനെയെത്തി എന്നറിയുവാൻ എനിക്ക് വലിയ ആകാംക്ഷ യായിരുന്നു. മരണത്തെക്കുറിച്ച് എനിക്കുണ്ടായിരുന്ന അതേ ആകാംക്ഷ ഇതിലുമുണ്ടായിരുന്നു.

"ഇപ്പോൾ ഉത്തരം കിട്ടിയോ?" സ്റ്റെല്ല ചോദിച്ചു.

അവർ പുഞ്ചിരിച്ചപ്പോൾ മുഖത്തെ ചുളിവുകളുടെ ആഴം വർദ്ധിച്ചു.

"അമ്മാവൻ അവസാനമായി ഗ്രാമത്തിൽ വന്നപ്പോൾ അമ്മയ്ക്ക് ഒരു ക്യാമറസമ്മാനിച്ചു. ആ യന്ത്രമെങ്ങനെയാണാളുകളെ സൃഷ്ടിക്കുന്നത് എന്ന് കണ്ടെത്തുവാനായാൽ ഞാനും എങ്ങനെയുണ്ടായി എന്നതിനൊരു ഉത്തരമാകും എന്ന് ഞാൻ ചിന്തിച്ചു. അമ്മ അലമാരയിൽ അമ്മയുടെ വസ്ത്രങ്ങൾക്കും തട്ടങ്ങൾക്കും ഇടയിലാണത് വച്ചിരുന്നത്. ഒരു ദിവസം വീട്ടിൽ ആരുമില്ലാത്ത അവസരം നോക്കി ഞാനത് പുറത്തെടുത്തു. അതെടുത്ത് അരുവിക്കരയിലെത്തി. ആഹ്ലാദം കൊണ്ട് എന്റെ ഹൃദയം പൊട്ടിത്തകരുകയാണെന്ന് എനിക്കു തോന്നി. ഒരു കല്ലെടുത്ത് ആ

യന്ത്രത്തെ രണ്ടായി തല്ലിപ്പൊട്ടിച്ചു. അതിനകത്ത് ഏതാനും സ്ക്രൂകളും ലോഹത്തുണ്ടുകളുമല്ലാതെ ഒന്നുമില്ലായിരുന്നു. അപ്പോൾ എന്റെ മന സ്സിൽ അതുവരേക്കും തങ്ങിനിന്നിരുന്ന ചോദ്യം വീണ്ടുമെഴുന്നേറ്റു. അതെന്നെ അപ്പാടെ വിഴുങ്ങിയേക്കുമെന്ന് തോന്നിപ്പോയി. എനിക്ക് സങ്കടം സഹിക്കാനായില്ല. ഞാൻ ഉറക്കെ കരഞ്ഞു."

ഒരു നിമിഷം കരച്ചിൽ നിർത്തി.

ഒരു വൃദ്ധനെപോലെ കിതച്ചു. പിന്നെ തുടർന്നു.

"പൊട്ടിച്ചിതറിയിയ കഷണങ്ങൾ പുല്ലുകൾക്കിടയിൽ നിന്നും ഞാൻ പെറുക്കിയെടുത്തു. അവയെല്ലാം വീട്ടിലെത്തിച്ചു. അലമാരയിൽ ക്യാമറ യിരുന്നിടത്ത് വച്ചു. നാലുമാസം കഴിഞ്ഞാണ് അമ്മ അത് കണ്ടത്. നല്ല മഴയുള്ള ഒരു ദിവസം ഞങ്ങളെ തേടി അമ്മാവന്റെ മരണവാർത്ത എത്തി. ദുഃഖം സഹിക്കവയ്യാതെ അമ്മ ഉറക്കെ നിലവിളിച്ചു. പല വർണ്ണ ങ്ങളിലുള്ള തട്ടങ്ങൾക്ക് നടുക്ക് തന്റെ അമ്മാവന്റെ ക്യാമറ തകർന്ന് പല കഷണങ്ങളായി കിടക്കുന്നത് കണ്ടപ്പോൾ അമ്മ പെട്ടെന്ന് കരച്ചിൽ നിറുത്തി. അമ്മ ശ്വാസമടക്കി നിന്നു. എനിക്ക് കണ്ണീരടക്കുവാനായില്ല. ഞാൻ അമ്മയെ കെട്ടിപ്പിടിച്ച് കരഞ്ഞു. കരയുന്നതിനിടയിൽ അമ്മ എന്റെ നെറുകയിൽ ഉമ്മ വച്ചു. അമ്മ ആ വിഷയം പിന്നെ ഒരിക്കലും സംസാ രിച്ചില്ല."

ഞാൻ വീണ്ടും മൗനിയായി.

മാതൃവാത്സല്യത്തോടെ സ്റ്റെല്ല എന്നെ നോക്കി.

"ഞാനും ഫെറൂസെയും താങ്കളുടെ ക്യാമറയുമായി ബന്ധപ്പെടുത്തി പല കഥകളുമുണ്ടാക്കി." അവർ പറഞ്ഞു.

"എന്തൊക്കെ കഥകൾ?" ഞാൻ ചോദിച്ചു.

"താങ്കൾ വന്ന ആദ്യ ദിവസം ഞങ്ങൾ താങ്കളെന്തിനാണാ ക്യാമറ അന്വേഷിക്കുന്നത് എന്നതിനെക്കുറിച്ച് പല ഊഹങ്ങളും നടത്തി. എന്നാൽ ഞങ്ങളുടെ ഊഹങ്ങളെല്ലാം തെറ്റി."

"എന്നോട് ചോദിക്കാമായിരുന്നില്ലേ?"

"താങ്കളിതുവരെ ഇതൊന്നും ഫെറൂസെയോടും പറഞ്ഞിട്ടില്ലേ?"

"ഇല്ല."

"അവൾ തിരികെ വരുമ്പോൾ പറയണം."

"അവൾ തിരികെ വരുമ്പോൾ...."

"വിഷമിക്കണ്ട. അവൾ തിരികെ വരും."

"അങ്ങനെ ഞാനും പ്രതീക്ഷിക്കുന്നു." ഞാൻ പറഞ്ഞു.

അപ്പോൾ അവരുടെ മുഖത്തൊരു പുഞ്ചിരി വിടർന്നു. ആ പുഞ്ചിരി എന്റെ പ്രതീക്ഷകളെ വളർത്തി.

പാതി കണ്ണടച്ച് അവരെന്നെ നോക്കി.

“അവൾ സഹോദരിയുമായുള്ള പിണക്കം അവസാനിപ്പിച്ചിട്ടുണ്ടാകണം.” അവർ പറഞ്ഞു.

“അവർ പരസ്പരം സംസാരിക്കാറേയില്ലേ?” ഞാൻ ചോദിച്ചു.

“താങ്കൾക്കറിയില്ലായിരുന്നോ?”

“ഇല്ല.”

അവർ ഒരു നിമിഷം നിർത്തി. കണ്ണടച്ചു.

അടുത്ത മെത്തയിലെ രോഗിയുടെ സന്ദർശകർ, കഴിഞ്ഞ അവധിയാഘോഷം എത്ര മുഷിപ്പനായിരുന്നു എന്ന് പരാതിപ്പെടുകയായിരുന്നു.

സ്റ്റെല്ല കണ്ണു തുറന്ന് എന്നെ നോക്കി.

“ഈ വെള്ളക്കുപ്പായം താങ്കൾക്ക് നന്നായി ഇണങ്ങുന്നുണ്ട്.”

“വസന്തകാലമായൽ വെള്ള വസ്ത്രം ധരിക്കുവാനാണെനിക്കിഷ്ടം.” ഞാൻ പറഞ്ഞു.

സെമിത്തേരിയിൽ പോയിരുന്നു എന്ന് ഞാൻ പറഞ്ഞില്ല.

ഞങ്ങളുടെ സംസാരം വീണ്ടും മൗനത്തിന്റെ ഒരു ഇടവേളയെടുത്തു.

“ഫെറൂസെ അത് താങ്കളോട് പറയുവാനിരിക്കുകയായിരുന്നു. പകരം ഞാൻ പറയണോ?”

“അതായിരിക്കും ഇപ്പോൾ നല്ലത്.”

“അതെ. പാതി രഹസ്യം വെളിപ്പെടുത്തിക്കഴിഞ്ഞു. ഇനി അതെല്ലാം രഹസ്യമാക്കി വച്ചിട്ടെന്ത് കാര്യം?”

“ഇനി രഹസ്യമാക്കാനുമാകില്ലല്ലോ.” ഞാൻ പറഞ്ഞു.

അവർ കുറച്ച് വെള്ളം ചോദിച്ചു.

ഞാൻ ഗ്ലാസിൽ വെള്ളം പകർന്ന് നൽകി.

അവർ ചുണ്ടൊന്ന് നനയ്ക്കുവാനായി ഒരു കവിൾ കുടിച്ചു.

“സമയമെത്രയായി?” അവർ ചോദിച്ചു.

ഞാൻ സമയം പറഞ്ഞു.

പിന്നെ സാവധാനത്തിൽ അവർ സംസാരിച്ചു തുടങ്ങി.

“ഫെറൂസെ ഒരിക്കൽ ഒരു ഇറാനിയെ കണ്ടുമുട്ടി. നല്ല ഉയരമുള്ള ഒരു യുവാവ്. അയാളുടെ പേരെനിക്ക് ഓർമ്മവരുന്നില്ല. താങ്കളെപ്പോലെ വലിയ ഇരുണ്ട കണ്ണുകളായിരുന്നു അയാളുടേതും. വിവാഹം കഴിച്ച് തിരികെ ഇറാനിലേക്ക് പോകാൻ അവർ പദ്ധതിയിട്ടു. എന്നാൽ എന്തുകൊണ്ടെന്നറിയില്ല അയാൾ മാത്രമേ തിരികെ പോയുള്ളു. അന്ന് റോയ ലണ്ടനിൽ പഠിക്കുകയായിരുന്നു.”

“റോയ?”

“ഫെറൂസെയുടെ ഇരട്ട സഹോദരി.”

“അവരുടെ പേരെനിക്കറിയില്ലായിരുന്നു.”

"എല്ലാവരും കരുതിയത് റോയ ലണ്ടനിലാണെന്നാണ്. എന്നാൽ ഒരു ദിവസം ഫെറൂസെയ്ക്ക് ഇറാനിൽ നിന്നും അവളുടെ കത്ത് ലഭിച്ചു. അവൾക്ക് ആ ഇറാനിയുമായി പ്രണയമാണെന്നും, അതിനു തടയിടുവാൻ സ്വയം പലതവണ പലവിധത്തിൽ ശ്രമിച്ചുവെന്നും, ഒരിക്കൽ ആത്മഹത്യയ്ക്ക് പോലും ശ്രമിച്ചുവെന്നും എന്നാൽ ഫ്ളാറ്റിൽ കൂടെ താമസിച്ചിരുന്നവർ രക്ഷപ്പെടുത്തി ആശുപത്രിയിലെത്തിച്ചുവെന്നുമൊക്കെ അതിലെഴുതിയിരുന്നു. അതിനു ശേഷം തന്നിൽ ഈ പ്രണയത്തെ തടയുവാനോ ആത്മഹത്യ ചെയ്യുവാനോ കരുത്തില്ലാതായി എന്നെഴുതിയിരുന്നു. അതുകൊണ്ട് അയാളുമായി സംസാരിച്ച് ഇറാനിലേക്ക് പോയി എന്നവസാനിപ്പിച്ചിരുന്നു."

സ്റ്റെല്ല വളരെ സ്വരം താഴ്ത്തിയാണ് ഈ കഥ പറഞ്ഞത്. പർദ്ദയ്ക്കപ്പുറത്തുള്ളവർ കേൾക്കാതിരിക്കുവാനാണവരിങ്ങനെ സ്വരം താഴ്ത്തിയത്.

"റോയ ഫെറൂസെയെ കുറ്റപ്പെടുത്തി. അയാൾ തന്റെ സുഹൃത്തായിരുന്നുവെന്നും, താനാണയാളെ ഫെറൂസെയ്ക്ക് പരിചയപ്പെടുത്തിയതെന്നും അവൾ അവകാശപ്പെട്ടു. ഫെറൂസെയാണ് പ്രണയവുമായി അയാൾക്ക് പിറകെ ചെന്നതെന്ന് പറഞ്ഞു. ഫെറൂസെയെ പരിചയപ്പെടുത്തിയപ്പോൾ അവരിരുവരും ഇങ്ങനെ പ്രണയത്തിലാകുമെന്ന് അവളൊരിക്കലും കരുതിയിരുന്നില്ലെന്ന് പറഞ്ഞു. ഫെറൂസെ അയാളുമായി പ്രണയത്തിലാണെന്നറിഞ്ഞപ്പോൾ കുറേക്കാലം അവൾ അതിനെക്കുറിച്ച് ചിന്തിക്കാതിരിക്കുകയും തന്റെ വിധിയെ അംഗീകരിക്കുകയും ചെയ്തുവെന്നും പറഞ്ഞു."

എന്റെ ശ്വാസം മന്ദഗതിയിലായി. അത് നിലച്ചേക്കും എന്നെനിക്ക് തോന്നി.

ഞാൻ എന്റെ സഞ്ചിയിൽ നിന്നും വെള്ളത്തിന്റെ കുപ്പിയെടുത്തു.

ഒരു കവിൾ കുടിച്ചു.

സ്റ്റെല്ല തുടരുവാനായി കാത്തിരുന്നു.

ഒരു കവിൾ കൂടി കുടിച്ചു.

മുറിഞ്ഞു പോയ സംഭാഷണം സ്റ്റെല്ല പുനരാരംഭിച്ചു. "എന്നാൽ അത് സത്യമല്ലെന്നാണ് ഫെറൂസെ പറയുന്നത്. റോയ അയാളെ പ്രണയിച്ചിരുന്നു എന്ന് തനിക്കറിയില്ലായിരുന്നു എന്നവൾ പറയുന്നു."

എന്റെ കയ്യിലിരുന്ന കുപ്പി താഴെ വീണു.

പർദ്ദ തുറന്നു.

"കുഴപ്പമൊന്നുമില്ലല്ലോ?" നഴ്സ് ചോദിച്ചു.

നിലത്ത് വീണ കുപ്പി ഞാനെടുത്തു.

"ഒന്നുമില്ല. ഈ കുപ്പി കയ്യിൽ നിന്നും വീണതാണ്." ഞാൻ പറഞ്ഞു.

"ഒരു കുഴപ്പവുമില്ല." സ്റ്റെല്ലയും പറഞ്ഞു.

നഴ്സ് പുഞ്ചിരിച്ചുകൊണ്ട് പുറത്തുപോയി.

"ആത്മാഭിമാനത്തിന് മുറിവേറ്റ ഒരു സ്ത്രീയോ, പരിക്ക് പറ്റിയ കടുവയോ ഏതാണ് കൂടുതൽ അപകടകാരി?" സ്റ്റെല്ല ചോദിച്ചു.

"അതെനിക്കറിയാം."

"ഫെറൂസെയ്ക്കും റോയയ്ക്കും ഒരുപോലെ മുറിവേറ്റു. പിന്നെ അവർ പരസ്പരം മുറിവേല്പിച്ചു."

എനിക്ക് അവിടെ നിന്നും എഴുന്നേൽക്കണം. ഉടൻ വിറ്റ്ജിൻസ്റ്റീനിന്റെ കുഴിമാടത്തിലെത്തണം.

അവിടെ വെള്ളവസ്ത്രം ധരിച്ച ആരെയെങ്കിലും കണ്ടുമുട്ടും.

"ഞാൻ താങ്കളുടെ പേരൊന്ന് ഉച്ചരിക്കുവാൻ ശ്രമിക്കട്ടെ." അവർ പറഞ്ഞു.

ഞാനെന്റെ പേര് ഒരു കടലാസിലെഴുതി അവർക്ക് കൊടുത്തു.

അവരത് വായിച്ചു. എഴുതിയത് പോലെ വായിച്ചു.

"ബ്രെ-നി-തെ-വൊ"

ഞാൻ പറഞ്ഞുകൊടുത്തു. അവർ ആവർത്തിച്ചു.

"ബ്രാനി താവൊ" അപ്പോൾ ആ കണ്ണിൽ കണ്ണാടിയുടെ തിളക്ക മുണ്ടായിരുന്നു.

അവർ കൈ നീട്ടി എന്റെ വിരലുകളിൽ സ്പർശിച്ചു.

അവരുടെ കണ്ണിൽ എന്റെ കണ്ണുടക്കാതിരിക്കുവാൻ സ്വയം തല താഴ്ത്തി.

പതിമൂന്ന്

താതർ എന്ന ഫോട്ടോഗ്രാഫർ

യുദ്ധക്കെടുതികൾ

യുദ്ധം അവസാനിച്ചിരുന്നില്ല. അത് ഓസ് എന്ന വൃദ്ധന്റെ അങ്കാറ യിലേക്കുള്ള ആദ്യത്തേയും അവസാനത്തേയും സന്ദർശനമായി രുന്നു. താനന്വേഷിക്കുന്ന നിധി തേടിയാണയാൾ അവിടെ എത്തിയത്. അവിടെ വച്ച് രണ്ട് സുഹൃത്തുക്കളോടൊപ്പം അയാൾ തന്റെ ഫോട്ടോ യെടുത്തു. ഒരു ശവം പോലെ അയാൾ ക്യാമറയ്ക്ക് മുന്നിൽ നിന്നു കൊടുത്തു. ഇതിനകത്ത് എന്താണാവോ എന്നായിരുന്നു അപ്പോൾ അയാളുടെ മനസ്സിൽ. ഫോട്ടോയെടുത്ത് കഴിഞ്ഞപ്പോൾ അയാൾ തിരികെ പോന്നു. സുഹൃത്തുക്കളോട് ഫോട്ടോ വാങ്ങിക്കണമെന്ന് ചട്ടം കെട്ടി യിരുന്നു. എന്നാൽ പിറ്റേന്ന് ഫോട്ടോഗ്രാഫർ ഫിലിം കേടുവന്നിരുന്ന തിനാൽ ചിത്രം ശരിയായിട്ടില്ലെന്നും ഫോട്ടോ വീണ്ടും എടുക്കണമെന്നും ആവശ്യപ്പെട്ടു. “ഞങ്ങളുടെ സുഹൃത്ത് ഇവിടെയില്ലല്ലോ?” അവർ പറഞ്ഞു.

“സാരമില്ല. അതൊക്കെ ഞാൻ ശരിയാക്കിക്കൊള്ളാം.” എന്നായി രുന്നു ഫോട്ടോഗ്രാഫറുടെ മറുപടി. അയാൾ അതുവഴിപോയിരുന്ന, ഓസിനെപ്പോലെ താടിവച്ച ഒരാളെ ഇടയിൽ പിടിച്ച് നിറുത്തി. വഴി പോക്കനെ ഒരു ജാക്കറ്റ് ധരിപ്പിച്ചു. അയാളോട് ഇരിക്കാൻ ആവശ്യപ്പെട്ടു. അയാളുടെ കയ്യിൽ ഒരു ജപമാല നൽകി.

ഓരാഴ്ച കഴിഞ്ഞ് തന്റെ സുഹൃത്തുക്കൾ ഫോട്ടോഗ്രാഫുമായി ഓസിന്റെ അടുത്തെത്തി. “എന്നെപ്പോലെ തന്നെയിരിക്കുന്നു. എന്നാൽ ഈ ഞാൻ ഞാനല്ലെന്ന് തോന്നുന്നു.” എന്നായിരുന്നു ചിത്രം കണ്ട ഓസിന്റെ പ്രതികരണം. അതിനു ശേഷം പല ദിവസം അയാൾക്ക് ഉറങ്ങാനായില്ല. അയാൾ ഇരുട്ടിലിറങ്ങി നടക്കുവാൻ തുടങ്ങി. പ്രാർത്ഥി ക്കുന്നത് പോലും നിർത്തി വച്ചു. നെഞ്ചിൽ നിന്നും ആത്മാവിനെ പിഴു തെറിഞ്ഞതുപോലെ ഒരു തോന്നൽ. ഓരോ തവണ പ്രാർത്ഥനയ്ക്ക് സമയമായി എന്ന ബാങ്ക് വരുമ്പോഴും അയാൾ ഫോട്ടോയിലേക്ക് നോക്കി. ചുവരിൽ തൂങ്ങിയാടുന്നുണ്ടായിരുന്നു ആ ഫോട്ടോ. മഞ്ഞുവീണു.

പിന്നെ പൂക്കാലം വന്നു. വർഷങ്ങൾ ആരോടും ഒന്നും ചോദിക്കാതെ കൊടുങ്കാറ്റുപോലെ കടന്നു പോയി. ഒരു വേനലിൽ, ഗ്രാമത്തിലേക്ക് ഒരു ഫോട്ടോഗ്രാഫറെത്തിയിട്ടുണ്ട് എന്ന് ആരോ അയാളോട് പറഞ്ഞു. അതറിഞ്ഞ ഓസ്, അയാളെവിടെയെന്നറിയുവാൻ ഗ്രാമത്തിലെ ഓരോ വീടിന്റെ വാതിലിലും മുട്ടിവിളിച്ചു. "ഈ ഫോട്ടോഗ്രാഫർമാർ മനുഷ്യരെ സൃഷ്ടിച്ച് ദൈവങ്ങളെപ്പോലെയാകുവാൻ ശ്രമിക്കുന്നു. എന്നാൽ അവർ സൃഷ്ടിക്കുന്ന മനുഷ്യർക്കൊന്നും ആത്മാവില്ല" ഓസ് പറഞ്ഞ് നടന്നു.

താതർ എന്ന ഫോട്ടോഗ്രാഫർ അയാളുടെ സഹോദരനോടൊപ്പം ഇസ്താംബൂളിൽ ഫോട്ടോഗ്രാഫറായിരുന്നു. യുദ്ധം കഴിഞ്ഞപ്പോൾ താതർ സഹോദരനെ വിട്ട് സ്വന്തമായി വ്യാപാരമാരംഭിച്ചു. അയാളുടെ സഹോദരനെ യുദ്ധകാലത്ത് ഇസ്താംബൂളിലെ സർജന്റ് എന്നാണ് വിളിച്ചിരുന്നത്. യുദ്ധം കഴിഞ്ഞപ്പോൾ അയാൾ മറ്റൊരു ജീവിതമാർഗ്ഗം തേടി. സാദത് എന്നൊരു സ്ത്രീയെ വിവാഹം കഴിച്ച് അങ്കാറയിൽ സ്ഥിരതാമസമാക്കി. യുദ്ധത്തിൽ നിന്നും തിരിച്ചെത്തിയ പട്ടാളക്കാർ തങ്ങളുടെ മനസ്സിന്റെ മുറിവുണക്കുവാൻ കാലത്തെ കൂട്ടുപിടിച്ചു. കാണാനാകത്ത മുറിവുകളും വേദനിപ്പിക്കുന്ന ഓർമ്മകളും അനേകമുണ്ടായിരുന്നു അവരുടെ പക്കൽ. ഇസ്താംബൂളിലെ സർജന്റിന്റെ പക്കൽ സുന്ദരസ്വപ്നങ്ങൾ അനവധിയുണ്ടായിരുന്നു. അയാൾ തന്റെ ഭാര്യയെ സ്നേഹിച്ചു. യുദ്ധത്തിന്റെ ഓർമ്മകളായി മനസ്സിൽ കൊണ്ടു നടന്നിരുന്ന ശവങ്ങൾ അയാളെ ഇരുട്ടിലേക്ക് നയിക്കുവോളം അയാൾ അദ്ധ്വാനിച്ചുകൊണ്ടേയിരുന്നു.

ചില പട്ടാളക്കാരുടെ വിധി യുദ്ധത്തിൽ വച്ചുതന്നെ മരിക്കാനായിരുന്നു. മരിക്കാതെ തിരിച്ച് വന്നവർ ജീവിക്കുകയായിരുന്നില്ല. താനനുഭവിച്ച കെടുതികൾ മനസ്സിൽ പേറി ജീവിതം തള്ളിനീക്കുകയായിരുന്നു. ഇസ്താംബൂളിലെ സർജന്റിനും കാലുവഴുതി, പരിഭ്രാന്തിയായി, പിന്നെയവസാനം തിരസ്കരിക്കപ്പെട്ട കുട്ടിയെപ്പോലെ ശേഷിച്ച ജീവിതം അന്യായങ്ങളുടെ, അനീതികളുടെ കൂട്ടിലകപ്പെട്ടവസാനിപ്പിച്ചു. തന്റെ ഭാര്യ എന്നും രാത്രിയിൽ താൻ വരുന്നതും കാത്ത് വാതിൽക്കൽ നില്പുണ്ടാകുമെന്നത് വകവെക്കാതെ അയാൾ കയ്യിൽ കത്തിയുമായി ഇരുട്ടിൽ നടന്നു. എതിരെ വരുന്നവർക്ക് നേരെയെല്ലാം കത്തി ചൂണ്ടി. ശവങ്ങളുടെ എണ്ണം വർദ്ധിച്ചു. അയാളുടെ കുപ്രസിദ്ധിയും വർദ്ധിച്ചു. കുപ്രസിദ്ധിക്കൊപ്പം മനസ്സിലെ പരിഭ്രാന്തിയും. അങ്ങനെയൊരു രാത്രിയിൽ ഇസ്താംബൂളിലെ സർജന്റ് തന്റെ പഴയ കമാണ്ടറുടെ വീട്ടിൽ കയറി. തന്റെ ഭാര്യയെ വിട്ടുതരണമെന്ന് ആവശ്യപ്പെട്ടു. യുദ്ധകാലത്ത് കീഴ്ജീവനക്കാരോട് കല്പിക്കുന്നതുപോലെ കമാണ്ടർ അയാളോട് പുറത്ത് പോകാനാവശ്യപ്പെട്ടു. എന്നാൽ അയാൾ കരുതിയത് തന്നോടാക്രോശിക്കുന്നത് ശത്രുപക്ഷ പട്ടാളക്കാരാണെന്നായിരുന്നു. അയാൾ കയ്യിലുണ്ടായിരുന്ന തോക്കെടുത്ത് തുരുതുരാ വെടിവച്ചു. അവിടെയുണ്ടായിരുന്നവരുടെ ശരീരത്തിലെല്ലാം വെടിയുണ്ടകൾ ദ്വാരങ്ങളുണ്ടാക്കി.

ഈ വാർത്ത ഇസ്താംബൂളിലെത്താൻ ദിവസങ്ങൾ പിന്നേയും അനവധിയെടുത്തു. താതർ എന്ന ഫോട്ടോഗ്രാഫർ തന്റെ കടയിലിരുന്ന് കാപ്പികുടിക്കുകയായിരുന്നു. അതിനോടൊപ്പം ഒരു അയൽക്കാരനുമായി സംസാരിക്കുകയും. അയാൾക്ക് കാത്തിരിക്കാൻ അന്ന് വീട്ടിലാരുമുണ്ടായിരുന്നില്ല. അതിനാൽ അയാളുടെ രണ്ട് ദിവസങ്ങൾ തമ്മിൽ തമ്മിൽ യാതൊരു വ്യത്യാസവുമില്ലായിരുന്നു. വെറുതെ വിശേഷങ്ങൾ തിരക്കാനായെത്തിയ ഒരു സുഹൃത്താണ് "നിങ്ങളുടെ സഹോദരനെ ഇസ്താംബൂളിലെ സർജന്റ് എന്നാണോ വിളിക്കുന്നത്?" എന്ന് ചോദിച്ചത്. ഈ ചോദ്യത്തിനനുബന്ധമായി അങ്കാറയിലെ ഒരു അദ്ധ്യാപകനിൽ നിന്നും കേട്ട വർത്തമാനങ്ങൾ പങ്കുവയ്ക്കുകയും ചെയ്തു. അത് കേട്ടപാടെ താതർ എന്ന ഫോട്ടോഗ്രാഫർ തന്റെ കടയുടെ ചാവി അയൽക്കാരനെ ഏല്പിച്ച്, വീട്ടിൽ അധിക സമയം ചെലവഴിക്കാതെ, യാത്ര തുടങ്ങി.

അക്കാലത്ത് മറ്റ് പട്ടണങ്ങളെ കളർ ഫോട്ടോയോടുപമിക്കാമായിരുന്നുവെങ്കിൽ അങ്കാറ ഒരു ബ്ലാക്ക് ആന്റ് വൈറ്റ് ചിത്രമായിരുന്നു. അവിടെയുള്ളവരെല്ലാം ഒരുപോലെയിരുന്നു. അവിടേക്കെത്തുന്ന ഒരു അപരിചിതൻ പെട്ടെന്ന് തിരിച്ചറിയപ്പെട്ടു. താതർ എന്ന ഫോട്ടോഗ്രാഫർ തന്റെ സഹോദരനേയും അയാളുടെ ഭാര്യയായ സാദതിനേയും തിരഞ്ഞു. സാദത് ഗർഭിണിയാണെന്ന് അയാൾക്കറിയാമായിരുന്നു. ആശുപത്രികളിലും പോലീസ് സ്റ്റേഷനിലും അയാൾ തിരഞ്ഞു. പഴയ വർത്തമാനപത്രങ്ങൾ തിരഞ്ഞ് പിടിച്ച് തന്റെ സഹോദരൻ ചെയ്തിട്ടുള്ള കൊലപാതകങ്ങളെക്കുറിച്ച് വായിച്ചു. അയാൾ സാദതിന്റെ മാതാപിതാക്കളുടെ കുഴിമാടത്തിലെത്തി അവിടെ പല രാത്രികൾ കാത്തിരുന്നു. ഒരു ദിവസം ഒരു വൃദ്ധൻ അവിടെയെത്തി. അയാൾ കേട്ടറിഞ്ഞ കാര്യങ്ങൾ താതർ എന്ന ഫോട്ടോഗ്രാഫറോട് പറഞ്ഞു. സാദത് വീടുവിട്ട് പോയെന്നും, അച്ഛന്റെ വാക്കുകളനുസരിച്ച് അവൾ ഹയ്മാന താഴ്വാരത്തിലേക്ക് താമസം മാറ്റിയെന്നും വൃദ്ധനറിയിച്ചു. എന്നാൽ ഇസ്താംബൂളിലെ സർജന്റിനെക്കുറിച്ച് ആർക്കും ഒന്നുമറിയില്ലായിരുന്നു. അയാൾ എപ്പോൾ വേണമെങ്കിലും ഇരുട്ടിന്റെ ഏതെങ്കിലും മൂലയിൽ നിന്ന് നമുക്ക് നേരെ ചാടിവീണേക്കാം എന്ന് എല്ലാവരും ഇപ്പോഴും ഭയക്കുന്നു.

താതർ എന്ന ഫോട്ടോഗ്രാഫർ മദ്യപാനികളോടും തെരുവ് തെണ്ടികളോടും ചോദിച്ചു. ഈ തെരുവ് തെണ്ടികൾ ഒരിക്കലും മരിക്കാത്തവരാണ്, എപ്പോൾ വേണമെങ്കിലും കൊല്ലാൻ തയ്യാറുള്ളവരുമാണ്. ഒരു കാലത്ത് ഇസ്താംബൂളിലെ ഏറ്റവും മാന്യരുടെ സ്ഥാനത്തിരുന്ന തന്റെ സഹോദരൻ എങ്ങനെ ഇവരുടെ കൂട്ടുകാരനായി എന്നറിയുവാൻ ശ്രമിക്കുകയായിരുന്നു താതർ. ഒരു രാത്രിയിൽ മൂന്ന് എരപ്പാളികൾ ഇസ്താംബൂളിലെ സർജ്ജന്റുമായി വഴക്കടിക്കുന്നുണ്ടെന്നൊരു വാർത്ത താതറിനു ലഭിച്ചു. താതർ തനിക്കാകാവുന്നത്ര വേഗത്തിൽ അവിടേക്കോടി. അങ്കം കാണാൻ ജനം കൂടിയിട്ടുണ്ടായിരുന്നു. ജനക്കൂട്ടത്തിനു പിറകിൽ താതർ സ്ഥാനം പിടിച്ചു. ഏതാനും വാര ദൂരെ തന്റെ സഹോദരൻ

ഏകനായി നിൽക്കുന്നു. അയാളുടെ കയ്യിലുണ്ടായിരുന്ന കത്തി നിലാവിൽ വെട്ടിത്തിളങ്ങുന്നു. അയാളുടെ കാൽക്കീഴിൽ കിടന്നിരുന്ന മൂന്ന് എരപ്പാളികളുടെ രക്തം കറുപ്പും വെളുപ്പും നിറത്തിലുള്ള ചിത്രത്തിലെന്ന പോലെ മണ്ണിലേക്കൊലിച്ച് നീങ്ങുന്നു.

താതർ ജനക്കൂട്ടത്തെ തള്ളിമാറ്റി മുന്നോട്ട് നീങ്ങി. ഇത് കണ്ട് ജനക്കൂട്ടം ഒന്ന് ഭയന്നു. അവർ രണ്ടടി പിറകോട്ട് വച്ചു. ഇസ്താംബൂളിലെ സർജന്റ് തനിക്ക് മുന്നിൽ നിൽക്കുന്ന മനുഷ്യന്റെ മുഖത്തേക്ക് തുറിച്ച് നോക്കി. ആദ്യമായി ഒരു ശില്പം കാണുന്ന കർഷകന്റെ ഭാവമായിരുന്നു അപ്പോൾ അയാളുടെ മുഖത്ത്. അയാൾ മുന്നോട്ടോ പുറകോട്ടോ നീങ്ങിയില്ല. പകരം ഒരു വശത്തേക്ക് അടിവച്ച് നീങ്ങുവാൻ തുടങ്ങി. താതർ അയാളുടെ കൈയ്യിൽ കയറിപ്പിടിച്ചു. ജനക്കൂട്ടം വീണ്ടും ഒരടി പിറകോട്ട് മാറി.

ജനങ്ങളുടെ മുഖത്തുണ്ടാകുന്ന ഭയമെന്ന വികാരത്തിന് ഒരേയൊരു ഭാവമേയുള്ളു. അത് നഗരത്തിലായാലും മറ്റെവിടെയായലും. ഇസ്താംബൂളിലെ സർജന്റിന് ഇതറിയാമായിരുന്നു. അയാൾ ഒന്ന് തിരിഞ്ഞു. പിന്നെ സാവധാനത്തിൽ നടന്ന് നീങ്ങുവാൻ തുടങ്ങി. അയാൾ തെരുവിലൂടെ നടന്നു. താതർ അയാൾക്ക് പിറകിൽ നടന്നു. പ്രഭാതമാകുന്നതുവരേക്കും ഇസ്താംബൂളിലെ സർജന്റ് മുന്നിലും താതർ പിറകിലുമായി തെരുവായ തെരുവെല്ലാം അലഞ്ഞു. അവർക്ക് പിറകിൽ ജനക്കൂട്ടം നടന്നു. അവരാരും ശബ്ദത്തിന്റെ കണികപോലും പുറത്ത് വിട്ടില്ല. പരിപാവനമായ ഒരു യാത്രയ്ക്ക് തുടക്കമിട്ടിരിക്കുന്നവരെപ്പോലെയായിരുന്നു അവരപ്പോൾ. അവസാനം അവർ ചാരനിറമുള്ള ഒരു വലിയ കെട്ടിടത്തിനു മുന്നിലെത്തി. ആകാശം ചുറ്റിലും വെളിച്ചം വിതറാൻ തുടങ്ങിയിരുന്നു. ആ വെളിച്ചം ചാര നിറമുള്ള ഈ കെട്ടിടത്തിന്മേലും നിറയുന്നുണ്ടായിരുന്നു. ഇസ്താംബൂളിലെ സർജന്റ് ആ കെട്ടിടത്തിനു മുന്നിൽ നിന്നു. തല കുനിച്ചു. താതർ അയാളെ സമീപിച്ചു. അയാൾ"അനുജാ.." എന്ന് വിളിച്ചു. അപ്പോൾ ജനക്കൂട്ടത്തിലുണ്ടായിരുന്ന തെരുവ് തെണ്ടികളും എരപ്പാളികളും ആശ്ചര്യംകൊണ്ട് കണ്ണുകൾ വിടർത്തി. വർഷങ്ങളായി മദ്യപിച്ച് നടന്നവർക്ക് പെട്ടെന്ന് സ്വബോധം ലഭിച്ചതുപോലെയായിരുന്നു അവരുടെ ആ അദ്ഭുതം. ഇസ്താംബൂളിലെ സർജന്റ് എന്തിനാണിപ്പോൾ തന്റെ സഹോദരനെ ആലിംഗനം ചെയ്യുന്നത് എന്നവർക്ക് മനസ്സിലായില്ല. രണ്ട് സഹോദരന്മാരും അങ്ങനെ കുറച്ച് നേരം ആലിംഗനബദ്ധരായി നിന്നു. പിന്നെ പെട്ടെന്ന് തന്റെ സഹോദരന്റെ കയ്യിലുണ്ടായിരുന്ന കത്തി ഇസ്താംബൂളിലെ സർജന്റ് തന്റെ സ്വന്തം ഉദരത്തിലേക്കമർത്തി. "ഞാൻ പല ശത്രുക്കളേയും കൊന്നു. എന്നെ കൊല്ലുക എന്ന ബഹുമതി ലഭിക്കേണ്ടത് എന്റെ സഹോദരനല്ലാതെ മറ്റാർക്കുമല്ല." അയാൾ പറഞ്ഞു. കൈ പിടിച്ച് നിൽക്കുവാൻ കൊതിക്കുന്ന കുഞ്ഞിനെപോലെ അയാൾ തന്റെ ശരീരം സഹോദരന്റെ കയ്യിലേക്ക് വീഴ്ത്തി.

ദിനമെണ്ണാൻ മറക്കുന്നവർ ഒന്നാലോചിക്കുക
വന്യമായ ആനന്ദവും ദുഃഖവും മരണത്തെ മാടി വിളിക്കുന്നു
ഒരു മഴത്തുള്ളിമതി അവനെ രക്ഷിക്കുവാൻ
അല്ലെങ്കിൽ ഒരു സുഹൃത്തിന്റെ കരം
അതവന്റെ ആയുസ്സിന്റെ കഷ്ടതകൾക്കറുതി വരുത്തും.

"അയാൾ ഇസ്താംബൂളിലെ സർജന്റിനെ കൊന്നു!" ജനം ആർത്ത് വിളിച്ചു. താതർ അപ്പോൾ അവിടെ മുട്ടുകുത്തി നിൽക്കുകയായിരുന്നു. ജനക്കൂട്ടം താതറിനെ തോളിലേറ്റി യാത്രയായി. ജയിലിലും ദിവസങ്ങൾ തമ്മിൽ വലിയ വ്യത്യാസമുണ്ടായിരുന്നില്ല. ഇന്നലത്തെപ്പോലെ ഇന്നും നാളേയും വിരസമായി നീങ്ങി. താതർ എന്ന ഫോട്ടോഗ്രാഫർ വർഷങ്ങളെണ്ണി. തന്റെ വിധിയിൽ സഹോദരന്റെ പാപങ്ങളും കൂട്ടിച്ചേർത്തു. പകൽ അയാൾ കമ്പിളിപ്പുതപ്പുകൾ തുന്നി. രാത്രിയിൽ പുസ്തകം വായിച്ചു. ഹയ്മാന താഴ്‌വരയിൽ നിന്നും വന്ന കൊള്ളക്കാരുടെയും തടവുപുള്ളികളുടെയും സംസാരം കേട്ടുകേട്ട് കുർദി ഭാഷ പഠിച്ചു. സമതലത്തിലെ ഗ്രാമങ്ങളുടെ പേരുപഠിച്ചു. അതിനോടൊപ്പം അവിടത്തെ മലനിരകളുടെ പേരും പഠിച്ചു. മലനിരകൾ തമ്മിലുള്ള അകലം പഠിച്ചു. സമതലത്തിലെ ഗ്രാമങ്ങൾ തമ്മിലുള്ള ദൂരം പഠിച്ചു. സാദത് ഹയ്മാന സമതലത്തിലേക്കാണ് പോയിരിക്കുന്നത് എന്നയാൾക്കറിയാമായിരുന്നു. എന്നാൽ അവളിപ്പോൾ ഏത് ഗ്രാമത്തിലാണെന്ന് മാത്രം അയാൾക്കറിയില്ല. അയാളുടെ പക്കൽ ഇസ്താംബൂളിലെ സർജന്റും അയാളുടെ കമാണ്ടറും കൂടിയെടുത്ത ഒരു ഫോട്ടോഗ്രാഫുണ്ടായിരുന്നു. അതിൽ കമാണ്ടറെപ്പോലെയുള്ള ഒരു യുവതിയുണ്ടായിരുന്നു. ഈ യുവതിയെ അന്വേഷിക്കാൻ അയാൾ തീരുമാനിച്ചു. ഈ ഫോട്ടോയെടുത്തിട്ട് വർഷങ്ങൾ കഴിഞ്ഞിരിക്കുന്നു എന്നയാൾ മറന്നു. വർഷങ്ങൾ കഴിഞ്ഞപ്പോൾ താൻ വൃദ്ധനായിരിക്കുന്നുവെന്നും താനന്വേഷിക്കുന്നവർ പ്രായാധിക്യം മൂലം ചിത്രത്തിൽ നിന്നും വ്യത്യസ്തരായിരിക്കുന്നുവെന്നും അയാൾ ഓർത്തില്ല.

ജയിലിൽ നിന്നും പുറത്തെത്തിയപ്പോൾ അയാൾ ഇസ്താംബൂളിലേക്ക് പോയില്ല. പകരം പട്ടിണി കൊടികുത്തിവാണ ഹയ്മാന താഴ്‌വരയിൽ കറങ്ങി നടന്നു. അവിടെ നടന്ന് ചിത്രങ്ങളെടുത്തു. ഒരു ഫോട്ടോഗ്രാഫെടുത്താൽ ആ ചിത്രത്തിലെ മനുഷ്യന്റെ ആത്മാവ് താതറിന്റെ മുഷ്ടിയിലാകും. അതിൽ നിന്നും ആർക്കും യഥാർത്ഥ മുഖം മറയ്ക്കുവാനാകില്ല. ഒരു തുള്ളി കണ്ണുനീരിൽ അനേകായിരം കണ്ണുനീർ തുള്ളികളൊളിക്കുവാൻ തുടങ്ങി. ഒരു പുഞ്ചിരിയിൽ അനേകായിരം അർത്ഥങ്ങളും. "നിങ്ങളന്വേഷിക്കുന്ന സ്ത്രീ ഞാനാണ്" എന്ന് പറഞ്ഞ് ഒരു ദിവസം ആരെങ്കിലും വന്ന് തന്നെ കെട്ടിപ്പിടിക്കുമെന്ന് താതർ എന്ന ഫോട്ടോഗ്രാഫർ ആഗ്രഹിച്ചു, പ്രതീക്ഷിച്ചു. പിന്നെ സത്യം ഫോട്ടോഗ്രാഫിലാണെന്ന തിരിച്ചറിവേക്ക് തിരിച്ചെത്തി. എന്നും കാലത്തെഴുന്നേറ്റാൽ തന്റെ കയ്യിലുള്ള ഫോട്ടോകൾ പരത്തിയിട്ടു. അതിൽ തന്റെ

സഹോദരന്റെ കണ്ണുകളുള്ള കുട്ടിയെ തിരഞ്ഞു. കമാണ്ടറെപ്പോലെ യുള്ള സ്ത്രീയെ തിരഞ്ഞു. ഋതുക്കൾ മാറി മാറി വന്നിട്ടും തിരച്ചിലവ സാനിച്ചില്ല, അലച്ചിലവസാനിച്ചില്ല. സാദതിന് ഒന്നല്ല രണ്ട് കുട്ടികളു ണ്ടെന്നും, ചെങ്കരടിയുടെ ആക്രമണത്തിനു ശേഷം എല്ലാവരും അവളെ കഴുകന്റെ മുഖമുള്ള സ്ത്രീയെന്നാണ് വിളിക്കുന്നതെന്നും അയാളറി ഞ്ഞതുമില്ല.

താതർ തന്റെ രഹസ്യം ഒരു നിധിപോലെ കൊണ്ടു നടന്നു. അങ്ങനെ നടക്കുന്നതിനിടയിൽ ഒരു ദിവസം ഒരു ചായക്കടയിൽ വച്ച് ഹതീപ് അമ്മാവനെ കണ്ടുമുട്ടി. ഹതീപ് അമ്മാവന്റെ സ്വരത്തിലുള്ള ക്ഷമ ക്ഷീണമാണെന്ന് താതർ തെറ്റിദ്ധരിച്ചു. നഷ്ടപ്പെട്ട വിധിയെയോർത്ത് നെടുവീർപ്പിടുമ്പോഴാണ് ശ്വസനം മുറിയുന്നതെന്നും ധരിച്ചു. അയാൾ ചായ കൊണ്ടുവരാൻ ആവശ്യപ്പെട്ടു. താതറിന് പുകയില നൽകി. ഹതീപ് അമ്മാവൻ തന്റെ ഭാര്യയേയും കുഞ്ഞിനേയും അന്വേഷിക്കുകയാണെ ന്നറിഞ്ഞപ്പോൾ താതർ തന്റെ കയ്യിലുള്ള ഫോട്ടോഗ്രാഫുകൾ കാണിച്ചു കൊടുത്തു. "താങ്കളന്വേഷിക്കുന്നയാൾക്കാർ ഒരുപക്ഷേ ഇവിടെയു ണ്ടാകും" എന്ന് താതർ പറഞ്ഞു.

അന്ന് ഈ രണ്ട് മനുഷ്യരും തമ്മിലുള്ള സൗഹൃദവും ആരംഭിച്ചു. എന്നാൽ തന്റെ രഹസ്യം അമ്മാവനോട് താതർ പറഞ്ഞില്ല. ഗ്രാമങ്ങൾ തോറും എന്തിനിങ്ങനെ അലയുന്നു എന്നും പറഞ്ഞില്ല. അവർ അവ രുടെ വഴിക്ക് യാത്ര തുടർന്നു. എല്ലാ ഋതുക്കളിലും അവർ പരസ്പരം കണ്ടുമുട്ടി. അലഞ്ഞു നടന്ന സ്ഥലങ്ങളെക്കുറിച്ച് പറഞ്ഞു. അവർ കണ്ടു മുട്ടിയ ജനങ്ങളെക്കുറിച്ച് പറഞ്ഞു. കുതിരവേഗത്തിൽ പായുന്ന സമയ ത്തിനോടൊപ്പമെത്താൻ അവർക്കായില്ല. ഒരു ദിവസം ചർച്ചക്കിടയിൽ അവർ അവരുടെ കുട്ടിക്കാലത്തെക്കുറിച്ചും മരിച്ചുപോയ ബന്ധുക്കളെ ക്കുറിച്ചും പറഞ്ഞു. ഓർമ്മകൾ പങ്കുവച്ചു. താതർ എന്ന ഫോട്ടോ ഗ്രാഫർ അയാളുടെ കുടുംബ ചിത്രങ്ങൾ ഹതീപ് അമ്മാവനെ കാണിച്ചു. തന്റെ സഹോദരൻ യുദ്ധത്തിൽ മരിച്ചു എന്നറിയിച്ചു. ഹതീപ് അമ്മാവൻ ചിത്രങ്ങൾ ഒന്നൊന്നായി പരിശോധിച്ചു. അതിലൊന്നിലെ ത്തിയപ്പോൾ കണ്ണുകൾ നിശ്ചലമായി. അയാൾക്ക് സംശയമായി. അതിൽ ഇസ്താംബൂളിലെ സർജന്റുണ്ടായിരുന്നു. തൊപ്പിവയ്ക്കാതെ ഒരു കമാണ്ടർ നിലത്തിരിക്കുന്നുണ്ടായിരുന്നു. ചൂടുള്ള കാറ്റ് വീശി ക്കൊണ്ടിരുന്നു. ഹതീപ് അമ്മാവൻ ചായ മൊത്തിക്കുടിച്ചു. സിഗരറ്റിൽ നിന്നും ഒരു പുകയെടുത്തു. "ഈ മനുഷ്യനെ കണ്ടാൽ ആ കഴുകന്റെ മുഖമുള്ള സ്ത്രീയെപ്പോലെയുണ്ട്" ഹതീപ് അമ്മാവൻ പറഞ്ഞു.

"ആരെക്കണ്ടാൽ?" താതർ ചോദിച്ചു.

"ഈ കമാണ്ടറെ."

പതിനാല്

ഒഹാര
കവിതയിലെ കല

ഫോൺ ശബ്ദിച്ചു.

ലണ്ടനിൽ നിന്ന് ഒരു സുഹൃത്തായിരുന്നു.

"ഇന്നലെ റാലിയിൽ കണ്ടില്ലല്ലോ..."

"എനിക്ക് വരാനായില്ല."

"ഉറക്കമില്ലായ്മ തന്നെയാണോ കാരണം?"

"അതെ."

"ഇസ്താംബൂളിൽ സംഭവിച്ചതറിഞ്ഞിരിക്കുമല്ലോ?"

"ഇന്നലെ രാത്രി അവർ വിളിച്ചിരുന്നു. നമ്മുടെ ചില സഖാക്കളെ അവർ അറസ്റ്റ് ചെയ്തിരിക്കുന്നു എന്നറിഞ്ഞു."

"നമ്മൾ യോഗം നിശ്ചയിച്ചതിലും നേരത്തെ ചെയ്യണം എന്നെനിക്ക് തോന്നുന്നു. എന്താ അഭിപ്രായം?"

"ശരിയാണ്. തിയതി തീരുമാനിച്ചിട്ടറിയിക്കൂ."

"ആ ലേഖനം മുഴുവനാക്കിയോ?"

"ഏകദേശം. ഇസ്താംബൂളിൽ നിന്നെത്തിയ രേഖകൾ പരിശോധിച്ചു കൊണ്ടിരിക്കുന്നു."

ഞാൻ ഫോൺ താഴെ വച്ചു.

ഒരു മണിക്കൂർ മെത്തയിൽ അനങ്ങാതെ കിടന്നു.

ആകാശത്തേക്ക് നോക്കി. കാലാവസ്ഥ എങ്ങനെയുണ്ടാകുമെന്ന് പ്രവചിക്കുവാൻ ഒരു ശ്രമം നടത്തി.

എഴുന്നേറ്റ് ടെലിവിഷൻ ഓൺ ചെയ്തു.

പരിഭാഷയ്ക്ക് സഹായിക്കുന്ന ഏജൻസിയിൽ വിളിച്ച് അടുത്ത യാഴ്ച എന്തെങ്കിലും ജോലിയുണ്ടോ എന്ന് ചോദിച്ചു.

154

പുറത്തിറങ്ങി ശുദ്ധവായു ശ്വസിക്കുവാൻ തീരുമാനിച്ചു.

നദിയിൽ ഒരു ദമ്പതികൾ വള്ളം തുഴയുന്നുണ്ടായിരുന്നു.

നിശ്ശബ്ദമായ തെരുവുകളും വെള്ളപൂശിയ വീടുകളും കടന്ന് ഞാൻ നടന്നു.

ഷോപ്പിങ്ങ് സെന്ററിനടുത്തുള്ള ഭൂഗർഭ പാതയിൽ എഴുതിവച്ചിരിക്കു ന്നത് എന്നെ ആകർഷിച്ചു. "കവിതയിലെ കല ..." എന്നെഴുതിയിരു ന്നത് അവർ പൂർത്തീകരിച്ചിരിക്കുന്നു. അന്ന് കയ്യിലെ ചായക്കൂട്ട് കഴിഞ്ഞ പ്പോൾ ആ ചെറുപ്പക്കാർ അത് പാതിവഴിയിൽ ഉപേക്ഷിച്ചതാണല്ലോ. അവർ വീണ്ടും ഒരാൾക്ക് മുകളിൽ മറ്റൊരാൾ കയറി "കവിതയിലെ കല മരിച്ചുകൊണ്ടിരിക്കുകയാണ്" എന്ന് പൂർത്തീകരിച്ചിരിക്കുന്നു.

ഞാനാ ചുവരെഴുത്തിനു മുമ്പിൽ നിന്നു. കടന്ന് പോയിരുന്നവർ ശ്രദ്ധിച്ചു, ചുവരെഴുത്തിനെയല്ല, എന്നെ.

ഞാൻ നഗരമദ്ധ്യത്തിലേക്ക് നടന്നു.

വഴിവാണിഭക്കാരുടെ വാക്ചാതുരി കേട്ട് നിന്നു.

അങ്ങാടിയിലൂടെ നടന്ന്, പലവിധ പലവർണ്ണ വസ്ത്രങ്ങളും, മുത്തു കൾ പതിപ്പിച്ച ആഭരണങ്ങളും, നിരത്തിവച്ചിരിക്കുന്ന പഴങ്ങളും കണ്ടു.

ഒരു വണ്ടിയിൽ ചായയും കാപ്പിയും കൊണ്ടുനടന്ന് വിൽക്കുന്നുണ്ടാ യിരുന്നു. ഞാനൊരു കാപ്പി വാങ്ങി. എന്നിട്ട് അങ്ങാടിക്ക് മദ്ധ്യത്തിൽ, ജലധാരയ്ക്ക് സമീപമിരുന്നു.

പല രാജ്യങ്ങളിൽനിന്നുമായെത്തിയ ഒരു പറ്റം വിദ്യാർത്ഥികൾ അവർ വാങ്ങിച്ച വസ്തുക്കൾ പരസ്പരം കാണിക്കുന്നുണ്ടായിരുന്നു. ഒരു ഇന്ത്യൻ ടി-ഷർട്ട്, ഒരു ഓറഞ്ച് സ്കാർഫ്, തുകലുകൊണ്ടുണ്ടാക്കിയ ഒരു ബ്രെയ്സ്ലറ്റ്, മുതലായവ ഒരു കയ്യിൽ നിന്നും മറ്റൊന്നിലേക്ക് മാറിക്കൊണ്ടിരുന്നു.

കാപ്പി കഴിഞ്ഞപ്പോൾ ഞാൻ വീണ്ടും അങ്ങാടിയിൽ വിൽക്കാൻ വച്ചിരിക്കുന്നവ കണ്ട് നടന്നു.

സെക്കന്റ് ഹാൻഡ് പുസ്തകക്കടയിൽ കയറി. പുസ്തകങ്ങൾ മറിച്ച് നോക്കി.

ബ്രഡ് വിൽക്കുന്ന കടയിൽ കണ്ട ഒരു മനുഷ്യൻ എന്റെ ശ്രദ്ധയെ ആകർഷിച്ചു. അയാളുടെ നാടേതെന്ന് ഞാൻ ചോദിച്ചു.

"അയർലണ്ട്..." എനിക്ക് പിറകിൽ നിന്നും ഒരു സ്വരം വന്നു.

ഞാൻ തിരിഞ്ഞു നോക്കി. ശബ്ദത്തിന്റെ ഉടമയെ ഞാൻ തിരിഞ്ഞ് നോക്കി. അസീതയുടെ ജന്മദിനാഘോഷത്തിൽ കണ്ടിട്ടുണ്ട്. അന്ന് കറുത്ത കണ്ണടവച്ച് വന്നത് ഇയാളായിരുന്നു.

"ഹലോ..ഒഹാര" ഞാൻ വിളിച്ചു.

അയാൾ എനിക്ക് കൈ തന്നു.

"ഹലോ ബ്രാനി താവൊ" അയാൾ തിരിച്ചു വിളിച്ചു.

"എന്റെ പേരോർമ്മയുണ്ടല്ലോ..." ഞാൻ അദ്ഭുതപ്പെട്ടു.

"തീർച്ചയായും..... ഇതെന്റെ അച്ഛൻ..."

കടയിൽ നിന്നിരുന്ന പ്രായമായ ആളെ ഞാൻ അഭിവാദ്യം ചെയ്തു.

"ഇദ്ദേഹത്തിനെ കണ്ടപ്പോൾ താങ്കളെപ്പോലെ തോന്നിച്ചു. അതു കൊണ്ടാണ് നാടെവിടെയാണെന്ന് ചോദിച്ചത്."

"ഞാൻ കണ്ണട വച്ചിട്ടുണ്ടെങ്കിലും അച്ഛനെ കണ്ടപ്പോൾ എന്നെ പ്പോലെ തോന്നിച്ചുവെന്നോ?" ഒഹാര ചോദിച്ചു.

"അതെ."

എന്റെ നാടേതാണെന്ന് അദ്ദേഹത്തിന്റെ അച്ഛൻ ചോദിച്ചു. ഞാൻ എന്ത് ചെയ്യുന്നു എന്നും ഇവിടെ എത്തിയിട്ട് എത്ര കാലമായി എന്നും ഇംഗ്ലണ്ടിൽ തുടരാൻ ശ്രമിക്കണമെന്ന് ഉപദേശിക്കുകയും ചെയ്തു.

അടുത്ത കടയിലുണ്ടായിരുന്ന ഒരു വൃദ്ധനെ ചൂണ്ടിക്കാണിച്ച്. "ഇംഗ്ലീഷുകാർ എന്നൊരു നശിച്ച വിഭാഗമില്ലായിരുന്നുവെങ്കിൽ ഇതൊരു നല്ല സ്ഥലമാകുമായിരുന്നു" എന്ന് പറഞ്ഞു.

"ഞങ്ങളില്ലായിരുന്നുവെങ്കിൽ നിങ്ങളൊക്കെ ഇപ്പോഴും ഗ്രാമങ്ങളിൽ കിടന്ന് ചീഞ്ഞളിയുന്നുണ്ടാകുമായിരുന്നു." ആ വൃദ്ധൻ കടയുടമ തിരി ച്ചടിച്ചു.

"ഞങ്ങൾ നിങ്ങളുടെ നഗരങ്ങളിൽ വന്ന് താമസമാക്കിയത് നന്നായി. അല്ലെങ്കിൽ നിങ്ങളുടെ പെണ്ണുങ്ങളൊന്നും യഥാർത്ഥ പുരുഷന്മാരെ കാണില്ലായിരുന്നു."

വൃദ്ധർ രണ്ടും ഒന്നിച്ച് അതാസ്വദിച്ച് ചിരിച്ചു.

"അവർ വീണ്ടും തുടങ്ങി." ഒഹാര പറഞ്ഞു.

"അതങ്ങനെ തുടരും. നല്ല ചങ്ങാതികളാണെന്ന് തോന്നുന്നു." ഞാൻ പറഞ്ഞു.

നടന്ന് തുടങ്ങുന്ന പ്രായമുള്ള ഒരു കൊച്ചു കുഞ്ഞ് പെട്ടെന്ന് ഞ ങ്ങൾക്കിടയിലൂടെ ഓടി. അവന്റെ അമ്മ അവനെപിടിച്ചു നിറുത്തുവാൻ അവനു പിറകിലും.

"ഞാൻ ഫെറൂസെയോട് താങ്കളുടെ ഫോൺ നമ്പർ ചോദിച്ചിരുന്നു." ഒഹാര പറഞ്ഞു.

"സത്യം?"

"ഈയാഴ്ച താങ്കളെ വിളിക്കാനിരിക്കുകയായിരുന്നു."

"അടുത്തെങ്ങാനും ടീനയെ കാണുകയുണ്ടായോ?" ഞാൻ ചോദിച്ചു.

"ഇല്ല. ഞാൻ പാരീസിൽ ഒരു കോൺഫറൻസിൽ പങ്കെടുക്കുകയാ യിരുന്നു. ഇന്ന് കാലത്താണ് തിരിച്ചെത്തിയത്."

"കോൺഫറൻസോ?"

"തത്ത്വശാസ്ത്രത്തെക്കുറിച്ചൊരു കോൺഫറൻസ്."

"താങ്കളപ്പോൾ ബേക്കറി നടത്തുകയല്ലേ?"

"ഇത് എന്റെ അച്ഛന്റെ കടയാണ്. ചിലപ്പോൾ ഇവിടെ വന്ന് അച്ഛനെ സഹായിക്കാറുണ്ട്."

ഞാൻ ഒന്ന് മടിച്ചു.

"ടീനയുടെ ഫോൺ നമ്പർ കയ്യിലുണ്ടോ?" ഞാൻ ചോദിച്ചു.

"ഉവ്വ്. എന്തുപറ്റി?"

കഴിഞ്ഞയാഴ്ച എന്തൊക്കെ സംഭവിച്ചു എന്ന് ഞാൻ അദ്ദേഹത്തെ അറിയിച്ചു. ഫെറൂസെ ഇറാനിൽ പോയതും, അസീത വീട്ടിലില്ലാത്ത തുമെല്ലാം പറഞ്ഞു.

ഒഹാര ടീനയ്ക്ക് ഫോൺ ചെയ്തു. എന്നാൽ ബന്ധപ്പെടുവാനായില്ല.

"നമുക്കൊന്ന് നടന്നിട്ട് വരാം... സമയമുണ്ടെങ്കിൽ..." ഞാൻ പറഞ്ഞു.

അയാളുടെ അച്ഛനും സുഹൃത്തും അപ്പോഴും തമാശകൾ പറഞ്ഞ് ചിരിക്കുകയായിരുന്നു.

ഞങ്ങൾ കാപ്പി വിൽക്കുന്ന വണ്ടിക്കരികിലെത്തി ഓരോ കപ്പ് കാപ്പി വാങ്ങി.

തെരുവിലൂടെ പള്ളിയെ ലക്ഷ്യമാക്കി നടന്നു.

അതിനു പിറകിലുള്ള തെരുവിൽ കിങ്ങ്സ് കോളേജുണ്ട്. കോളേ ജിന്റെ മതിലിൽ ഞങ്ങളിരുന്നു.

"ഫെറൂസെ എന്നോട് താങ്കളെക്കുറിച്ചും താങ്കളുടെ രാഷ്ട്രീയപ്രവർ ത്തനങ്ങളെക്കുറിച്ചും പറഞ്ഞിട്ടുണ്ട്." ഞാൻ പറഞ്ഞു.

"അവൾ എന്നോട് താങ്കളെക്കുറിച്ചും പറഞ്ഞിരുന്നു." അദ്ദേഹം പറഞ്ഞു.

ഞങ്ങളിരുവരും ചിരിച്ചു.

"നമ്മുടെ രണ്ട് സംഘടനകൾക്കുമിടയിൽ ഒരു ഇടനിലക്കാരിയാ കുകയാണവൾ."

"ചിലപ്പോൾ ചില കാര്യങ്ങൾ പൊടുന്നനെ തോന്നുന്നതാണ്."

ഒരു വൃദ്ധദമ്പതികൾ വന്ന് ഞങ്ങൾക്ക് മുന്നിൽ നിന്നു. ഞങ്ങളിരു ന്നിരുന്നതിന്റെ എതിർഭാഗത്തുള്ള വീടിനു മുന്നിലുള്ള ഒരു ലോഹഫലക ത്തിലായിരുന്നു അവരുടെ ശ്രദ്ധ.

"ഞങ്ങളുടെ സഖാക്കൾ താങ്കളുടെ സംഘടനയുമായി ബന്ധപ്പെട്ടു കൊണ്ടിരിക്കുന്നുണ്ട്. ഒന്നിച്ച് ലണ്ടനിൽ വച്ച് ഒരു യോഗത്തിനു ശ്രമി ക്കുന്നുണ്ട്."

"ഇപ്പോഴും അവരൊക്കെയായി ബന്ധമുണ്ടോ?" ഒഹാര ചോദിച്ചു.

"ഉണ്ട്. നമ്മുടെ സംഘടനകൾ തമ്മിലുള്ള ബന്ധത്തിന്, അന്ന് നി ങ്ങളുടെ സംഘടനയും ബ്രിട്ടീഷ് സർക്കാരും തമ്മിൽ ചർച്ചകൾ ഗൗരവ മായി മുന്നോട്ട് പോയപ്പോൾ ഇത്തിരി ഉലച്ചിൽ തട്ടുകയുണ്ടായി."

"എന്നെക്കൊണ്ട് എന്തെങ്കിലും സഹായം ചെയ്യുവാനാകുമെങ്കിൽ അറിയിക്കൂ."

"തീർച്ചയായും. നന്ദി."

ഒഹാര കാപ്പിക്കപ്പ് ഉയർത്തിപ്പിടിച്ചു "വരാനിരിക്കുന്ന നല്ല നാളുകൾ ക്കായി" എന്ന് പറഞ്ഞു.

ഞാനും അതാവർത്തിച്ചു.

ഞങ്ങൾ വഴിയിലൂടെ നടന്ന് പോകുന്നവരെ നോക്കിയിരുന്നു.

"ഫെറൂസെയ്ക്ക് ഇറാനിലേക്ക് യാത്ര ചെയ്യുവാനാകും. എന്നാൽ ടീനയ്ക്കോ അസീതയ്ക്കോ നിയമാനുസൃതമായി അവിടേക്ക് പോകാ നാകില്ല." അയാൾ പറഞ്ഞു.

"ഒരുപക്ഷേ അപകടമുണ്ടെങ്കിലും പോകണം എന്ന് അവർ തീരു മാനിച്ചിരിക്കാം."

"കള്ളപാസ്പോർട്ട് ഇല്ലാതെ അവർക്ക് അവിടെ പോകാനാകില്ല."

"അവരെങ്ങനെയെങ്കിലും ഒന്ന് സംഘടിപ്പിച്ചിട്ടുണ്ടാകും."

"ആവില്ല. അവർക്കതിനാകില്ല. ഞാനില്ലാതെ അവർക്ക് അത് ചെയ്യാ നാകില്ല."

"അവർക്ക് ഒരു പാസ്പോർട്ട് സംഘടിപ്പിച്ച് കൊടുക്കുവാനുള്ള ശ്രമ ത്തിലായിരുന്നോ?"

"അതെ. എനിക്ക് ചിലരെ സ്വാധീനിക്കാനാകും എന്ന് ടീനയ്ക്കറി യാമായിരുന്നു."

കുറച്ചപ്പുറത്ത് ഒരു പെൺകുട്ടി വയലിൻ വായിക്കുന്നുണ്ടായിരുന്നു. അവൾക്കരികിൽ മറ്റൊരു പെൺകുട്ടി നൃത്തം ചെയ്യുന്നുണ്ട്.

"അവൾ തിരിച്ച് വരുമെന്ന് പ്രതീക്ഷിക്കുന്നുണ്ടോ?" ഞാൻ ചോദിച്ചു

"ആര്? ഫെറൂസെയോ?"

"അതെ."

"അവൾ തിരിച്ച് വരുമെന്ന് താങ്കൾ പ്രതീക്ഷിക്കുന്നുണ്ടോ?"

"എനിക്കറിയില്ല." ഞാൻ പറഞ്ഞു.

"രണ്ടാഴ്ച മുമ്പ് താങ്കൾ ഓലൗധയുടെ കല്യാണം പുനരാവിഷ്കരിച്ച ചടങ്ങിൽ പങ്കെടുത്തില്ലേ.."

"അവിടെ ഞാൻ ഫെറൂസെയെ കണ്ടുമുട്ടി."

“ടീനയായിരുന്നു വരേണ്ടിയിരുന്നത്. അവൾക്ക് ജലദോഷമായതിനാൽ വരാതിരുന്നതാണ്. ആ ക്ഷണക്കത്തുപയോഗിച്ചാണ് ഫെറൂസെ വന്നത്.”

“താങ്കളും വന്നിരുന്നോ?” ഞാൻ ചോദിച്ചു.

“ഞാനാണവിടെ പ്രസംഗിച്ചത്.”

“വിധിയെക്കുറിച്ച് പ്രസംഗിച്ചത് താങ്കളായിരുന്നോ?”

“അതെ.”

“അപ്പോൾ കണ്ണട ധരിച്ചിട്ടുണ്ടായിരുന്നില്ല.” ഞാൻ ചോദിച്ചു.

“കോൺടാക്ട് ലെൻസ് ധരിച്ചിരുന്നു.” അദ്ദേഹം പറഞ്ഞു.

“ആഫ്രിക്കയിൽ നിന്നും തട്ടിക്കൊണ്ടുപോന്ന ഒരു അടിമയായിരുന്നു എങ്കിലും സ്വന്തം വിധി രൂപപ്പെടുത്താൻ ഓലൗധയ്ക്കായി എന്ന് താങ്കളന്ന് പറയുകയുണ്ടായി.”

“അയാൾക്ക് ആഫ്രിക്കയിലേക്ക് തിരികെപോകാനാകില്ലായിരുന്നു. എന്നാൽ അയാൾ സ്വന്തമായി ഒരു ആഫ്രിക്കയുണ്ടാക്കി.”

“ഫെറൂസെയില്ലാതെ ഞാനൊരു ആഫ്രിക്ക എങ്ങനെ സൃഷ്ടിക്കും?”

“ഫെറൂസെ തന്നെയല്ലേ താങ്കളുടെ ആഫ്രിക്ക?”

ഞാൻ അതെയെന്ന് തലയാട്ടി.

“ഒന്നുകിൽ താങ്കളുടെ ആഫ്രിക്ക താങ്കളെ തേടി വരുന്നതിനായി കാത്തിരിക്കുക അല്ലെങ്കിൽ താങ്കളുടെ ആഫ്രിക്കയെ തിരഞ്ഞ് പോകുക.” അദ്ദേഹം പറഞ്ഞു.

“എങ്കിൽ ഞാൻ അവൾക്ക് പിറകെ പോകാം.”

“ഇറാനിലേക്കോ?”

“അതെ...പക്ഷേ..”

ഞാൻ വിണ്ടും മടിച്ചു...

ഞാൻ ഒരു കവിൾ കാപ്പി കുടിച്ചു.

ഒഹാര എന്നെത്തന്നെ നോക്കിയിരിക്കുകയാണ്.

“പക്ഷേ...” അദ്ദേഹം എന്റെ വാക്കാവർത്തിച്ചു.

“എനിക്ക് ഒരു പാസ്പോർട്ട് വേണം.” ഞാൻ പറഞ്ഞു.

ഒരു യുവദമ്പതികൾ ഞങ്ങൾക്കരികിലെത്തി. അവരുടെ ഫോട്ടോ എടുത്ത് തരാമോ എന്ന് എന്നോട് ചോദിച്ചു. എതിർവശത്തുള്ള വീടിനു മുന്നിൽ അവർ കൈ കോർത്ത് നിന്നു.

“താങ്കളുടെ പാസ്പോർട്ടിന്റെ പ്രശ്നം ഞാൻ പരിഹരിച്ച് തരണം. അല്ലേ?” ഒഹാര ചോദിച്ചു.

“സാധ്യമെങ്കിൽ.”

“സാധ്യമാണ്. പക്ഷേ സമയമെടുക്കും.” അദ്ദേഹം പറഞ്ഞു.

“എത്ര നാൾ?”

“ഏതാനും ആഴ്ചകൾ.”

“ഇത്രയും വ്യക്തിപരമായ ഒരു കാര്യത്തിൽ ഇടപെട്ട് സഹായിക്കണമെന്ന് എന്റെ സുഹൃത്തുക്കളോട് എനിക്ക് പറയുവാനാകില്ല.....” ഞാൻ പറഞ്ഞു.

“എനിക്ക് മനസ്സിലാകുന്നുണ്ട്.” അദ്ദേഹം പ്രതികരിച്ചു.

“നന്ദി. വളരെ നന്ദി..... അഫ്രിക്കയ്ക്ക്...”

അദ്ദേഹം ചിരിച്ചു. വീണ്ടും കാപ്പിക്കപ്പുയർത്തി.

“എല്ലാ ആഫ്രിക്കകൾക്കും വേണ്ടി.” അദ്ദേഹം പറഞ്ഞു.

ഞാനും അതാവർത്തിച്ചു.

തെരുവിൽ തിരക്ക് വർദ്ധിച്ചിരിക്കുന്നു. പെൺകുട്ടിയുടെ വയലിന്റെ ശബ്ദം ആ തിരക്കിൽ മുങ്ങിപ്പോയിരിക്കുന്നു.

“ഫെറൂസെയും താങ്കളും നല്ല ജോടികളാകുമെന്ന് ഞങ്ങൾ കരുതി.”

“ആരൊക്കെയാണത് കരുതിയത്?”

“ടീന, അസീത, ഞാൻ.”

“അസീത അങ്ങനെ പറഞ്ഞോ?”

“അങ്ങനെ വിശദമായൊന്നും പറഞ്ഞില്ല. എന്നാൽ ഈ ഇറാനി പെണ്ണുങ്ങളുടെ മനസ്സ് എനിക്ക് വായിക്കുവാനാകും.”

“ഇറാനി പെണ്ണുങ്ങളുടെ....അവരുടെയെല്ലാം സ്വഭാവത്തിൽ ഇത്ര താദാത്മ്യങ്ങളുണ്ടോ?”

“ശരി..ശരി..ഈ കുടുംബത്തിലെ അംഗങ്ങൾ എന്ന് തിരുത്തുന്നു. പോരേ?”

“എന്നേയും അതൊക്കെ പഠിപ്പിക്കുമോ?”

“ഏതൊക്കെ?”

“അവരെ എങ്ങനെ മനസ്സിലാക്കണമെന്ന്?”

“അത് പഠിപ്പിക്കാനാകില്ല. അവരോടൊപ്പം നിന്ന് പഠിക്കാനേ ആകുകയുള്ളു.” അദ്ദേഹം പറഞ്ഞു.

എന്നിട്ട് എന്നെ നോക്കി പുഞ്ചിരിച്ചു.

ഫോണിലൂടെ സംസാരിക്കാം എന്ന് ഞങ്ങളിരുവരും സമ്മതിച്ചു. ഞാൻ അവരുടെ കടയിലേക്ക് പോകും. അദ്ദേഹത്തിന്റെ അച്ഛന് എന്റെ ഒരു ഫോട്ടോ നൽകും. അങ്ങനെ അദ്ദേഹവുമായി ബന്ധപ്പെടും.

ഞങ്ങൾ യാത്ര പറഞ്ഞ് പിരിഞ്ഞു.

തിരികെ ഭൂഗർഭപാതയിലൂടെ നടക്കുമ്പോൾ ഒരു സ്ത്രീ അവിടെ ചുവരിലെഴുതിയിരിക്കുന്നത് ഉച്ചത്തിൽ വായിക്കുന്ന കേട്ടു "കവിതയിലെ കല മരിച്ചുകൊണ്ടിരിക്കുന്നു." അവരുടെ കൂടെ ഒരു കൊച്ചുകുട്ടിയുമുണ്ടാ യിരുന്നു.

തിരികെ വീട്ടിലെത്തിയപ്പോൾ എന്റെ കൈ വിറയ്ക്കുന്നുണ്ടായിരുന്നു.

ഒന്നും ചെയ്തിട്ടില്ലെങ്കിലും വല്ലാത്ത ക്ഷീണം തോന്നുന്നുണ്ടായിരുന്നു.

ഒന്ന് കുളിച്ചാൽ ഇത്തിരി സുഖമുണ്ടാകുമെന്ന് തോന്നി.

ഞാൻ ബാത്ടബ്ബിൽ ചൂടു വെള്ളം നിറച്ചു. അതിൽ കയറി കണ്ണടച്ച് കിടന്നു. തിരികെ വീട്ടിലെത്തിയെന്നും ഇപ്പോൾ വീട്ടുകാരോടൊപ്പ മാണെന്നും പകൽക്കിനാവ് കണ്ടു. ഞാനിപ്പോൾ വയലിലൂടെ ഉലാത്തുക യാണ്. വഴിയിലെ ചായക്കടയിലിരിക്കുകയാണ്.

എപ്പോഴൊക്കെ വല്ലാതെ ക്ഷീണം തോന്നിയോ അപ്പോഴൊക്കെ എനിക്ക് തലകറങ്ങും. മാംസപേശികൾക്ക് ബലമില്ലാതാകും.

ബാത്ടബ്ബിൽ നിന്ന് പുറത്തിറങ്ങുമ്പോഴും എന്റെ കൈ വിറയ്ക്കു ന്നുണ്ടായിരുന്നു.

മാസങ്ങൾക്ക് മുമ്പാണെനിക്ക് ഇതിനു മുമ്പ് ബോധക്ഷയമുണ്ടായത്. എന്നാൽ ഇപ്പോൾ എന്റെ ഓർമ്മ നശിക്കുകയാണെന്നും തലകറങ്ങി വീഴുകയാണെന്നും തോന്നി.

ഞാൻ മെത്തയിൽ കിടന്നു.

ഒരു സ്വപ്നം കണ്ടു. എനിക്കു ചുറ്റിലും ഒരാൾകൂട്ടം. അതിൽ പട്ടാള ക്കാരുണ്ട്. പട്ടാളക്കാർ എനിക്ക് നേരെ ഓടിവരുന്നു. പെട്ടെന്ന് ആകാശ ത്തുനിന്നും സൂര്യനെ കാണാതായി. സമയം അനന്തതയായും അനശ്വര മായും മാറി. പട്ടാളക്കാർ ഗർജ്ജിച്ചു. അവരെന്നെ മർദ്ദിച്ചു. എന്റെ അസ്ഥി കളൊടിയുന്ന ശബ്ദം കേട്ടു. ശരീരം മുഴുക്കെ രക്തത്തിൽ മുങ്ങിയിരി ക്കുന്നു. എന്റെ മുന്നിൽ ഒരു കൊച്ചു പെൺകുട്ടി നിൽക്കുന്നു. എന്റെ കണ്ണുകൾ അവളിലാണ്. എന്നെ സഹായിക്കുവാനായി അവൾ കൈ നീട്ടുന്നു. ഞാൻ പുഞ്ചിരിച്ചു. അവളും തിരിച്ച് പുഞ്ചിരിച്ചു. ഞാൻ തിരിഞ്ഞ് നോക്കി. എനിക്ക് പിറകിൽ വലിയ വയലുകൾ. വയലിൽ ധാന്യം നിറഞ്ഞ് വിളഞ്ഞ് കിടക്കുന്നു. എന്റെ രക്തം വാർന്നുകൊണ്ടേയിരുന്നു. ഗോതമ്പിന്റെ കതിർമണികൾ ചുവക്കുന്നു. "അവൻ ചത്തു" എന്നാരോ പറയുന്നത് ഞാൻ കേട്ടു. എന്നിൽ രക്തത്തിന്റെ മണം നിറഞ്ഞു. ലോകം മുഴുക്കെ കറുത്തിരുണ്ടിരിക്കുന്നു. ദൂരെനിന്ന് ഒരു സ്ത്രീയുടെ പാട്ട് കേൾ ക്കാനുണ്ട്. അവർ അതേ ഗാനം പാടിക്കൊണ്ടേയിരിക്കുന്നു. ടെലിഫോൺ നിറുത്താതെ ശബ്ദമുണ്ടാക്കുന്നു.

സമയമെന്ന വലിയ ചിറകുള്ള പക്ഷിയെ ഇതാ ലോകത്തിനുമേൽ തൂക്കിയിട്ടിരിക്കുന്നു.

ഞാൻ സാവധാനത്തിൽ കണ്ണു തുറന്നു.

വാച്ചിലേക്ക് നോക്കി. ഞാനീ കിടപ്പ് തുടങ്ങിയിട്ട് മൂന്ന് മണിക്കൂറാ യിരിക്കുന്നു.

വളരെക്കാലങ്ങൾക്ക് ശേഷമാണൊരു സ്വപ്നം കാണുന്നത്. ബോധ ക്ഷയമുണ്ടായത് എന്റെ ക്ഷീണത്തെ അകറ്റുവാൻ സഹായിച്ചിരിക്കുന്നു.

ടെലിഫോൺ വീണ്ടും ശബ്ദിച്ചു.

മറുതലയ്ക്കൽ നിന്നൊരു സ്ത്രീ ശബ്ദം "ബ്രാനി താവോ?" എന്ന് ചോദിച്ചു.

ആയിരം ശബ്ദങ്ങൾക്കിടയിൽ നിന്നും ആ ശബ്ദത്തെ വേർതിരിച്ചെടു ക്കുവാൻ എനിക്കാകും.

"അസീത..?" ഞാൻ പറഞ്ഞു.

"സുഖമില്ലെന്ന് തോന്നുന്നല്ലോ..വല്ലാതെ കിതയ്ക്കുന്നുണ്ടല്ലോ... പിന്നെ വിളിക്കണോ?.."

"ഇല്ല...ഇല്ല...വേണ്ട..വേണ്ട..."

എന്റെ കഴുത്തിലും പുറത്തും ഉദരത്തിലുമെല്ലാം വിയർപ്പ് നിറയുന്നു. ഞാൻ ദീർഘമായി ഒന്ന് ശ്വസിച്ചു.

അസീത ടീനയുടെ വീട്ടിലായിരുന്നു. ഫെറൂസെയെ യാത്രയാക്കി യതിനു ശേഷം അവർ ലണ്ടനിലേക്ക് പോയി. ആശുപത്രിയിൽ പരി ശോധനയ്ക്കായി പോയിരിക്കുകയായിരുന്നതിനാൽ ഒഹാരയുടെ സന്ദേശം അവർക്ക് ലഭിക്കാൻ വൈകി.

അവരുടെ വീട്ടിൽ ഒരു കുറിപ്പെഴുതിയിട്ടിരുന്നു എന്ന് ഞാൻ അവ രോട് പറഞ്ഞു. ഞങ്ങൾക്കിരുവർക്കും പരിചയമുള്ളവരോടന്വേഷിച്ചി രുന്നു. സ്റ്റെല്ലയ്ക്ക് ഹൃദയാഘാതമുണ്ടായി ആശുപത്രിയിലാണ്. അങ്ങാടി യിൽ വച്ചാണ് ഒഹാരയെ കണ്ടുമുട്ടിയത്. ഞാൻ വിശേഷങ്ങളെല്ലാം പറഞ്ഞു.

"എല്ലാം പെട്ടെന്നായിരുന്നു. ഫെറൂസെയോട് താങ്കളുടെ ടെലിഫോൺ നമ്പർ ചോദിക്കാൻ പോലും ഞങ്ങൾ മറന്നു." അവർ പറഞ്ഞു.

"എനിക്ക് ഫെറൂസെയുമായി ബന്ധപ്പെടുവാനാകുന്നില്ല." ഞാൻ പറഞ്ഞു.

"അവളുടെ ഫോൺ അവിടെ ഉപയോഗിക്കുവാനാകില്ല. പ്രവർത്തി ക്കില്ല. അവിടെ എത്തിയതിനുശേഷമാണവൾ അതിനെക്കുറിച്ചാലോചി ച്ചത്."

"അവളുമായി ബന്ധപ്പെടുവാനായോ?"

"അവൾ ഒരിക്കൽ വിളിച്ചിരുന്നു."

"അവളെ എനിക്ക് വിളിക്കണമെന്നുണ്ട്. നമ്പറെന്തെങ്കിലുമുണ്ടോ?"

"ഇല്ല."

"റോയയെക്കങ്ങനെയുണ്ട്. സുഖം തന്നെയല്ലേ?"

"അവൾ ആശുപത്രിയിലാണ്."

അവരുടെ ശബ്ദമിടറുന്നത് ഞാനറിഞ്ഞു.

"കഴിഞ്ഞ തവണ അവൾക്ക് സുഖപ്പെട്ടിരുന്നു. ഇത്തവണയും ഭേദമാകും എന്ന് കരുതുന്നു." ഞാൻ പറഞ്ഞു.

"ഇറാനിൽ നിന്ന് വളരെദൂരെയൊരിടത്തുവച്ച് മരിക്കുമോ എന്നായിരുന്നു എന്റെ ഭയം. എന്നാൽ ഇപ്പോഴിതാ എന്റെ മകൾ ഇറാനിൽ മരണത്തോട് മല്ലടിച്ചുകൊണ്ടിരിക്കുന്നു."

ഞാൻ ഇറാനിലേക്ക് പോകുന്നുണ്ടെന്ന് അസിതയോട് പറഞ്ഞില്ല. അറിയിക്കാൻ ഇനിയും സമയമുണ്ടല്ലോ.

"അടുത്തെങ്ങാനും പുസ്തകം നോക്കി ഭാഗ്യം പറഞ്ഞുവോ?" ഞാൻ ചോദിച്ചു.

അവർ ഒന്നും പറഞ്ഞില്ല.

ഒരു ദീർഘമൗനത്തിനു ശേഷം "ഇല്ല. ഞാൻ പറഞ്ഞിട്ടില്ല. എന്റെ ഭർത്താവിനെ അവർ അറസ്റ്റ് ചെയ്തതിനുശേഷം പുസ്തകം നോക്കി ഭാഗ്യം പറയുന്നതിനോട് എനിക്ക് ഭയമായിരുന്നു. അതുപോലെ ഇനിയും ഭയക്കുവാൻ വയ്യെന്നൊരു തോന്നൽ."

"ജന്മദിന സമ്മാനമായി ഞാൻ തന്ന പുസ്തകമൊന്ന് വായിക്കൂ."

"ഓർമ്മിപ്പിച്ചത് നന്നായി. ആ സമ്മാനത്തിനൊരിക്കൽ കൂടി നന്ദി പറയട്ടെ."

"താങ്കളുടെ നല്ല വാക്കുകൾക്ക് സ്വാഗതം. അതിഷ്ടമായോ?"

"ഇഷ്ടമായോ എന്നോ, വളരെ വളരെ ഇഷ്ടമായി."

"കാരണം."

"അത് അലങ്കരിക്കാൻ താങ്കൾ വളരെയധികം ബുദ്ധിമുട്ടിയിട്ടുണ്ടെന്ന് എനിക്കറിയാം. ഓരോ താളിലും വ്യത്യസ്തങ്ങളായ പൂക്കളൊട്ടിച്ചിരിക്കുന്നു."

"ഇംഗ്ലണ്ടിൽ വന്നതിനുശേഷം ഞാൻ ആദ്യമായി വാങ്ങിയ കവിതാപുസ്തകമാണത്. പാർക്കുകളിൽ നിന്നും ഞാൻ പല പൂക്കൾ ശേഖരിച്ചു. ചെറിയ പൂക്കൾ. അവ ഉണക്കിയെടുത്ത് ഓരോ താളിലും ഒട്ടിച്ചു."

"ഈ പുസ്തകം എനിക്കാണോ തരേണ്ടിയിരുന്നത് എന്ന് ഞാൻ സംശയിക്കുന്നു." അവർ പറഞ്ഞു.

"എന്റെ മനസ്സ് പറഞ്ഞത് ഞാൻ അനുസരിച്ചു. ഭാഗ്യം പ്രവചിക്കുവാനായി ഏത് താള് താങ്കൾ തുറക്കുന്നു എന്നത് കാര്യമാക്കേണ്ടതില്ല. ഈ പുസ്തകത്തിൽ എപ്പോഴും ഒരു പൂവുണ്ടാകും. ഏതു താളുതുറന്നാലും ഒരു പൂവുണ്ടാകും." ഞാൻ പറഞ്ഞു.

വീണ്ടും ഞങ്ങളിരുവരും നിശ്ശബ്ദരായി.

ടെലിഫോണിൽ നിന്നൊരു മൂളൾ വന്നത് ഞങ്ങളിരുവരും ശ്രദ്ധിച്ചു.

"ആ ഗാനം എവിടെ നിന്ന് ലഭിച്ചു?" അവർ ചോദിച്ചു.

"ഏത് ഗാനം?"

"ഹെജ്രാത്.. എനിക്കത് ഇവിടെ കേൾക്കാം." അവർ പറഞ്ഞു.

ഞാൻ ഒരു നിമിഷത്തേക്ക് സംസാരം നിർത്തി. സി ഡി പ്ലെയർ ഞാനെപ്പോഴാണ് ഓൺ ചെയ്തത് എന്നോർക്കുകയായിരുന്നു ഞാൻ. "അതെനിക്ക് ഫെറൂസെ തന്നതാണ്." ഞാൻ പറഞ്ഞു.

"ബ്രാനി താവോ..."

"പറയൂ.."

"ശോകം മാത്രമുള്ള ഗാനങ്ങൾ താങ്കൾ കേൾക്കരുത്" അവർ പറഞ്ഞു.

"ശരി. ഇല്ല." ഞാൻ പറഞ്ഞു.

ടെലിഫോൺ കയ്യിൽ വച്ച് ഞാൻ തലകുനിച്ചു.

"താങ്കൾക്ക് നല്ല ക്ഷമയുണ്ടോ?" അവർ ചോദിച്ചു.

"കാര്യങ്ങൾ അനുകൂലമാകുമെന്ന് ഉറപ്പുണ്ടെങ്കിൽ എനിക്ക് ക്ഷമ യുണ്ടാകും. എന്നാൽ മിക്കപ്പോഴും എന്റെ മുന്നിലുണ്ടാകുന്നത് അനി ശ്ചിതത്വമാണ്." ഞാൻ പറഞ്ഞു.

"ബ്രാനി താവോ.."

അസീത അങ്ങനെ വിളിക്കുമ്പോൾ എന്റെ മനസ്സിന്റെ കനം കുറ യുന്നു. എന്തോ വലിയൊരു ആശ്വാസം തോന്നുന്നു.

"താങ്കൾ ഫെറൂസെയെ എത്ര മാറ്റിയെടുത്തുവെന്ന് താങ്കൾക്ക് അറി യാമോ?" അവർ ചോദിച്ചു.

"ഇല്ല." ഞാൻ പറഞ്ഞു.

"അവളുടെ സഹോദരി പോയതിനുശേഷം തന്റെ ഭാഗ്യപുസ്തകം അവൾ തൊട്ടിട്ടില്ല. കവിതയിൽ അവൾക്ക് വിശ്വാസം നഷ്ടപ്പെട്ടു. എന്നാൽ രണ്ടാഴ്ച മുമ്പ് അവൾ താങ്കളുമായി പരിചയപ്പെട്ടു. അന്ന് പുറം ചട്ട യിൽ റോസാപ്പൂവിന്റെ ചിത്രമുള്ള തന്റെ ഭാഗ്യപുസ്തകം അവൾ അല മാരയിൽ നിന്നെടുത്തു. എന്നിട്ട് അത് എന്നും കൈയ്യിൽ വയ്ക്കുവാൻ തുടങ്ങി."

ഞാൻ തലയുയർത്തി ആകാശത്തേക്ക് നോക്കി. ഇരുട്ടായിട്ടുണ്ടായി രുന്നുവെങ്കിലും നക്ഷത്രങ്ങൾ തിളങ്ങുന്നുണ്ടായിരുന്നു.

പതിനഞ്ച്

ഹാകോ

മനുഷ്യർക്കഭയം മനുഷ്യർ മാത്രം

താതർ എന്ന ഫോട്ടോഗ്രാഫർ ഗ്രാമത്തിലെത്തിയ ദിവസം, കെവെയുടേയും ഹാകോയുടേയും വീട്ടിൽ തടിച്ചുകൂടിയ ജനം അർദ്ധരാത്രിയോടെ പിരിഞ്ഞു പോയി. ചിലർ കഴുകന്റെ മുഖമുള്ള സ്ത്രീയുടെ മക്കളെ അന്വേഷിച്ച് പോയി. ശേഷിച്ചവർ എന്റെ അച്ഛന് ഇടിമിന്നലേറ്റു എന്നറിഞ്ഞ് തെക്ക് ഭാഗത്തുള്ള മലനിരകളിലേക്ക് പോയി. വീടുകളിലൊന്നിലും ആരുമില്ലാത്ത അവസ്ഥയായി. കൗമാരത്തിലെത്തിയ പെൺകുട്ടികളും, കൊച്ചുകുട്ടികളും വൃദ്ധരുമൊഴികെ ആരും വീട്ടിലില്ലാത്ത അവസ്ഥ.

അതിഥികളെ യാത്രയാക്കിയതിനുശേഷം ഹാകോ വീടിനു വെളിയിൽ വന്ന് ഒരു സിഗരറ്റെടുത്തു. അപ്പോൾ ആപ്പിൾ മരത്തിൽ ഒരു കിളി വന്നിരുന്നു. അതവിടെ ഇരുട്ടിലിരുന്ന് ഒറ്റയ്ക്ക് കലപില കൂട്ടുവാൻ തുടങ്ങി. അരുവിയിലൂടെ സന്തോഷം കൊണ്ട് മതിമറന്ന പോലെ ശുദ്ധജലം കുത്തിയൊഴുകുന്നുണ്ടായിരുന്നു. അവസാനിക്കാത്ത ഊർജ്ജമുള്ള ഒരു കുട്ടിയെപ്പോലെയായിരുന്നു അരുവി. അകത്ത് മെത്ത വിരിച്ചതിനു ശേഷം കെവെ പുറത്തെത്തി. അപ്പോൾ ഹാകോ നിലത്ത് കമിഴ്ന്ന് കിടക്കുകയായിരുന്നു. ഇത് കണ്ട് കെവെ ഭയന്നു. ഉറക്കെ നിലവിളിച്ചു. പത്തു വയസ്സുള്ള എന്റെ അമ്മയെ വിളിച്ചു. അവർ ഹാകോയെ വീടിനകത്തെത്തിച്ചു. മുഖത്ത് വെള്ളം തളിച്ചു. അയാൾ കണ്ണ് തുറന്നു. “നീ മരിച്ചതിനു ശേഷമേ ഞാൻ മരിക്കാൻ പാടുള്ളു എന്നാണെന്റെ ആഗ്രഹം. അല്ലെങ്കിൽ നീ വീണ്ടും ഒറ്റയ്ക്കാകും” അയാൾ കെവെയോട് പറഞ്ഞു.

ഗ്രാമത്തിലെത്തുമ്പോഴേ ഹാകോ വൃദ്ധനായിരുന്നു. ഗ്രാമത്തിലെ ഇമാമായാണ് അയാൾ വന്നത്. ഒരു ദിവസം അയാൾ കെവെയോട് തന്നെ ഭർത്താവായി സ്വീകരിക്കുമോ എന്ന് ചോദിച്ചു. അപ്പോൾ കെവെ പതിവു പോലെ തന്റെ ആപ്പിൾ മരത്തിനു കീഴെയിരിക്കുകയായിരുന്നു. അവൾ ഹാകോയുടെ നീണ്ട താടി നോക്കിയിരുന്നു. പിന്നെ കയ്യിലുണ്ടായിരുന്ന ആപ്പിളിൽ നിന്നും ഒരു തുണ്ടെടുത്ത് ഹാകോയ്ക്ക് നൽകി. അപ്പോഴേക്കും ഹാകോ തന്റെ ഭൂതകാല കഥകളെല്ലാം അവളോട് പറഞ്ഞു കഴിഞ്ഞിരുന്നു.

"അച്ഛന്റെ തൊഴിൽ കത്തി മൂർച്ചവയ്പിക്കുക എന്നതായിരുന്നു. ഞാൻ അച്ഛനെ സഹായിക്കുമായിരുന്നു. അങ്ങനെ ഞാനും അച്ഛനും അതിനായി ഗ്രാമങ്ങൾതോറും കയറിയിറങ്ങി. ഞങ്ങളുടെ പക്കൽ കുറച്ച് കുതിരകളുമുണ്ടായിരുന്നു. എവിടേക്കൊക്കെ പോയോ അവിടേക്കൊക്കെ ആ കുതിരകളേയും കൊണ്ടുപോയി. പക്ഷിവളർത്തുന്നയാൾക്ക് അയാളുടെ പക്ഷികളെങ്ങനെയാണോ, കാമുകന് തന്റെ കാമുകി എങ്ങനെയാണോ അതുപോലെയായിരുന്നു അച്ഛന് ആ കറുത്ത കുതിരകൾ. അത്രയ്ക്കിഷ്ടമായിരുന്നു. കത്തി കല്ലിലുരച്ച് മൂർച്ച വയ്പിക്കുന്നതിനിടയിൽ ചുറ്റിലും നിൽക്കുന്നവരോടെല്ലാം അച്ഛൻ കുതിരകളുടെ കഥ പറയും. അച്ഛൻ എന്റെ തലയിൽ തടവുമ്പോഴും കൈകൾ കണ്ടിരുന്നത് കുതിരയുടെ കുഞ്ചിരോമമായിരുന്നു. മരിക്കുന്നതിനു തൊട്ടുമുമ്പ് അച്ഛൻ എന്നോട് ആ കുതിരകളെ സമതലത്തിലെ പുൽമൈതാനത്തിലേക്ക് തുറന്നു വിടുവാൻ ആവശ്യപ്പെട്ടു. അച്ഛൻ മരിച്ച അതേ ഗ്രാമത്തിൽ നിന്നും ഞാൻ വിവാഹം കഴിച്ചു. അവിടെ ഇമാമായി ജോലി ചെയ്തു തുടങ്ങി. സ്നേഹനിധിയായ ഒരു അച്ഛനായി ജീവിതം തുടങ്ങുവാൻ ആഗ്രഹിച്ചു. എന്നാൽ എനിക്ക് കുട്ടികളുണ്ടായില്ല. ഞാനും ഭാര്യയും ഒറ്റയ്ക്ക് അനേകവർഷങ്ങൾ ജീവിച്ചു. ഭാര്യ മരിച്ചപ്പോൾ ഞാനും അച്ഛന്റെ പാത പിന്തുടരുവാൻ തീരുമാനിച്ചു. ഞാനും കുറച്ച് കറുത്ത കുതിരകളെ വാങ്ങി. കത്തി മൂർച്ചകൂട്ടുന്ന ജോലി തുടങ്ങി. ഗ്രാമങ്ങൾ തോറും അലയുന്നതിനിടയിൽ ഒരു ദിവസം മംഗൾ മലനിരകളിൽ വച്ച് ഞാൻ ഫെർമാനെ കണ്ടു. അയാൾ ക്ഷീണിതനാണെന്ന് മനസ്സിലായി. ക്ഷീണം എന്നേയും ബാധിക്കുവാൻ തുടങ്ങിയിരുന്നു. പലപ്പോഴും കത്തി മൂർച്ച വയ്പിക്കുന്നതിനിടയിൽ എന്റെ കൈ മുറിയുക സാധാരണമായി തുടങ്ങിയിരുന്നു. കൈകൾക്ക് ക്ഷീണം ബാധിക്കുന്നതിനാലാണങ്ങനെ സംഭവിക്കുന്നത്. അതിനാൽ ആ ജോലി വിട്ട് എവിടെയെങ്കിലും വിശ്രമ ജീവിതം തുടങ്ങേണ്ടത് എനിക്കൊരു ആവശ്യമായി. ഞാൻ അന്തിയുറങ്ങേണ്ടുന്ന മണ്ണ് തിരഞ്ഞ് കണ്ടുപിടിക്കണം. ഈ ഗ്രാമത്തിൽ ഒരു പള്ളി പണിതിരിക്കുന്നുവെന്നും അവിടെപോയി അവിടത്തെ ഇമാമാകൂ എന്നും എന്നോടാവശ്യപ്പെട്ടത് ഫെർമാനായിരുന്നു. പകരം എന്റെ കുതിരകളെ അയാൾ പരിപാലിച്ചുകൊള്ളാം എന്ന് വാക്ക് തന്നു."

ഹാകൊയും കെവെയും പരസ്പരം ശുശ്രൂഷിക്കുന്നവരായി. കൊയ്തു മെതിച്ച നിലങ്ങളിൽ അവശേഷിക്കുന്ന ഏക ധാന്യമണി കണ്ടെത്തിയ കിളികളെപ്പോലെ. ആ ഒരൊറ്റ ധാന്യമണിയുടെ പ്രാധാന്യം ഇരുവർക്കും ബോധ്യമായിരുന്നു. ജീവിതം അങ്ങനെ ശാന്തമായി മുന്നോട്ടൊഴുകി. രണ്ട് വൃദ്ധജനങ്ങളും കാലത്ത് ഒരുമിച്ചെഴുന്നേൽക്കും. ഒന്നിച്ച് ജോലികൾ ചെയ്ത് തീർക്കും. ആകാശം ഇരുട്ടിയും ജ്വലിച്ചും മാറിമാറി വന്നുകൊണ്ടിരുന്നു. രോഗബാധിതരായപ്പോൾ പരസ്പരം താങ്ങായി. പനിപിടിച്ച് ഉറക്കം വരാതെ കിടന്നപ്പോൾ ഇരുവരും ഒന്നിച്ച് ഇരുട്ടിലേക്ക് തുറിച്ച് നോക്കി. മനുഷ്യർക്ക് ലഭിക്കാവുന്ന ഏറ്റവും മികച്ച അഭയം മനുഷ്യർ

തന്നെയാണ്. ആപ്പിൾ മരത്തിനു ചുവട്ടിലിരുന്ന് അവർ പത്തുവയസ്സു കാരി പെൺകുട്ടിക്ക് കാല്പനിക കഥകൾ പറഞ്ഞുകൊടുത്തു. എന്റെ അമ്മയായിരുന്നു ആ പെൺകുട്ടി.

ഹാകോയുടേയും കെവെയുടേയും സന്തോഷം എന്റെ അമ്മയും പങ്കിട്ടു. തണുത്ത രാത്രികളിൽ അവർ കെവെയുടേയും ഹാകോയുടേയും ചൂടുള്ള നിശ്വാസങ്ങളിൽ അഭയം കണ്ടെത്തി. അവരുടെ കൈകൾ വന്മര ശാഖകളെപ്പോലെ ഉദാത്തമാണെന്ന് അമ്മ കരുതി. അമ്മ പലപ്പോഴും അവരിരുവരും രണ്ട് അനാഥരാണെന്നും അതിനാൽ തന്റെ സ്നേഹം ഇരുവർക്കും ആവശ്യമാണെന്നും കരുതിയിരുന്നു. അതുകൊണ്ട് പല പ്പോഴും തന്റെ കൊച്ചുകൈകൾ അവരെ വട്ടം ചുറ്റി. അവരുടെ വിയർപ്പ് നിറഞ്ഞ തലമുടിയിൽ തടവിയുറങ്ങി. ഓരോ കുഞ്ഞും ഈ ലോകത്തെ തന്റെ ചുമലിൽ താങ്ങാൻ തയ്യാറെടുത്തുകൊണ്ടേയിരിക്കുന്നു. എന്റെ അമ്മയാകട്ടെ രണ്ട് ലോകങ്ങളെ ഒന്നിച്ച് ഏറ്റെടുക്കുകയായിരുന്നു.

അന്ന് രാത്രി ഹാകോ തലകറങ്ങി വീണപ്പോൾ, ഈ ലോകവാസം അവസാനിപ്പിക്കുന്ന ഏതൊരു നല്ല മനുഷ്യനേയും പോലെ അയാളുടെ മുഖവും ശാന്തമായിരുന്നു. പിരിമുറുക്കങ്ങളൊന്നുമില്ലായിരുന്നു. അയാൾ ഒരു ദീർഘശ്വാസമെടുത്തു. മൂന്ന് വയസ്സുള്ളപ്പോഴാണയാൾ അവസാന മായി അയാളുടെ അമ്മയെ കാണുന്നത്. ആ നിമിഷത്തിൽ മുന്നിൽ അമ്മ പ്രത്യക്ഷപ്പെട്ടു. മരണം അത്ര മോശം കാര്യമല്ലെന്ന് അയാൾക്ക് ബോധ്യ മായി. വല്ലാതെ വലിഞ്ഞ് മുറുകിയ സ്വരത്തിലാണ് അപ്പോൾ അയാൾ സംസാരിച്ചത്.

"ദൂരെ ദൂരെനിന്ന് കറുത്ത കുതിരകൾ വന്നു തുടങ്ങി."

കെവെ ഹാകോയുടെ കണ്ണുകൾ കൂട്ടിയടച്ചു. മുഖത്തിനു മുകളിൽ ഒരു പുതപ്പിട്ടു. ചുവരിൽ തൂക്കിയിട്ടിരുന്ന ഖുറാനെടുത്ത് മെത്തയ്ക്ക് സമീപം വച്ചു. തുറന്നിട്ട വാതിലിലൂടെ ഒരു ചൂടുകാറ്റ് അകത്തേക്കെത്തി. തന്റെ ജീവിതം അനന്തമായി ഒഴുകിക്കൊണ്ടേയിരിക്കുകയാണെന്ന് കെ വെയ്ക്ക് മനസ്സിലായി. തടസ്സങ്ങളൊന്നുമില്ലാതെ ഒഴുകുന്ന പുഴപോലെ. ഈ ആയുസ്സിൽ എത്ര മരണങ്ങൾ കണ്ടു എന്നതിന്റെ എണ്ണം അവർക്ക് നഷ്ടപ്പെട്ടിരിക്കുന്നു. അപ്പോൾ അമ്മ നിലത്തിരിക്കുന്നുണ്ടായിരുന്നു. കെവെ അമ്മയെ നോക്കി. അമ്മ ദുഃഖിതയായിരുന്നു. നിരാശ അമ്മയുടെ മുഖത്ത് വ്യക്തമായി നിഴലിച്ച് കണ്ടു. ഏകാന്തതയുടെ മറ്റൊരു രൂപം ഈ ലോകത്തിൽ നിന്നും ആ കൊച്ചുകുഞ്ഞ് അനുഭവിച്ചറിയുന്നത് അപ്പോൾ കെവെ കണ്ടു. അരുവിയിലേക്ക് പോയി മുഖം കഴുകുവാനും കുറച്ച് വെള്ളം കൊണ്ടുവരാനും കെവെ അമ്മയോടാവശ്യപ്പെട്ടു. മരണ ത്തിന്റെ അടിച്ചമർത്തലിൽ നിന്നും അമ്മയെ മാറ്റിനിറുത്തുന്നതിനായി രുന്നു കെവെ അത് ചെയ്തത്.

ഇരുട്ടിൽ അമ്മ ഒറ്റയ്ക്ക് പുറത്തിറങ്ങി. മുഖമുയർത്തി നക്ഷത്രങ്ങളെ നോക്കി. നഗ്നപാദയായി സാവധാനത്തിൽ മുന്നോട്ട് നീങ്ങി. തന്റെ

മണ്ണിനിന്ന് കൂടുതൽ വിശപ്പുണ്ടോ എന്നവർക്ക് തോന്നി. സാധാരണ നില യിൽ കാൽ സ്പർശിക്കുമ്പോൾ മണ്ണിന് ഒരമ്മയുടെ സ്നേഹമാണ്. എന്നാലിന്ന് വിശന്ന് വലയുന്ന ഒരു കുഞ്ഞിന്റെ ഭാവം പോലെ. അമ്മ ആപ്പിൾ മരത്തിനു ചുവട്ടിൽ ചെന്നിരുന്ന് കരഞ്ഞു. നിശ്ശബ്ദയായി കരഞ്ഞു. മരത്തിനുമുകളിൽ ചേക്കേറിയിരുന്ന കിളികളെ അമ്മ ശല്യ പ്പെടുത്തിയില്ല. മരത്തിന്റെ ഏറ്റവും താഴെയുള്ള ശിഖരത്തിലൊന്നിൽ അമ്മ ഒരു തുണി ചുറ്റിക്കെട്ടി. അമ്മ അരുവിക്കരയിലെത്തി. അവിടെ പഴയ റോമൻ ലിപികൾ ആലേഖനം ചെയ്ത ഒരു കല്ലുണ്ടായിരുന്നു. മതിവരുവോളം കരഞ്ഞ് അമ്മ അവിടെയിരുന്നു. "മഴ എന്നൊന്നില്ലെങ്കിൽ വെയിലിനെ പ്രകീർത്തിക്കുവാനാകില്ല, വസന്തമില്ലെങ്കിൽ തണുപ്പുകാല ത്തേയും" എന്നർത്ഥമുള്ള ഒരു ഗാനമുണ്ട്. അമ്മയ്ക്കപ്പോൾ ഓർമ്മ വന്നത് ആ ഗാനമായിരുന്നു. മരണം എന്നൊന്നില്ലെങ്കിൽ അമൂല്യമായ ഈ ജീവിതത്തെ നമുക്ക് പ്രകീർത്തിക്കുവാനാകില്ല.

> പ്രണയത്തിന്റേയും ഒന്നിച്ചുറങ്ങുന്നതിന്റെയും ആനന്ദം
> എല്ലാ കമിതാക്കളും അംഗീകരിക്കും
> ജീവിതാസക്തി പോലെതന്നെയാണ് മരണവും
> അവ ഒന്നിച്ചുറങ്ങുന്നു

എന്നൊരു കവിത ഓർമ്മവരുന്നു.

ഹാകോയുടെ കറുത്ത കുതിരകളുടെ ഉത്തരവാദിത്വം ഏറ്റെടുത്ത തിനു ശേഷം ഫെർമാന് പിന്നെ കാറ്റിന്റെ വേഗതയായി. ഒരു നിമിഷ ത്തിൽ ഹയ്മാന സമതലത്തിന്റെ ഇങ്ങേതലയ്ക്ക് കാണുന്ന അദ്ദേഹത്തെ അടുത്ത നിമിഷത്തിൽ മറുതലയ്ക്ക് കാണാനാകും എന്ന അവസ്ഥ. മലനിരകളിലൊക്കെ ഹയ്മാനെ കാണാനാകും. ആട്ടിടയന്മാരോട് ചോദിച്ച് അടുത്തുള്ള ഗ്രാമങ്ങളിൽ എന്തൊക്കെ നടക്കുന്നു എന്ന് മന സ്സിലാക്കും. തള്ളച്ചെങ്കരടി ഒളിച്ചിരുന്നിരുന്ന മലയടിവാരത്തിലെ ത്തിയപ്പോൾ അയാളവിടെ കാവൽമാലാഖയായി. നായാടികളേയും ആട്ടിടയന്മാരേയും പിന്നെ അയാൾ അതുവഴിക്ക് കടത്തിവിടാതായി. പണ്ടൊക്കെ അയാളെ തിരഞ്ഞ് നടന്നിരുന്ന പട്ടാളക്കാർ ഇന്ന് തിരച്ചിൽ നിറുത്തിയിരിക്കുന്നു. അയാളെ വെറുതെ വിട്ടതായി പ്രഖ്യാപനം വന്ന തിനാൽ അവർ അയാളെ പിന്തുടരുന്നത് നിറുത്തിയിരിക്കുന്നു.

ഗ്രാമത്തിൽ സമയം നിശ്ചലമാണെന്ന് ഫെർമാൻ കരുതി. പതിനാറ് വർഷം മുമ്പൊരു രാത്രിയിൽ അവിടത്തെ ജീവിതം നിശ്ചലമായതാണ്. അയാൾ ഗ്രാമത്തിലെത്തുകയാണെങ്കിൽ ഇപ്പോഴും അവിടെ മഞ്ഞു പെയ്തുകൊണ്ടേയിരിക്കുകയാണെന്ന് അയാളറിയും. അന്ന് തന്റെ സഹോദരന്മാരെ വെടിവച്ച രാത്രിയിലും മഞ്ഞ് പെയ്തുകൊണ്ടേയിരി ക്കുകയായിരുന്നുവല്ലോ. ഫെർമാന് എല്ലാവരോടും കോപമായിരുന്നു. തനിക്കെതിരെ വന്നവരോട് പ്രത്യേകിച്ചും, എന്നയാൾ സ്വയം വിശ്വ സിച്ചു. ആരെങ്കിലും വരുന്നത് കണ്ടാൽ അയാൾ തോക്കെടുത്ത് ഉന്നം

പിടിക്കുമായിരുന്നു. ആരുമടുത്തില്ലാതെ ഒറ്റയ്ക്ക് ഈ സമതലത്തിൽ മരിക്കുവാൻ തയ്യാറെടുക്കുകയായിരുന്നു അയാൾ.

സ്വന്തം വിധിക്കു മുന്നിൽ ആരെങ്കിലും തല കുനിച്ച് കൊടുത്താൽ പിന്നെ അവർക്ക് മരണം വരുന്ന നിമിഷത്തെ കാത്തിരിക്കുകയല്ലാതെ മറ്റൊന്നും ചെയ്യാനില്ലാതാകും. ഫെർമാൻ തന്നെത്തന്നെ കുഴിച്ചിടുവാനായി ഒരു കുഴികുത്തി. അതിനരികിലിരുന്ന് തീകാഞ്ഞ് പാട്ടുപാടി. മനസ്സിന്റെ സമനില തെറ്റുന്നത് എപ്പോഴെങ്കിലും മനസ്സിന് സമാധാനം നൽകുന്നുവെങ്കിൽ അതിതായിരുന്നു. അയാൾ എന്നും ഒറ്റയ്ക്ക് കഴിഞ്ഞു. ഏകാന്തതയുമായി പൊരുത്തപ്പെട്ടു. താതർ എന്ന ഫോട്ടോഗ്രാഫറെ കണ്ടുമുട്ടുന്നതുവരേക്കും അങ്ങനെ ഏകനായി ജീവിച്ചു. പക്ഷേ വിധിയുടെ വാതിൽ പൂർണ്ണമായും അടഞ്ഞിരുന്നില്ല. അന്ന് താതർ നൽകിയ ഫോട്ടോഗ്രാഫുകൾ ഫെർമാൻ കണ്ടുവോ എന്നോർത്ത് അയാളുടെ മനസ്സിൽ വീണ്ടും കാർമേഘങ്ങൾ ഉരുണ്ടുകൂടി. മനസ്സിൽ പായലുപിടിച്ച് കിടന്നിരുന്ന ഒരു കല്ല് പൊട്ടിച്ചിതറി. തന്റെ മെലിഞ്ഞ വിരലുകൾക്കിടയിൽ അയാൾ ആസ്യയുടെ ഫോട്ടോഗ്രാഫ് പിടിച്ചു. ശ്രദ്ധിച്ചില്ലെങ്കിൽ കയ്യിൽ നിന്നും വീണുടയുന്ന ഒരു കണ്ണാടി കയ്യിൽ പിടിക്കും പോലെയാണയാൾ അത് പിടിച്ചത്. അവളുടെ ചിത്രത്തിലേക്കുറ്റുനോക്കിയപ്പോൾ ഫെർമാന് താനാരാണെന്ന് ബോധമുണ്ടായി. തന്നെ തന്നെ ഓർമ്മവന്നു. ചിലപ്പോഴെങ്കിലും മനുഷ്യമനസ്സ് അങ്ങനെയാണ്. ഓർമ്മിപ്പിക്കാൻ ഒരു കണ്ണാടി വേണ്ടി വരുന്നു. സമതലത്തിലേക്കോടിപ്പോയതിനു ശേഷം ഫെർമാനാദ്യമായി ലഭിച്ച കണ്ണാടിയായിരുന്നു ഇത്.

കഴുകന്റെ മുഖമുള്ള സ്ത്രീയുടെ രണ്ട് പെൺമക്കളും പെട്ടെന്ന് പ്രത്യക്ഷപ്പെട്ടപ്പോൾ ഫെർമാൻ ഭയന്നില്ല, അമ്പരന്നില്ല. വർഷങ്ങളായി ഉറങ്ങിക്കിടക്കുകായിരുന്ന അപ്പോൾ ഉറക്കത്തിൽ നിന്നും ഉണർന്നിട്ടുണ്ടായിരുന്നേയുള്ളു. ആ പെൺകുട്ടികൾ കറുത്ത കുതിരകൾക്ക് മേലെ സവാരി ചെയ്യുവാൻ അനുവാദം ചോദിച്ചു. അദ്ദേഹമത് അനുവദിച്ചു. ഫെർമാൻ അവരെ കുതിരപ്പുറത്തേറ്റി കുന്നിൻ മുകളിലേക്കെത്തിച്ചു. അവർ കൊച്ചുകുട്ടികളൊന്നുമല്ലെന്ന മട്ടിൽ അവർക്ക് സിഗരറ്റ് നൽകി. പിന്നെയയാൾ “നിങ്ങളാരാണ്” എന്ന് ചോദിച്ചപ്പോൾ ആ പെൺകുട്ടികൾ പൊട്ടിച്ചിരിച്ചു. അയാളെ ആലിംഗനം ചെയ്തു. ഞങ്ങൾ ആസ്യയുടെ കൂട്ടുകാരികൾ എന്നാണവർ ഫെർമാനോടുത്തരം പറഞ്ഞത്. വർഷങ്ങളായി ആട്ടിടയന്മാരോട് സംസാരിക്കാതേയും യാത്രക്കാർ പറയുന്നതൊന്നും വിശ്വസിക്കാതേയും കഴിഞ്ഞിരുന്ന ഫെർമാൻ ഈ കുട്ടികൾ പറഞ്ഞത് വിശ്വസിച്ചു. അയാൾ തന്റെ കുഴിമാടത്തിനു സമീപത്തേക്ക് കുട്ടികളെ കൊണ്ടുപോയി. അവിടെ തീകത്തിച്ചു. താൻ മരിച്ചാൽ തന്നെ ഈ കുഴിയിൽ മറവ് ചെയ്യണമെന്ന് കുട്ടികളോടാവശ്യപ്പെട്ടു. “തീർച്ചായും. താങ്കളെ ഇവിടെ മറവ് ചെയ്ത്, താങ്കളുടെ തലയ്ക്ക് മുകളിൽ ഞങ്ങൾ നൃത്തം ചെയ്യാം“ എന്നായിരുന്നു കുട്ടികളുടെ മറുപടി. അത്രയും പറഞ്ഞ് മുടി കാറ്റിൽ പറത്തി അവർ ആ കുഴിമാടത്തിനു

ചുറ്റിലും കൈകൾ ആകാശത്തേക്കുയർത്തി നൃത്തം ചെയ്തു. രാത്രി കാലങ്ങളിൽ ആട്ടിടയന്മാർക്ക് മുന്നിൽ പ്രത്യക്ഷപ്പെടുന്ന യക്ഷികളെ പ്പോലെ സന്തോഷവതികാളിയിരുന്നു അവരപ്പോൾ. ഇത് കണ്ട് ഫെർ മാനും ചിരിച്ചു. അയാളും അവരോടൊപ്പം ചേർന്ന് നൃത്തം ചെയ്തു. ക്ഷീണം അയാളെ പിന്മാറ്റുന്നത് വരേക്കും അയാൾ നൃത്തം ചെയ്തു. കിതച്ചും വിയർപ്പിൽ മുങ്ങിയും അയാൾ നിലത്ത് മലർന്ന് കിടന്നു. എന്നിട്ട് തലയ്ക്ക് മുകളിൽ കാണുന്ന വാൽനക്ഷത്രങ്ങളെ നോക്കി. പെൺകുട്ടി കൾ അയാളോട് ആസ്യയെക്കുറിച്ച് സംസാരിച്ചു. ആസ്യയും ഇതു പോലെ കുഴിമാടത്തിനരികിൽ കിടന്ന് വാൽനക്ഷത്രങ്ങളെയെണ്ണാറു ണ്ടെന്ന് അവർ പറഞ്ഞു. അതിനു ശേഷം അവർ ഒരു പുതിയ കളി കണ്ടെത്തി. അവരിലൊരുവൾ ആസ്യയെപ്പോലെ കരയുവാൻ തുടങ്ങി. മറ്റേയാൾ കുതിരയെ മേയ്ക്കുന്നവനെ പോലെ അലയുവാനും. അവൾ ഫെർമാനെ അനുകരിക്കുകയായിരുന്നു. അപ്പോൾ ഈ പെൺകുട്ടികളും ആസ്യയുമെല്ലാം തന്നെപ്പോലെതന്നെയാണെന്ന് ഫെർമാന് മനസ്സിലായി.

പൂർണ്ണ ചന്ദ്രൻ ആകാശത്തിന്റെ മദ്ധ്യത്തിലേക്ക് വന്നുകൊണ്ടിരി ക്കുകയായിരുന്നു. അപ്പോൾ പെൺകുട്ടികൾ "നമുക്ക് പോകാം" എന്ന് പറഞ്ഞു.

"എവിടേക്ക്?" ഫെർമാൻ ചോദിച്ചു.

"എവിടേക്കെന്നോ...ആസ്യയുടെ അടുത്തേക്ക്" അവർ പറഞ്ഞു.

ആ നിമിഷത്തിൽ ഇടിവെട്ടി. ഒരു ഇടിമിന്നൽ ഭൂമിയിലെത്തി. ഒരൊറ്റ മേഘം പോലുമില്ലാതിരുന്ന രാത്രിയിൽ ഇതെന്തുപറ്റീ എന്നവർ അദ്ഭുത പ്പെട്ടു. കുന്നിന്റെ മറുഭാഗത്ത് എന്റെ അച്ഛന് ഇടിമിന്നലേറ്റപ്പോൾ ഫെർ മാനും ഈ രണ്ട് പെൺകുട്ടികളും എന്ത് സംഭവിച്ചു എന്ന് ആകാശ ത്തേക്ക് നോക്കിയിരിക്കുകയായിരുന്നു. അവർ അവരുടെ കറുത്ത കുതിര കളിന്മേൽ കയറി. ആളിക്കത്തിയിരുന്ന തീയ്യിനെ അതിന്റെ പാട്ടിനു വിട്ടിട്ട് അവർ ഇരുട്ടിലേക്കോടിച്ചുപോയി.

പതിനാറ്

അവൾ
ജീവിതവൃക്ഷം

സ്റ്റേഷനിൽ നിന്നും തീവണ്ടി സാവധാനത്തിൽ മുന്നോട്ട് നീങ്ങി.

എനിക്കെതിരെ ഒരു പെൺകുട്ടിയിരിക്കുന്നു. അവളെ കണ്ടപ്പോൾ എനിക്ക് ടോൾസ്റ്റോയിയുടെ "സന്തോഷമുള്ള ജനങ്ങൾക്കെല്ലാവർക്കും ഒരേ മുഖമാണ്; എന്നാൽ അസന്തുഷ്ടർ ഓരോരുത്തരുടെയും ഭാവങ്ങൾ വ്യത്യസ്തമാണ്" എന്ന വാക്കുകൾ ഓർമ്മവന്നു.

അവൾ ചായക്കപ്പ് കയ്യിലിട്ട് തിരിക്കുന്നുണ്ടായിരുന്നു. നല്ല തണുപ്പു ള്ളതുപോലെയും തണുപ്പകറ്റുവാനെന്നപോലെയുമാണവൾ അത് ചെയ്തുകൊണ്ടിരുന്നത്. അതിനിടയിൽ ഇടയ്ക്കാക്കെ അവൾ എന്നെ ഒളികണ്ണിട്ട് നോക്കുന്നുണ്ട്.

അവളുടെ മുഖം രഹസ്യങ്ങൾ രഹസ്യങ്ങളാക്കി വയ്ക്കുന്നു. ഒന്നും വെളിപ്പെടുത്തുന്നില്ല. എന്നാൽ മുഖത്തിന്റെ ഒരു ഭാഗത്ത് എന്തോ ഒരു ദുഃഖം മറഞ്ഞുകിടക്കുന്നത് എനിക്കു കാണാനാകുന്നുണ്ട്. അവൾ ഒരു മാസം ഗർഭിണിയാണ്. ആ വിശേഷം അവൾ തന്റെ കാമുകനെ അറിയി ച്ചിട്ടില്ല. കാമുകനാകട്ടെ മറ്റാരേയോ വിവാഹം കഴിക്കുവാനുള്ള തയ്യാ റെടുപ്പിലുമാണ്.

ഉണർന്നിരിക്കുവാനല്ല അവൾ ചായകുടിക്കുന്നത്. ദുഃഖചിന്തകളിൽ നിന്നും മനസ്സിനെ ഒന്ന് മാറ്റിനിറുത്തുവാനാണ്. മറ്റൊന്നിലേക്ക് ശ്രദ്ധയെ തിരിച്ചുവിടാൻ.

ശോകം നിറഞ്ഞതാണാ മുഖമെങ്കിലും അവൾ സുന്ദരിയാണ്.

ഈ കളി എനിക്കിഷ്ടമായി. ഞാൻ എന്നോടൊത്ത് മാത്രം കളിക്കുന്ന കളി. യാത്രക്കിടയിൽ അപരിചിതരെ നിരീക്ഷിച്ച് അവരുടെ ജീവിതകഥ കൾ കണ്ടെത്തുന്ന കളി.

നേരം വെളുക്കുന്നേയുള്ളു. വെളിച്ചം വന്നു തുടങ്ങുന്നേയുള്ളു.

ഞാൻ നോർവിച്ചിലേക്കുള്ള യാത്രയിലാണ്. അവിടെ ഒരു പരിഭാഷ കനായി ഇത്തിരി ജോലിയുണ്ട്. ആശുപത്രിയിൽ ഒരു രോഗി കിടപ്പുണ്ട്.

171

അയാളുടെ വൃക്കമാറ്റിവയ്ക്കൽ ശസ്ത്രക്രിയയാണ്. അയാളുടെ പരിഭാഷകനാകണം. രണ്ട് മണിക്കൂറിനകം ഞാനവിടെ എത്തിച്ചേരണം.

പ്രഭാതത്തിൽ തീവണ്ടിയിൽ കാണുന്നവരിൽ മിക്കവർക്കും ഇന്നലെയുടെ ചില അടയാളങ്ങൾ ബാക്കിയുണ്ടാകും. അവരാരും അപ്പോൾ ആശുപത്രി ജീവനക്കാരോ, വിദ്യാർത്ഥികളോ, കമ്പനികളിലെ മാനേജർമാരോ അല്ല. പകരം അവരൊക്കെ ഇന്നലയെ മറക്കാൻ ശ്രമിക്കുന്ന, ഇന്നലത്തെ വിഷമകരമായ സന്ദർഭങ്ങൾ മറക്കാൻ ശ്രമിക്കുന്ന അസന്തുഷ്ടർ മാത്രമാകുന്നു. സന്തുഷ്ടിയുള്ളവരെല്ലാം എപ്പോഴും ഒരുപോലെയാകുമല്ലോ.

ഫെറൂസെ ഇറാനിലേക്ക് പോയിട്ട് മൂന്നാഴ്ച കഴിഞ്ഞിരിക്കുന്നു. അവൾ തിരിച്ച് വരുമോ എന്നുപോലും എനിക്കറിയില്ല. അസീതയ്ക്കും അതറിയില്ല.

അസീത ലണ്ടനിൽ നിന്നും തിരിച്ചെത്തിയിരുന്നു. ഞാനവരെ സന്ദർശിച്ചിരുന്നു.

സ്റ്റെല്ല ആശുപത്രി വിട്ടിരിക്കുന്നു. ഞാൻ പലതവണ അവരുടെ പുരാവസ്തുക്കടയിലെത്തി അവരെ സഹായിച്ചിരുന്നു.

ഒഹാരയെ പിന്നെ കണ്ടിട്ടില്ല. ഇന്നലെ, അങ്ങാടിയിലുള്ള അവരുടെ കടയിൽ നിന്നും ഞാൻ കുറച്ച് ബ്രഡ് വാങ്ങിയിരുന്നു. പ്രതീക്ഷിച്ചുകൊണ്ടിരിക്കുന്ന പാർസൽ അടുത്തയാഴ്ച വരുമെന്ന് അപ്പോൾ അദ്ദേഹത്തിന്റെ അച്ഛൻ എന്നോട് പറയുകയുണ്ടായി.

സമയം അടുത്തു വരുന്നു.

ഇറാനിലേക്ക് വിമാന ടിക്കറ്റ് ബുക്ക് ചെയ്യണം. ഞാൻ ഇറാനിലേക്ക് പോകുന്നുവെന്ന് അസീതയോട് പറയണം.

ഫെറൂസെയിൽ നിന്നാകട്ടെ ഒരു വിവരവും ലഭിക്കുന്നുമില്ല.

അനിശ്ചിതത്വത്തിന് വല്ലാത്ത ഭാരം. സമയം എന്നതിനേക്കാൾ വലിയ ഭാരം.

ഇന്നെന്നപോലെ ഈ കൊച്ചുപട്ടണത്തിൽ തന്നെയായിരുന്നു ഒരു മാസം മുമ്പും ഞാൻ. എന്നാൽ അന്നത്തെ എന്റെ ജീവിതം പണ്ടെങ്ങോ കഴിഞ്ഞതാകുന്നു. അതിപുരാതനമായിരിക്കുന്നു. കയ്യെത്തിപ്പിടിക്കുവനാകാത്തതായിരിക്കുന്നു. ഓർമ്മയിൽ നിന്നും ചികഞ്ഞെടുക്കേണ്ടതായിരിക്കുന്നു. ഒരു മലമുകളിൽ നിന്നും വീണ കല്ലുപോലെ എങ്ങോ പോയി മറഞ്ഞിരിക്കുന്നു.

ഇതിനിടെ കഴിഞ്ഞ വർഷം ഞാനുണ്ടാക്കിയ റെക്കോഡ് തകർത്തു. കഴിഞ്ഞ ഒരൊറ്റ ആഴ്ചയ്ക്കുള്ളിൽ ഞാൻ ബോധം നശിച്ച്, തലകറങ്ങി വീണത് മൂന്ന് തവണയാണ്. എന്നാൽ അതിനെക്കുറിച്ച് എനിക്ക് വേവലാതിയില്ല.

എനിക്കാകെയുള്ള ബുദ്ധിമുട്ട് ഇപ്പോൾ ഞാൻ തനിച്ചാണെന്നത് മാത്രമാണ്.

രാത്രിയിൽ അർദ്ധസുഷുപ്തിയിലാകുമ്പോൾ ഞാൻ ഫോണെടുത്ത് ആരെങ്കിലും വിളിച്ചിരുന്നോ എന്ന് നോക്കും.

എനിക്കിപ്പോൾ സംഭവിച്ചുകൊണ്ടിരിക്കുന്നത് സത്യമോ മിഥ്യയോ എന്ന് പോലും എനിക്കു മനസ്സിലാകുന്നില്ല.

എന്റെ ഭൂതം ഇപ്പോൾ ഒരു പർദ്ദയ്ക്ക് പിറകിലാണ്. എനിക്കിപ്പോൾ വേണ്ടത് ഫെറൂസയെ കാണുക മാത്രം. അവളെയൊന്ന് കണ്ടാൽ മാത്രമേ എനിക്ക് ഭൂതകാലത്തിന്റേയും ഭാവിയുടേയും പർദ്ദകൾ ഒന്നിച്ച് നീക്കുവാനാകുകയുള്ളു.

തീവണ്ടിക്ക് വേഗം പിടിച്ചിരിക്കുന്നു. പച്ചപ്പ് നിറഞ്ഞ വയലുകളെ കടന്ന് അത് അതിവേഗം പായുന്നു.

ദൂരെയുള്ള മരങ്ങളിലും കുന്നുകളിലും മഞ്ഞുതുള്ളികൾ പറ്റിപ്പിടിച്ച് കിടക്കുന്നു.

ഞാൻ തല തിരിച്ചു നോക്കി. എനിക്കെതിരെയിരിക്കുന്ന പെൺകുട്ടി യുടെ കണ്ണിൽ എന്റെ കണ്ണുടക്കി.

എന്റെ മുഖത്തുനിന്ന് അവളെന്ത് വായിച്ചെടുത്തിട്ടുണ്ടാകും എന്ന് ഞാൻ ആശ്ചര്യപ്പെട്ടു.

അവൾക്ക് ഞാൻ എന്ത് തരം കണ്ണാടിയാണ്?

ഞാൻ കണ്ണുകൾ താഴ്ത്തി.

ഞാൻ സഞ്ചിയിൽ നിന്നും പുസ്തകമെടുത്തു. ഇന്നലെ രാത്രി വായിച്ച് നിറുത്തിയിടത്തുനിന്ന് വീണ്ടും ആരംഭിച്ചു. ശാന്തമായിരുന്ന ഒരു മനസ്സിനെക്കുറിച്ചും വേർപിരിഞ്ഞുപോകുന്ന സന്തോഷത്തെക്കുറിച്ചു മായിരുന്നു ആ നോവൽ. പലപ്പോഴും ഒന്നിനെ പ്രാപിക്കുവാനായി നമുക്ക് മറ്റൊന്നിനെ ബലി നൽകേണ്ടി വരുന്നു.

എതിരെയിരിക്കുന്ന പെൺകുട്ടിയോട് എനിക്കത് പറയണം.

ഒരു സ്റ്റേഷനെത്തി. തീവണ്ടി നിന്നു.

ഞാൻ പുസ്തകത്തിൽ നിന്നും തലയുയർത്തി.

പ്ലാറ്റ്ഫോമിൽ നല്ല തിരക്കുണ്ടായിരുന്നു. ഒരു യുവദമ്പതികൾ, കുത്തി നിറച്ച സഞ്ചിയും കയ്യിലേന്തി നടക്കാൻ ബുദ്ധിമുട്ടുന്ന ഒരു വൃദ്ധ, മൊ ബൈൽ ഫോണിൽ സംസാരിച്ചുകൊണ്ട് നടക്കുന്ന ഒരാൾ ഇവരെല്ലാം ഞാനിരുന്ന ജനലിനരികിലൂടെ കടന്നുപോയി.

ഉറക്കം വരുന്നതുപോലെ ഞാൻ കണ്ണടച്ചു.

ഞാൻ ജനലിൽ തല ചാരി.

തീവണ്ടി വീണ്ടും യാത്ര തുടങ്ങിയിരിക്കുന്നു. ഞാൻ അതിന്റെ ശബ്ദം ശ്രദ്ധിച്ചു.

തീവണ്ടിയാത്രകൾ എന്നിലേക്ക് വലിയ നഗരങ്ങളെക്കുറിച്ചുള്ള ഓർമ്മ കളെത്തിക്കുന്നു. പഴയ തെരുവുകൾ, ആകാശം മുട്ടുന്ന കെട്ടിടങ്ങൾ, നിഴൽ വീണ പ്രണയങ്ങൾ, അടിച്ചമർത്തുവാനുള്ള തീവ്രാഭിലാഷം, പീഡനം, കാല്പനിക ജീവിത ശൈലികൾ, ദാരിദ്ര്യം എന്നിവയെല്ലാം എന്റെ കണ്ണിലൂടെ കടന്നുപോകുന്നു.

തീവണ്ടിപ്പാതയുടെ ഏകതാളം എന്റെ മനസ്സിനെ മടുപ്പിക്കുന്നു.

ഞാനുറങ്ങിയിട്ടുണ്ടാകണം. ചിലപ്പോഴെങ്കിലും പകൽക്കിനാവും വാസ്തവവും തമ്മിലുള്ള വ്യത്യാസം തിരിച്ചറിയുക ബുദ്ധിമുട്ടാകുന്നു.

ഞാൻ തലയുയർത്തി. ജനലിലൂടെ പുറത്തേക്കു നോക്കി. പച്ചപ്പ് നിറഞ്ഞ വയലുകളും കുന്നുകളും ദൂരെയുള്ള ഗ്രാമങ്ങളും കണ്ടു.

എനിക്കെതിരെയിരിക്കുന്ന പെൺകുട്ടി ഉറക്കം തൂങ്ങുകയാണ്. തല ഒരു വശത്തേക്ക് ചരിച്ച് വച്ചിരിക്കുന്നു. മുഖത്തെ ആ ദുഃഖഭാവം ഇപ്പോൾ അപ്രത്യക്ഷമായിരിക്കുന്നു. അവൾ ശ്വസിക്കുന്നില്ലേ എന്ന് പോലും എനിക്കു സംശയം തോന്നി.

നോർവിച്ച് സ്റ്റേഷനിൽ എത്തുന്നതു വരേക്കും അവൾ കണ്ണ് തുറ ന്നില്ല.

വണ്ടിയിൽ നിന്നിറങ്ങുമ്പോൾ എന്നെ നോക്കി പുഞ്ചിരിച്ചു.

അവളുടെ മുഖഭാവം എനിക്ക് മനസ്സിലായി. അവൾ എന്റെ മനസ്സ് വായിച്ചിരിക്കുന്നു. ഞാനും അസന്തുഷ്ടനാണെന്ന് അവൾ മനസ്സിലാക്കി യിരിക്കുന്നു.

ഞാൻ തിരക്കിലേക്ക് ധൃതിപ്പെട്ടു.

ആശുപത്രിയിലെത്താൻ തിരക്കിട്ടു.

ശസ്ത്രക്രിയ കഴിയാൻ ഉച്ചയായി. ശസ്ത്രക്രിയ വിജയമായിരുന്നു എന്ന അറിയിപ്പ് വരുന്നത് വരേക്കും ഞാനവിടെ അക്ഷമനായി ഉലാത്തി. ആ രോഗിയുടെ ഒരു ബന്ധുവാണ് ഞാനെന്ന മട്ടിലായിരുന്നു അപ്പോൾ എന്റെ പെരുമാറ്റം. ഡോക്ടർ പറഞ്ഞ കരുണാർദ്രമായ, ആശ്വാസം തരുന്ന വാക്കുകൾ പരിഭാഷ ചെയ്ത് കൊടുത്തപ്പോൾ എനിക്കെന്തോ സ്വയം വലിയ ആശ്വാസം തോന്നി.

പുറത്തിറങ്ങി ഞാനൊരു കപ്പ് ചായ വാങ്ങി. അന്നേരം തീവണ്ടി യിൽ വച്ച് കണ്ട ആ പെൺകുട്ടി എനിക്കെതിരെ ഇരിക്കുന്നത് കണ്ടു.

ഇപ്പോൾ അവൾ സന്തോഷവതിയാണ്. കാലത്ത് അവളുടെ മുഖത്ത് കണ്ട വിഷാദച്ഛായ ഇപ്പോഴില്ല. അവളൊരു മൂളിപ്പാട്ട് പാടുന്നുണ്ട്. കയ്യിൽ ഒരു മാസികയുണ്ട്. അതിലെ പല വർണ്ണങ്ങളുള്ള താളുകൾ മറിച്ചു കൊണ്ടിരിക്കുകയാണവൾ.

ഞാൻ എന്റെ സഞ്ചിയിൽ നിന്നും ഫോണെടുത്തു.

സന്ദേശങ്ങൾ നോക്കുന്നതിനിടയിൽ എന്റെ കൈ ചായക്കപ്പിൽ തട്ടി.

അത് താഴെവീണു. ചായ എനിക്ക് മേൽ വീഴാതിരിക്കുവാനായി ഞാൻ ചാടിയെഴുന്നേറ്റു. ആ സമയത്ത് ഫോൺ താഴെ വീണു.

കുനിഞ്ഞ് ഫോണെടുത്തു. അത് ഓഫ് ആയിട്ടുണ്ടായിരുന്നില്ല. എനിക്ക് ആശ്വാസംതോന്നി.

അതിലൊരു സന്ദേശം ഫെറൂസെയിൽ നിന്നായിരുന്നു.

"ഞാൻ കാംബ്രിഡ്ജിലുണ്ട്. എന്നെ വിളിക്കൂ" അവളെഴുതിയിരിക്കുന്നു.

ഫെറൂസെ തിരിച്ചെത്തിയിരിക്കുന്നു.

ഞാനാ സന്ദേശം പല തവണ വായിച്ചു.

ചുറ്റിലും നോക്കി.

എനിക്കെതിരെയിരിക്കുന്ന, തീവണ്ടിയിലും എനിക്കെതിരെയിരുന്നിരുന്ന, പെൺകുട്ടിയുടെ കണ്ണിൽ വീണ്ടും എന്റെ കണ്ണുടക്കി. അവളും ഇപ്പോൾ സന്തോഷവതിയാണ്.

ഞാൻ ദീർഘമായൊന്ന് ശ്വസിച്ചു.

പുറത്തിറങ്ങി ചുവരിൽ ചാരി നിന്നു.

ഫെറൂസെയെ വിളിച്ചു.

ടെലിഫോൺ ശബ്ദിക്കുന്നുണ്ട്.

"ഹലോ..ഫെറൂസെ.." ഞാൻ പറഞ്ഞു.

"ബ്രാനി താവോ.."

അവളുടെ ശബ്ദം വളരെ ദൂരെനിന്നാണ് വരുന്നതെന്ന് എനിക്ക് തോന്നി. എന്നാൽ വാക്കുകൾ വ്യക്തമായിരുന്നു.

"സ്വാഗതം...തിരിച്ചുവരവിന്.." ഞാൻ പറഞ്ഞു.

"ഉറങ്ങുകയായിരുന്നോ...വീട്ടിലാണോ?" അവൾ ചോദിച്ചു.

"അല്ല. ഞാൻ നോർവിച്ചിലാണ്. ഒരു പരിഭാഷയുണ്ടായിരുന്നു." ഞാൻ പറഞ്ഞു.

"അതുകൊണ്ടാണല്ലേ ഫോൺ ഓഫ് ചെയ്ത് വച്ചത്?"

"എപ്പോൾ തിരിച്ചെത്തി?"

"ഇന്ന് കാലത്ത്."

"വരുന്ന വിവരം അറിയിക്കാമായിരുന്നല്ലോ" ഞാൻ പറഞ്ഞു.

"ആയില്ല. എല്ലാം പറയാം."

"ഇവിടെ തന്നെയുണ്ടാകുമല്ലോ അല്ലേ?" ഞാൻ ചോദിച്ചു.

"ഉവ്വ്. ഞാനിനി ഇവിടെതന്നെയുണ്ടാകും." അവൾ പറഞ്ഞു.

"ഇന്ന് കാണാനൊക്കുമോ?"

"ഉവ്വ്. താങ്കൾ എപ്പോൾ തിരിച്ചെത്തും?"

"ഞാൻ റെയിൽവെ സ്റ്റേഷനിലേക്ക് പോകുകയാണ്. രണ്ട് മണിക്കൂറിനുള്ളിൽ അവിടെ തിരിച്ചെത്തും." ഞാൻ പറഞ്ഞു.

"എവിടെ വച്ച് കണ്ടുമുട്ടുവാനാകും?"

"ഫോർട്ട് സെന്റ് ജോർജ്ജ്. നമ്മളാദ്യം കണ്ട അതേ സ്ഥലം." ഞാൻ പറഞ്ഞു.

"ശരി." അവൾ സമ്മതിച്ചു.

ഞാൻ ബസ്സ് കാത്ത് നിന്നില്ല. ആദ്യം കണ്ട ടാക്സിക്ക് കൈകാണിച്ച് അതിൽ സ്റ്റേഷനിലെത്തി.

പ്ലാറ്റ് ഫോമിലേക്ക് ഓടിക്കയറുകയായിരുന്നു.

തീവണ്ടി പുറപ്പെടാറായിട്ടുണ്ടായിരുന്നു.

കയറിയിരുന്നപാടെ അതിന്റെ വേഗം കൂടി.

ഞാൻ ചാരിയിരുന്ന് കിതപ്പ് മാറ്റി.

തീവണ്ടിപ്പാളത്തിന്റെ ഒച്ചയിൽ ലയിച്ചിരുന്നു.

ചില യാത്രകൾ നമ്മുടെ മനസ്സിൽ മറക്കാനാകാതെ കിടക്കും. ഇത് എന്റെ അത്തരത്തിലുള്ള ഒരു യാത്രയാകണം!

ഞാൻ ജനലിലൂടെ പുറത്തേക്കു നോക്കി.

നല്ല വെയിലുണ്ടായിരുന്നു. ചെറിയ പട്ടണങ്ങളും കുന്നുകളും വെയിലിൽ വെട്ടിതിളങ്ങുന്നു.

പച്ചപ്പ് നിറഞ്ഞ വയലുകളിൽ കുതിരകളോടിക്കളിക്കുന്നു.

നഗരത്തിൽ ആദ്യമായെത്തുന്ന കുട്ടിയെപ്പോലെ ഞാനപ്പോൾ ആശ്ചര്യപൂർവ്വം ജീവിതത്തെ കാണുകയായിരുന്നു.

തീവണ്ടിയിൽ അവസാനമായി കയറിയ ഞാനാണ് കാംബ്രിഡ്ജിൽ ആദ്യമായി ഇറങ്ങിയത്.

തിരക്കിട്ടിറങ്ങുന്നതിനിടയിൽ ഞാൻ ഫെറൂസെയുടെ സ്വരം കേട്ടു.

"ബ്രാനി താവോ.."

ഞാൻ ചുറ്റിലും നോക്കി.

പ്ലാറ്റ്ഫോമിന്റെ മറുതലയ്ക്കൽ നിന്ന് ഫെറൂസെ എന്നെ നോക്കി കൈ വീശുന്നു.

തിരക്കിനിടയിലൂടെ ഞാൻ മുന്നോട്ടോടി.

"നിനക്ക് സ്വാഗതം..തിരിച്ച് വന്നതിന്.." അവൾ പറഞ്ഞു.

"എനിക്കല്ല, നിനക്ക്" ഞാൻ പറഞ്ഞു.

ഞാനവളെ ആലിംഗനം ചെയ്തു.

എന്നിട്ട് അവളുടെ മുഖത്തേക്ക് നോക്കി.

അവൾ മെലിഞ്ഞിരിക്കുന്നു. കണ്ണുകൾക്ക് കീഴെ കറുത്ത വളയങ്ങൾ പ്രത്യക്ഷപ്പെട്ടിരിക്കുന്നു.

"ക്ഷീണിച്ചിരിക്കുന്നല്ലോ?" ഞാൻ ചോദിച്ചു.

അവൾ പുഞ്ചിരിച്ചു.

"ഇവിടെ തിരക്കാണ്." അവൾ പറഞ്ഞു.

"സ്റ്റേഷനിലെന്തിനാ വന്നത്? നമ്മൾ നിശ്ചയിച്ചിരുന്ന സ്ഥലം ഇത ല്ലല്ലോ?" ഞാൻ ചോദിച്ചു.

"അവിടെ ഒരു ബഞ്ച് ഒഴിഞ്ഞു കിടപ്പുണ്ട്. നമുക്ക് അവിടെയിരിക്കാം." അവൾ പറഞ്ഞു.

തിരക്കിനിടയിലൂടെതന്നെ ഞങ്ങൾ ആ ഒഴിഞ്ഞ ബഞ്ചിലെത്തി.

മനസ്സ് ശാന്തമായിരുന്നു. അന്തരീക്ഷവും.

സൂര്യൻ അസ്തമയത്തിനു തയ്യാറായിക്കൊണ്ടിരിക്കുന്നു.

ഫെറൂസെയ്ക്ക് തണുക്കുന്നുണ്ടായിരിക്കും എന്നെനിക്ക് തോന്നി. ഞാൻ എന്റെ കമ്പിളിക്കുപ്പായമെടുത്ത് അവളെ പുതപ്പിച്ചു.

ഞങ്ങളന്ന് ആദ്യം കണ്ടപ്പോൾ, പള്ളിയിൽ വച്ച്, ഞാൻ എന്റെ ജാക്കറ്റ് അവളെ ധരിപ്പിച്ചപ്പോൾ അവൾ നിരസിച്ചിരുന്നു. എന്നാലിപ്പോൾ അവൾ ഒന്ന് പുഞ്ചിരിച്ച് എനിക്ക് അനുമതി നൽകി.

"ഇറാനിൽ എല്ലാവർക്കും സുഖമല്ലേ?" ഞാൻ ചോദിച്ചു.

"ഏകദേശം...എന്ന് തോന്നുന്നു."

"റോയക്കെങ്ങനെയുണ്ട്?"

"സുഖപ്പെടുന്നു. ഇപ്പോൾ എഴുന്നേറ്റ് നില്ക്കാനാകുന്നുണ്ട്."

"അത് നല്ല വാർത്തയാണല്ലോ."

ഫെറൂസെ പിന്നെ തുടരാനൊന്ന് മടിച്ചു.

"അവൾ ആത്മഹത്യയ്ക്ക് ശ്രമിച്ചതാണെന്നറിയാമോ?" അവൾ ചോദിച്ചു.

"ഞാൻ ഊഹിച്ചിരുന്നു. അവളും ഭർത്താവും തമ്മിലുള്ള ബന്ധ മെങ്ങനെ?"

"കുഴപ്പമൊന്നുമില്ല."

ഫെറൂസെ തുമ്മുവാൻ തുടങ്ങി.

ഞാൻ എന്റെ സഞ്ചിയിൽ നിന്നും ഒരു ടിഷ്യൂപേപ്പറെടുത്ത് അവൾക്ക് കൊടുത്തു.

"നിനക്ക് അസുഖമൊന്നുമില്ലല്ലോ?" ഞാൻ ചോദിച്ചു.

"ഇല്ല. ഞാനും റോയയും തമ്മിലുണ്ടായിരുന്ന ബന്ധത്തിൽ ഇടയ്ക്ക് വിള്ളൽ വീണിരുന്നു. അത് കേടുപാട് തീർത്ത് നേരെയാക്കേണ്ടതാവശ്യ മായിരുന്നു." അവൾ പറഞ്ഞു.

“ഇങ്ങനെയൊന്ന് പെട്ടെന്ന് സംഭവിച്ചില്ലായിരുന്നുവെങ്കിൽ, നിങ്ങൾ തമ്മിൽ ഉടൻ സൗഹൃദത്തിലെത്തുകയില്ലായിരുന്നു.”

“അവൾ രണ്ട് വ്യത്യസ്ത ലോകങ്ങളിലാണ് ജീവിക്കുന്നതെന്ന് ഇപ്പോൾ ഞാൻ തിരിച്ചറിയുന്നു. അതിലൊന്നിൽ ഞാനുണ്ട്. മറ്റേതിൽ അവളുടെ ഭർത്താവും.”

“ഒന്ന് ഇറാനും മറ്റേത് ബ്രിട്ടനുമാണ്..” ഞാൻ പറഞ്ഞു.

ഫെറൂസെ സംസാരം നിറുത്തി, എന്നെ നോക്കി‘

“സ്വന്തം ജീവിതത്തിനുമേൽ പിടിവിടരുതെന്ന് അവളാഗ്രഹിച്ചു. അതിനെ സ്വന്തം വരുതിയിൽ നിറുത്തണം. അതുറപ്പാക്കാനാളവൾ ആത്മഹത്യയ്ക്ക് തുനിഞ്ഞതത്രെ! ഇപ്പോഴെവിടേയോ എന്തോ അയഞ്ഞു കിടക്കുന്നതായി അവൾക്ക് തോന്നുന്നുവത്രെ!” അവൾ പറഞ്ഞു.

“ഇനി മുതൽ അവൾക്ക് അങ്ങനെ ചെയ്യുവാനാകും എന്ന് ഞാൻ പ്രതീക്ഷിക്കട്ടെ. നീ നിന്റെ ജീവിതത്തിന്മേൽ മുറുകെ പിടിച്ചിരിക്കുന്നത് പോലെ.“ ഞാൻ പറഞ്ഞു.

അവൾ വീണ്ടും സംസാരം നിറുത്തി. ഒന്ന് നിശ്വസിച്ചു.

“കുഞ്ഞുനാളിൽ ഇറാൻ വിട്ടതിനു ശേഷം ആദ്യമായാണ് ഞാന വിടേക്ക് പോകുന്നത്.” അവൾ പറഞ്ഞു.

“എന്തായിരുന്നു അനുഭവം?”

“എനിക്കെന്ത് തോന്നി എന്നല്ലേ? ഇവിടെ എനിക്കും ഒരു മരം നടണമെന്ന് തോന്നി. ആ മരം ടെഹ്റാനിലുള്ളതുപോലത്തെ മരമായി രിക്കണം. താങ്കളുടെ മുത്തശ്ശി കെവെയുടെ ആപ്പിൾ മരം പോലെ.” അവൾ പറഞ്ഞു.

“വേണം. അത് ചെയ്യണം.”

“ഇത്തവണ എനിക്ക് അതിനവസരം ലഭിച്ചില്ല. അടുത്ത തവണ ഞാൻ ഒരു ആപ്പിൾ മരം തിരഞ്ഞെടുക്കും. എന്നിട്ട് അതിന്റെ വിത്തി വിടെ പാകും.” അവൾ പറഞ്ഞു.

പ്ലാറ്റ്ഫോമിൽ ഒരു വണ്ടി വന്നു നിന്നു.

കാത്തിരുന്ന യാത്രക്കാർ അതിൽ കയറുവാനായി നീങ്ങി.

“താങ്കൾക്ക് സുഖമല്ലേ? എന്ത് ചെയ്യുകയായിരുന്നു?“ ഫെറൂസെ ചോദിച്ചു.

”സാധാരണത്തേത് പോലെ തന്നെ. ആകെയുള്ള വ്യത്യാസം ഈയ്യിടെയായി സ്റ്റെല്ലയെ സഹായിക്കുവാനായി കൂടെക്കൂടെ അവിടേക്ക് പോകാറുണ്ട് എന്നത് മാത്രമാണ്.“

”ഞാനും അവരെ സന്ദർശിച്ചിരുന്നു. ഇവിടേക്ക് വരുന്നതിനു മുമ്പ് പുരാവസ്തുക്കടയിലൊന്ന് കയറി.“

ഞാൻ ചിരിച്ചു. "അവരിപ്പോൾ പണ്ടത്തേക്കാൾ സന്തോഷവതി യാണ്."

"സ്റ്റെല്ല എനിക്ക് ഒരു സാധനം കാണിച്ച് തന്നു."

"എന്താണത്?"

"ഒന്നൂഹിച്ച് നോക്കൂ."

"എന്റെ ക്യാമറ വന്നോ?"

"സ്റ്റെല്ലയുടെ ഒരു സുഹൃത്ത് ഇന്ന് കാലത്ത് ലണ്ടനിൽ നിന്നും എത്തിച്ച് കൊടുത്തു.

"സത്യം? എങ്കിൽ ഇന്നത്തെ ദിവസം എന്റേതാണെന്നതിൽ സംശയ മില്ല."

"നല്ല രീതിയിൽ പ്രവർത്തിക്കുന്ന ഒരു യന്ത്രമാണയാൾ എത്തിച്ചി രിക്കുന്നത്."

"ഒളിമ്പസ് സിക്സ് അല്ലേ?"

"അതെ."

"ഭാഗ്യം. ഇനി വെറുംകയ്യോടെ അമ്മയെ കാണാൻ പോകേണ്ടി വരി ല്ലല്ലോ...എന്നെങ്കിലും അങ്ങനെയൊരു ഭാഗ്യമുണ്ടാകുകയാണെങ്കിൽ." ഞാൻ പറഞ്ഞു.

"ക്യാമറയുടെ കഥ സ്റ്റെല്ലയോട് പറഞ്ഞു അല്ലേ?"

"നിന്നോട് ആദ്യം പറയണമെന്നായിരുന്നു എന്റെ ആഗ്രഹം. എന്നാൽ അവസരം കിട്ടിയില്ല."

"നാളെ നമുക്കൊരുമിച്ച് സ്റ്റെല്ലയെ കാണാൻ പോയാലോ?" അവൾ ചോദിച്ചു.

"തീർച്ചയായും."

"അപ്പോൾ നമുക്ക് ചില ചർച്ചകളുമാകാം."

"എന്തിനെക്കുറിച്ച്?" ഞാൻ ചോദിച്ചു.

ഫെറൂസെ ഒന്നും മിണ്ടിയില്ല. ഇത്തിരി നേരത്തെ മൗനത്തിനു ശേഷം "പാപങ്ങളെക്കുറിച്ച്...." എന്ന് പറഞ്ഞു.

"എന്റെ എല്ലാ പാപങ്ങളും നാളെ എന്ന ഒരൊറ്റ ദിനത്തിലേ ക്കൊതുക്കാം," ഞാൻ പറഞ്ഞു.

എന്റെ വാക്കുകൾ അവളെ വിഷമിപ്പിച്ചു എന്ന് തോന്നി.

"തമാശയായല്ല. ഗൗരവത്തിൽ തന്നെയാണ് പറഞ്ഞത്..." അവൾ പറഞ്ഞു.

"ഞാനും" എന്നായിരുന്നു എന്റെ മറുപടി.

സ്റ്റേഷനിൽ തിരക്കേറി.

ഫെറൂസെ ചുമയ്ക്കുവാൻ തുടങ്ങി.

ഞാൻ സഞ്ചിയിൽ നിന്നും വെള്ളക്കുപ്പിയെടുത്ത് അവൾക്ക് കൊടുത്തു.

"സഞ്ചിക്കകത്ത് വളരെയധികം സാധനങ്ങളുണ്ടെന്ന് തോന്നുന്നു," അവൾ പറഞ്ഞു.

ഞാൻ സഞ്ചി തുറന്നു കാണിച്ചു.

"ഇതിനകത്തുള്ളതെല്ലാം നിനക്ക് തന്ന് കഴിഞ്ഞു. ഇനിയുള്ളത് ഒരു പുസ്തകമാണ്."

"ഏത് പുസ്തകമാണത്?"

"ഒരു നോവൽ."

ഞാനത് പുറത്തെടുത്തു.

"ഇത് ടർക്കി ഭാഷയാണോ?" അവൾ ചോദിച്ചു.

"അതെ."

"എന്താണിതിന്റെ പേര്?"

"ശാന്തമായ മനസ്സ്."

"നല്ലതാണോ?"

"നല്ലതോ ചീത്തയോ എന്ന് സാരമാക്കാറില്ല."

സ്റ്റേഷനിലെ ആരവം ഒന്ന് കുറയാനായി ഫെറൂസെ വീണ്ടും സംസാരത്തിനിടവേളയിട്ടു.

"പിന്നെയെന്തിനാണത് വായിക്കുന്നത്?" അവൾ ചോദിച്ചു.

"നീ പോകുന്നതിനു മുമ്പും ഇപ്പോഴും തമ്മിൽ എന്റെ വികാര ങ്ങളിൽ എന്ത് വ്യത്യാസമുണ്ടെന്ന് നിനക്ക് മനസ്സിലാകുന്നുണ്ടോ?" ഞാൻ ചോദിച്ചു.

"എന്നുവച്ചാൽ?"

"അതിന്റെ ഉത്തരമാണീ പുസ്തകം. ആ വ്യത്യാസം എന്താണെന്ന് കണ്ടുപിടിക്കണോ?"

"എനിക്കതറിയണം." അവൾ പറഞ്ഞു.

ഞാൻ പുസ്തകം അവളുടെ കയ്യിൽ കൊടുത്തു.

"ഏതെങ്കിലുമൊരു താള് തുറക്കൂ." ഞാൻ പറഞ്ഞു.

ഫെറൂസെ അനുസരിച്ചു. അവൾ അതിലെ വാക്കുകൾ പരിശോധിച്ചു. എല്ലാം മനസ്സിലാകുന്നുണ്ടെന്നതുപോലെയാണവൾ അത് പരിശോധി ച്ചത്. എന്നിട്ട് എന്റെ കയ്യിൽ പുസ്തകം തന്നു.

"ഇത് നിനക്കായി ഒരു നാടോടി ഗാനമാണ്." ഞാൻ പറഞ്ഞു.

ഫെറൂസെ എന്നെ നോക്കി.

"ഏത് താള് തുറന്നാലും എനിക്ക് ഇതേ നാടോടി ഗാനം ലഭിക്കുമായിരുന്നോ?" അവൾ ചോദിച്ചു.

"ഉവ്വ്. നിന്റെ കുടുംബം മാത്രമല്ല ഇത്തരം കളികൾകളിൽ വിശ്വസിക്കുന്നത്." ഞാൻ പറഞ്ഞു.

അവൾ ചിരിച്ചു.

"ഇതേത് തരം നാടോടി ഗാനമാണ്?"

എന്റെ മുത്തശ്ശി കെവെയുടെ ജീവിത കഥ ഞാൻ നിനക്ക് പറഞ്ഞ് തന്നിട്ടില്ലേ. അപ്പോൾ ഞാനൊരു ഗാനത്തെക്കുറിച്ച് പറഞ്ഞിരുന്നു. ഓർമ്മയുണ്ടോ?"

"ഒരു രാത്രിയിൽ വയലിൽ വച്ച് കെവെ കേട്ട ഗാനം. ആ ഗാനം അവർ താങ്കളുടെ അമ്മയ്ക്ക് പാടിക്കൊടുത്തിരുന്നു. അതല്ലേ?"

"മറന്നിട്ടില്ല, അല്ലേ?"

"ഞാനെങ്ങനെ മറക്കും?"

"ആ ഗാനം ഒരു ദിവസം കേൾക്കണമെന്ന ആഗ്രഹം നീ പ്രകടിപ്പിച്ചിരുന്നു. എന്നാൽ അന്ന് ഞാനത് പാടിയില്ല. എല്ലാറ്റിനും ഒരു നല്ല സമയമുണ്ടെന്ന് പൂർവികർ പറയാറുണ്ട്. നീ അടുത്തില്ലാതിരുന്നപ്പോൾ എന്റെ സമയം മോശമായിരുന്നു. എന്നാൽ ഇപ്പോൾ ഇതാ ആ പാട്ട് പാടാനുള്ള സമയമായിരിക്കുന്നു."

എന്റെ സഞ്ചി അപ്പോൾ ഞങ്ങൾക്കിരുവർക്കുമിടയിലിരിക്കുകയായിരുന്നു. ഫെറൂസെ അതെടുത്ത് താഴെ വച്ചു. അവൾ എന്നോട് ചേർന്നിരുന്നു.

"ഈ ഗാനം ഇതിനു മുമ്പ് ഞാനാർക്കും പാടിക്കൊടുത്തിട്ടില്ലെന്നും ഞാനന്ന് പറഞ്ഞിരുന്നു. ഓർമ്മയുണ്ടോ?" ഞാൻ ചോദിച്ചു.

"ഉവ്വ്." അവൾ എന്റെ കണ്ണിലേക്ക് തന്നെ നോക്കുകയായിരുന്നു.

"പാടിക്കഴിഞ്ഞാൽ പിന്നെ ഒരു കഥയും പറയണം. താങ്കളിൽ നിന്നും കഥ കേട്ടിട്ട് ദിവസം കുറേയായിരിക്കുന്നു."

"റേഡിയോയിൽ നിന്നും കേൾക്കുന്ന കഥയാണോ വേണ്ടത്?"

"അതെ..ബ്രാനി താവൊ" അവൾ പറഞ്ഞു. "നീ കുട്ടിയായിരുന്നപ്പോൾ റേഡിയോയിലൂടെ കേട്ട കഥകളിൽ ഒന്നെനിക്ക് ഇപ്പോൾ പറഞ്ഞ് തരണം."

"ശരി."

ഫെറൂസെയുടെ കാൽമുട്ടുകൾ എന്റെ കാൽമുട്ടിലുരസി. അവളുടെ ശ്വാസം എന്റെ ശ്വാസത്തിൽ ലയിച്ചു.

നിശ്ശബ്ദയായി അവൾ കാത്തു.

ഞാൻ കണ്ണടച്ചു. പാടുവാൻ തുടങ്ങി. പണ്ട് കെവെ അമ്മയ്ക്ക് പാടിക്കൊടുത്തപ്പോഴും പിന്നെ അമ്മ എനിക്ക് പാടിത്തന്നപ്പോഴും

അവരിരുവരും ചെയ്തതുപോലെ തലയൊരുവശത്തേക്ക് ചരിച്ചു വച്ച് ഞാൻ പാടി.

ചൂടുള്ള ഒരു കാറ്റ് വീശി. മരച്ചില്ലകൾ കലപില കൂട്ടി.

അപ്പോൾ സമയം നിശ്ചലമായി.

ബ്രാനി താവോ: "എന്റെ മനസ്സിലുള്ള വികാരങ്ങളെ വാക്കുകളിലൊതുക്കുവാൻ, വാക്കുകളിലേക്കാക്കാൻ, ഞാൻ എന്നും മടിച്ചിരുന്നു ഫെറൂസെ."

ഫെറൂസെ : "കാരണം?"

ബ്രാനി താവൊ: "നമ്മളിരുവർക്കും മുറിവേൽക്കുമോ എന്ന് ഞാൻ ഭയന്നു."

ഫെറൂസെ: "അതെന്തിന് മുറിവേല്പിക്കണം?"

ബ്രാനി താവൊ: "ഒരുപക്ഷേ അകാരണമായി ഭയന്നതാകണം. എനിക്കറിയില്ല."

സ്റ്റേഷനിലെ തിരക്കിന്റെ ആരവം. ഒരു തീവണ്ടിയുടെ ശബ്ദം.

ഫെറൂസെ: "എന്റെ രഹസ്യപുസ്തകം നോക്കി ഞാൻ താങ്കളുടെ കവിതാ ഭാഗ്യം പറഞ്ഞപ്പോൾ അതിൽ ഞാൻ കണ്ടത് നമ്മളിരുവരും പങ്കുവയ്ക്കുന്ന ഭാഗ്യമായിരുന്നു ബ്രാനി താവൊ."

ബ്രാനി താവൊ: "എന്നോടത് പറഞ്ഞില്ലല്ലോ?"

ഫെറൂസെ: "സമയമാകുമ്പോൾ പറയാമെന്ന് കരുതി."

ബ്രാനി താവൊ: "വർഷങ്ങൾക്കു മുമ്പ് വായിച്ച ഒരു നോവൽ ഓർമ്മ വരുന്നു. ഞാനിപ്പോൾ ആ നോവലിലെ ഒരു കഥാപാത്രമാണോ എന്നെനിക്ക് തോന്നുന്നു."

ഫെറൂസെ: "എന്താണത്?"

ബ്രാനി താവൊ: "ഒരു യുവാവിനൊരു യുവതിയോട് പ്രണയമുണ്ട്. എന്നാൽ അത് തുറന്ന് പറയുവാനാകുന്നില്ല."

ഫെറൂസെ: "അയാളും തന്റെ വികാരങ്ങൾക്ക് വാക്കുകൾ നൽകുന്നില്ലേ?"

ബ്രാനി താവൊ: "ഒരു ദിവസം അയാൾ ധൈര്യം സംഭരിച്ച് അവളോട് തന്റെ മനസ്സ് ഭയക്കുന്ന എന്നാൽ ഹൃദയം കാംക്ഷിക്കുന്നതെന്തോ അത് പറയുന്നു."

ഫെറൂസെ : "അപ്പോൾ അവളെന്ത് ചെയ്തു?"

ബ്രാനി താവൊ : "അതെന്തോ ആകട്ടെ. അതിൽ കാര്യമില്ല. അവസാനമെന്തായി എന്നതിലാണ് കാര്യം."

സ്റ്റേഷനിലെ ആരവം വർദ്ധിക്കുന്നു. ഒരു തീവണ്ടിയുടെ ചൂളം വിളി കേൾക്കാം.

ഫെറൂസെ : "നോവലിന്റെ അവസാനത്തിൽ എന്ത് സംഭവിച്ചു?"

ബ്രാനി താവൊ: "യുവതി ആത്മഹത്യ ചെയ്തു."

ഫെറൂസെ : "എന്ന് വച്ചാൽ അവൾക്ക് അവനോട് പ്രണയമായിരുന്നു എന്ന് അല്ലേ?"

ബ്രാനി താവോ: "പ്രണയിക്കുന്നവരെല്ലാം മരിക്കുന്നു എങ്കിൽ നിനക്ക് ആ വിധി വരുത്തരുത് എന്നെനിക്കാഗ്രഹമുണ്ട് ഫെറൂസെ."

ഫെറൂസെ : "അതിനായി എന്നും മൗനം പാലിക്കേണ്ടത് ആവശ്യമാണല്ലേ?"

ബ്രാനി താവോ : "എന്റെ മനസ്സ് ഭയക്കുകയും എന്നാൽ ഹൃദയം കാംക്ഷിക്കുകയും ചെയ്യുന്നതെന്തെന്നാൽ...."

ഫെറൂസെ : "മിണ്ടാതിരിക്ക്...എന്നിട്ട് എനിക്കൊരു ഉമ്മ താ.."

നിശ്ശബ്ദത.

ഫെറൂസെ : "ഈ നിമിഷത്തിനായി ഞാൻ വളരെക്കാലമായി കാത്തിരിക്കുന്നു. എനിക്കൊരു ഉമ്മ കൂടി താ.."

നിശ്ശബ്ദത.

നിശ്ശബ്ദത തുടരുന്നു.

തീവണ്ടിയുടെ ശബ്ദം അകന്നകന്ന് പോകുന്നു.

■

Printed by BoD˝in Norderstedt, Germany

9 789386 120373